தந்தையார் பெரியார் சிந்தனைகள்

டாக்டர். ந. சுப்புரெட்டியார்

ரிதம் வெளியீடு

தந்தை பெரியார் சிந்தனைகள்
டாக்டர். ந. சுப்புரெட்டியார் ©

Thanthai Periyar Sindhanaigal
Doctrate Na. Subbureddiyar ©

1st Edition: Dec 2022
Pages: 208   Price: Rs. 220
ISBN: 978-93-93724-40-3

Publishing Editor
T. Senthil Kumar

Published by:
Rhythm Veliyeedu
New No.58, Old No.26/1, 1st Floor,
Alandur Road, Saidapet,
Chennai - 600 015, Tamil Nadu, INDIA
Ph : (044) 2381 0888, 2381 1808, 4208 9258
E-mail : senthil@rhythmbooks.in
Web : www.rhythmbooksonline.com

Book Layout by
Visual Vinodh - 9500149822

வாழ்த்துரை

தமிழ் மூதறிஞரும், அறிவியல் இலக்கிய ஆர்வலருமாக விளங்குகிற பெரியவர் பேராசிரியர் டாக்டர் ந.சுப்புரெட்டியார் அவர்கள். "தந்தை பெரியார் சிந்தனைகள்" என்ற தலைப்பில் சென்னைப் பல்கலைக் கழகத்தில் ஆற்றிய சொற்பொழிவுகள் நூலாக உருப்பெற்றிருக்கிறது.

இந்த நூலில் மொத்தம் 194 தலைப்புகளில் கருத்துக்கள் வழங்கப்பட்டுள்ளன.

தமிழ்ச்செம்மல் கலைமாமணி டாக்டர் சுப்புரெட்டியார் அவர்கள் அருமையான பல தமிழ் நூல்களை ஆக்கியிருக்கிறார்கள். என்றாலும் தந்தை பெரியாரைப் பற்றிய இந்த ஆய்வு நூல் பல வகையிலும் சிறப்புப் பெறுகிற நூலாகும்.

ஏனெனில் தமிழ் இலக்கியங்களில் அல்லது தமிழ்நாட்டில், எந்தத் தலைப்பிலும் யாரைப் பற்றியும் எழுதுவது அல்லது ஆய்வு செய்வது மிக எளிதாகும்.

ஆனால் இருபதாம் நூற்றாண்டில் தமிழ்ச் சமுதாயத்தைத் தட்டி எழுப்பிய தந்தை பெரியாரைப் பற்றி, அவருடைய சிந்தனைகளைக் குறித்து ஆய்வு செய்வது என்பது, சர்க்கஸ்காரன் கம்பி மேல் நடப்பது போன்ற ஒரு காரியமாகும்.

ஏனெனில் தந்தை பெரியார் இந்த மண்ணில் பல்வேறு வகையான சிந்தனை விதைகளை விதைத்திருக்கிறார். தந்தை பெரியாருடைய குணம், கருத்துக்களை விதைத்துவிட்டுச் செல்வாரே தவிர, அது முளை விட்டதா, வளர்ந்து வருகிறதா என்பதைப் பற்றிக் கவலைப்படாதவர்.

ஏனெனில் விதைப்பதுதான் அவருடைய நோக்கமே தவிர, அது விளைந்து பலன் தருகிறதா என்று பார்த்து, அந்தப் பலனை அனுபவிப்பதற்காகக் காத்திருப்பது அவருடைய நோக்கம் அல்ல; அவருடைய பழக்கமும் அல்ல.

அவர் விதைத்த விதைகள் முளையிட்டு, செடியாகி வளர்ந்து மரமாகி சிலவற்றில் பலன் தந்து கொண்டிருக்கிறது என்றால், அவரைத் தொடர்ந்து பேரறிஞர் அண்ணா போன்ற தலைசிறந்த தொண்டர்கள் தந்தை பெரியாருக்குக் கிடைத்த பலன்தான்.

ஆனால் தந்தை பெரியார் இந்த விதைகளை விதைப்பதற்குச் சந்தித்த எதிர்ப்புகள், நெருக்கடிகள், ஏளனங்கள், ஏசல்கள் இவைகளையெல்லாம் தாங்கிக் கொண்டு எதிர்த்து இக்கருத்துக்களை விதைப்பதற்குரிய வலிமையை தமிழ் மண்ணில் தந்தை பெரியார் மாத்திரமே பெற்றிருந்தார். அதனால்தான் 'பெரியார்' என்று புகழப்பட்டார். 'செயற்கரிய செய்வர் பெரியார்' என்று போற்றப்பட்டார்.

எனவேதான், தந்தை பெரியாருடைய கருத்துக்களை, சிந்தனைகளை எடுத்து ஆய்வு செய்வதென்பதிலேயே பல சிக்கல்கள் தோன்றுவது இயல்பு. ஆனால் பெரியவர் பேராசிரியர் சுப்புரெட்டியார் அவர்கள் மிக அருமையாக இந்த ஆய்வினை நிறைவேற்றியிருக்கிறார்.

ஏனெனில் பேராசிரியர் டாக்டர் சுப்புரெட்டியார் அவர்கள் ஆழ்ந்த தமிழறிவு படைத்தவர். விஞ்ஞான நூல்களைக் கற்றவர் தொன்மை எது, பழமை எது என்று பேதத்தைப் புரிந்தவர். தத்துவங்கள் சில நேரங்களில் நடைமுறை உண்மையோடு மோதுகின்ற சூழல்களை உணர்ந்தவர். பண்பாடு, நாகரிகம், கலை, கலாச்சாரம், இலக்கியம், அறிவியல் என்ற பல பெயர்களாலே அழைக்கப்படுகிற செயற்பாடுகளின் ஒட்ட மொத்தக் கலவைதான் மனித வாழ்க்கை என்பதிலே நம்பிக்கை உள்ளவர் - பற்றுள்ளவர். இவைகளுக்கிடையே சமரசம் காண வேண்டும் என்று கருதுபவர். ஆனால் தந்தை பெரியார் மனித வாழ்க்கைக்கு, முன்னேற்றத்திற்கு தடை என்று தோன்றுகிற எல்லாவற்றையுமே தகர்த்தெறிய வேண்டும் என்று எண்ணுகிறவர்.

இந்தச் சிந்தனை முரண்பாடுகளுக்கிடையில் தந்தை பெரியார் சிந்தனைகளைப் பற்றி ஒரு அற்புதமான ஆய்வை, பயனுள்ள ஆய்வை தமிழ் மக்களுக்குத் தெரிவிக்க வேண்டிய கருத்துக்களை மிகச் சிறப்பாக வழங்கியிருக்கிறார்.

பேராசிரியர் சுப்புரெட்டியார் அவர்களுடைய ஆழ்ந்த அறிவும், நீண்ட அனுபவமும், மிகுந்த பொறுப்புணர்வும் தமிழ் மக்களுக்குப் பயனளிக்கக் கூடிய இந்த நூலை உருவாக்கத் துணை நின்றிருக்கிறது. இந்தச் சிறந்த பணிக்காக என்னுடைய வணக்கத்தையும், நல்வாழ்த்துக்களையும் தெரிவிக்கக் கடமைப்பட்டிருக்கிறேன்.

வாழ்க பேராசிரியர் சுப்புரெட்டியார், வளர்க அவருடைய அறிவிலக்கிய ஆய்வு என்று மீண்டும் வாழ்த்துகிறேன்.

- இராம. வீரப்பன்

9, திருமலை சாலை,
சென்னை - 600 017.
நாள். 10.10.2001

அணிந்துரை

பன்னிரண்டு ஆண்டுகளுக்கு ஒருமுறை பூக்கிறது குறிஞ்சி மலர். பன்னூறு ஆண்டுகளுக்கு ஒருமுறை பன்னூறு ஆயிரம் பேர்களில் ஒருவர் தலைவர் ஆகிறார். தமிழர்க்கு காலம் தவமிருந்து பெற்றளித்த தலைவர் தந்தை பெரியார் ஈ.வெ.ரா. அவர்கள்.

நூற்றுக்கணக்கான மலைகள் ஆயினும் நோக்கமுடியாத உயரம் இமயம்! அலைகள் ஆயிரக்கணக்கானவைகள் எனினும் அளக்க முடியாத ஆழம் கடல்! இருபதாம் நூற்றாண்டில் தமிழகத்தில் தோன்றிய தலைவர்கள் எண்ணற்றோர்! மக்களின் மனதில் நிற்பவர்களோ மிகச் சிலரே. மிகச் சிலரில் முதன்மை இடம் வகிப்பவர் தந்தை பெரியார்.

தமிழ் இலக்கிய வரலாற்றில் முதன் முதலில் பகுத்தறிவுக் கொள்கையைப் பரப்பிய பெருமை சித்தர்களைச் சாரும். "கோயிலாவதேதடா! குளங்களாவதேதடா!" "நட்ட கல்லும் பேசுமோ - நாதன் உள்ளிருக்கையில் என்று பல நிலைகளில் எடுத்தியம்பினர். ஆனால் சித்தர்களின் சித்தாந்தங்களினால் பாமரமக்களின் மத்தியில் பயன் பெரிய அளவில் விளையவில்லை என்றே கூறலாம். சித்தர்களுக்குப் பிறகு பகுத்தறிவுக் கொள்கையைப் பரப்பத் தமிழில் எளிய வழிகளில் எல்லோரும் புரிந்து கொள்ளும்படி விளங்கப்பேசி மக்களைத் தட்டியெழுப்பிய பெருமை தந்தை பெரியாரையே சாரும்.

சென்னை பல்கலைக் கழக அண்ணா பொதுவாழ்வியல் மையத்தில் உருவாக்கப்பட்டுள்ள பேராசிரியர் சி.அ. பெருமாள் அவர்களின் அறக்கட்டளைச் சொற்பொழிவுக்காக (2001) பேராசிரியர் டாக்டர் ந.சுப்புரெட்டியார் அவர்களை அணுகியபோது அவர் "வெண்தாடி வேந்தர்" ஈவெராவைப் பற்றிப் பேச முன்வந்தார். தள்ளாத வயதிலும் தமிழ்ப் பணியாற்றும் பல்துறை அறிஞர் பல்கலைச் செம்மல் பேராசிரியர் ந.சுப்புரெட்டியார் மிகுந்த ஆராய்ச்சிப் பாங்கோடு தந்தைப் பெரியாரைப்பற்றி அரியதொரு ஆய்வுப் பேருரை நிகழ்த்தினார். அவர் ஆற்றிய மூன்று சொற்பொழிவுகளைத் தொகுத்து தந்தை பெரியார் சிந்தனைகள்' எனத் தலைப்பிட்டு மிகச் சிறந்த இந்த நூலை உருவாக்கியுள்ளார். திருமிகு வே. ஆனைமுத்து அவர்களின் 'ஈ.வெ.ரா. சிந்தனைகள்' என்ற நூலை தமிழுலகம் நன்கறியும். அது ஒருமுறையில் சம்பிரதாயப் போக்கில் அமைந்தது. பேராசிரியர் ந. சுப்புரெட்டியார் புதிய நோக்கிலே, புதிய சிந்தனையுடன் தந்தை

அவர்களின் சிந்தனைகளை நூலாக அமைத்து வெளியிடுவதை எண்ணி நெஞ்சு மகிழ்கின்றேன்.

ஈ.வெ.ரா. அவர்கள் தொடாத துறைகள் இல்லை. அவர் தொட்ட துறைகள் துலங்காமல் போனதும் இல்லை. அத்தகையாரின் சிந்தனைகளை மூன்று பெரும் தலைப்புகளின் கீழ் அமைத்து ஈ.வெ. ரா.வின் கொள்கைகளில் உள்ள ஆழ்ந்த சிந்தனைகள் என்ன என்பதை தமிழுலகிற்கு நூலாசிரியர் தெளிவுப்படுத்துகிறார்.

பெரியாரின் சிந்தனைகளில் முதலிடம் வகிப்பது கடவுள் மறுப்புக் கொள்கை. தந்தை பெரியார் என்றாலே கடவுள் மறுப்புக் கொள்கை உடையவர் என்றுதான் இன்றும் தமிழுலகம் எண்ணிக் கொண்டுள்ளது. அவரின் கடவுள் மறுப்புக் கொள்கைகளின் பின்னணியில் அமைந்த அடிப்படைக் காரணங்களை மிக விரிவாகத் தெளிவுபடுத்தியுள்ளார் பேராசிரியர் ந.சுப்புரெட்டியார் அவர்கள்.

தமிழினை முட்டாள் ஆக்குவது கடவுள்; அதை ஒழிப்பதுதான் எங்கள் வேலை. தமிழனை இழிவுபடுத்துவது சாத்திரம், மதம், புராணம். அவற்றை ஒழிப்பதும் நெருப்பிலிட்டுக் கொளுத்துவதும்தான் எங்கள் வேலை. (ப. 42) "மனிதனை இழிவுபடுத்துவதற்கும் பகுத்தறிவற்ற தன்மைக்கும் கடவுள் நம்பிக்கை காரணமாக அமைவதால் அதை ஒழித்துக்கட்ட வேண்டும்; கடவுள் மேல் எங்களுக்கு எவ்வித கோபமும் இல்லை" என்ற வரிகளின் மூலம் பெரியாரின் கடவுள் மறுப்புக் கொள்கையின் பின்னணியில் மனித சமுதாயத்தின் உயர்வுதான் அடிப்படையாக அமைந்துள்ளது என நிறுவுகிறார் நூலாசிரியர் சுப்பு ரெட்டியார் அவர்கள். சமயம் என்ற நிலையில் பெரியார் அவர்கள் "மதமே மனிதனுடைய சுயமரியாதைக்கு விரோதி - மதமே மனிதனுடைய அறிவு வளர்ச்சிக்கு விரோதி - மதமே மனித சமூக சமதர்மத்திற்கு விரோதி" (ப.) என்றும் "இன்று மதமானது ஒருவரையொருவர் ஏய்க்கப் பயன்படுத்தப் பெறுகின்றதே அல்லாமல் தொல்லையில்லாதிருக்க நிம்மதியான வாழ்வு வாழ உதவுவதாக இல்லை. போலி வாழ்க்கைக்காரருக்குத் திரையாகவே மதமும் பத்திரிகையும் உதவுகின்றன" (ப.46) போன்ற பெரியாரின் சிந்தனைகளை தம் நூலில் ஆணித்தரமாகக் கூறி நிறுவுகிறார் நூலாசிரியர்

மக்கள் முன்னேற்றத்தில் மதம் வந்து தடைசெய்தால் அஃது எந்த மதமாக இருந்தாலும் ஒழித்துத்தான் ஆகவேண்டும். உன்னைப் பறையனாய்ப் படைத்தார்; அவனைப் பார்ப்பனனாய்ப் படைத்தார்; என்னைச் சூத்திரனாய்ப் படைத்தார்" என்று கடவுள் மேல் பழிபோடும் கொடுமைகள் ஒழிக்கப்பட வேண்டும் என்றால் கடவுள் ஒழிக்கப்பட

வேண்டும்'' (பக். 49) என்று தந்தை பெரியார் சிந்தித்ததை தெளிவாக விளக்குகிறார் நூலாசிரியர்.

தந்தை பெரியாரின் சமூகச் சிந்தனைகளை இரண்டாவது தலைப்பின் கீழ் விரிவாக ஆராய்ந்து எழுதியுள்ளார் நூலாசிரியர். சமூகம் என்ன என்பதைப் பெரியார் வழி நின்று விளக்குகிறார். மனிதன் ஒருபோதும் தனித்து வாழக்கூடியவன் அல்லன் - அப்படி வாழவும் அவனால் முடியாது; இங்ஙனம் வாழ்நாள் முழுவதும் சமூகப்பணிக்குத் தன்னை அர்ப்பணித்துக் கொண்டவர் பெரியார். நான் ஒரு நாத்திகன் அல்லன், தாராள் எண்ணமுடையோன். நான் ஒரு தேசியவாதியும் அல்லன்; தேசாபிமானியும் அல்லன்; ஆனால் தீவிர சீவாதார எண்ணமுடையவன். எனக்குச் சாதி என்பதோ உயர்வு தாழ்வு என்பதோ இல்லை; அத்தகைய எண்ணத்தையே நான் எதிர்ப்பவன்; ஆதரிப்பவன் அல்லன். (ப. 5) எனக் கூறும் பெரியாரின் உள்ளக்கிடக்கையை நூலாசிரியர் தெளிவாக எடுத்துக்காட்டியுள்ளார்.

இதுபோன்று நாட்டில் எப்படிப்பட்ட ஆட்சிமுறை இருக்க வேண்டும்; திருமணம் எப்படி அமைய வேண்டும்; திருமணத்திலுள்ள சமூக இழிவுக் கொடுமைகள் எப்படி ஒழிய வேண்டும்; மற்றும் மதுவிலக்கு ஆகியன பற்றிய பெரியாரின் சிந்தனைகளை இந்நூலில் மிகவும் விரிவாக ஆய்வு செய்துள்ளார் நூலாசிரியர்.

மூன்றாவது நிலையில் தமிழ் மொழியின் மீது அவர் கொண்ட எண்ணம் என்ன என்பதை விளக்குகிறார். பெரியார் ஒரு காலகட்டத்தில் தமிழ் மொழியை காட்டுமிராண்டி மொழி என்று கூறியவர் என்பதும் எண்ணத்தக்கது.

“நான் தமிழுக்குத் தொண்டு செய்வது தமிழுக்காக அல்ல; தாய்மொழியைப் பாதுகாத்தல் ஒவ்வொருவருடைய கடனுமாகும். நம் தமிழ்மொழி தாய்மொழி என்று மட்டுமல்லாமல் எல்லா வனப்புகளும் கொண்ட சிறந்த மொழி என்பதாலேயே (ப. 131) என்ற பெரியாரின் கருத்துகளையும் “அவர் இந்தி எதிர்ப்புப் போராட்டத்தில் கலந்து கொண்டு சிறை சென்றவர்; கட்டாய இந்தியை கல்லறைக்கு அனுப்பியவர்'' போன்ற செய்திகளையும் தெளிவுபடுத்துகிறார் நூலாசிரியர். தந்தை பெரியார் தமிழை விமர்சனம் செய்ததோடு நிறுத்திக் கொள்ளாமல் யாரும் எண்ணிப் பார்க்காத காலகட்டத்தில் தமிழில் எழுத்துச் சீர்திருத்தத்தைத் தன்னுடைய குடியரசு இதழில் வெளியிட்டு நடைமுறைப் படுத்தியவர். இவ்வெழுத்துச் சீர்திருத்தம் புரட்சித் தலைவர் எம்ஜிஆர். அவர்களால் அனைத்து நிலைகளிலும் நடைமுறைப்படுத்தப்பட்டது என்பது குறிப்பிடத்தக்கது.

தீண்டாமை, சாதி ஒழிப்பு, வருணாச்சிரமதர்மம் போன்றவற்றைப்பற்றிப் பெரியாரின் கருத்துகளைக் கூறும் நூலாசிரியர் மிகவும் தெளிந்த பார்வையோடு அவற்றை விளக்குகிறார். நம் நாட்டில் சாதி என்று எடுத்துக்கொண்டால் பார்ப்பான், சூத்திரன் என்கிற இரண்டுதான்: செட்டி, முதலி, பறையன், தாவிதன், வண்ணான் என்பவன் எல்லாம் அவனவன் செய்கிற தொழிலால் பிரிந்திருந்தவனே தவிர - பிரிக்கப் பெற்றவனே தவிர - மற்றபடி அவர்களுக்குள் எந்த பேதமும் இல்லை *(பக்.86)*. "உத்தியோகத்தினால் ஒருவன் மேல்சாதியானால் கீழ்ச்சாதிக்காரனுக்கும் மேல்சாதியான் பெற்றிருக்கும் அளவுப்படியே உத்தியோகம் கொடுத்துக் கீழ் சாதித் தன்மையை ஒழி என்கிறேன். தகுதியால் ஒருவன் மேல் சாதியானால் மேல்சாதியான் பெற்றிருக்கும் தகுதிமுறையைக் கீழ் சாதியானும் பெறும் அளவுக்குத் தகுதியைக் கொடுத்து கீழ்ச் சாதித் தன்மையை ஒழி என்றுதான் நான் கூறுகிறேன்" *(பக். 87)* என்பன போன்ற பெரியாரின் கருத்துகளைப் பொருத்தமான முறையில் வகைப்படுத்தி விளக்கியுள்ள நூலாசிரியரின் திறமை வியந்து பாராட்டத்தக்கது.

தந்தை பெரியாரின் சிந்தனைகள் முழுவதையும் அப்படியே எழுதுவதாக இருந்தால் பல்லாயிரம் பக்கங்களாக நீளும் என்பதாலேயே நூலாசிரியர் பெரியாரின் சிந்தனைகளின் சாரங்களை மட்டும் அவற்றின் அசல் தன்மை மாறாமல் தெள்ளத் தெளிவாக விளக்கியுள்ளார். இறுதியாக, தந்தை பெரியார் பற்றி, அறிஞர்களின் கருத்துகளைத் தொகுத்துக் கொடுத்துள்ளார் பேராசிரியர் ந.சுப்புரெட்டியார் அவர்கள்.

பேராசிரியர் ந.சுப்புரெட்டியார் அவர்கள் அறிவுத் தெளிவும் ஆழ்ந்த நுட்பமும் வாய்க்கப்பெற்றவர். முயன்று முடிக்கும் முயற்சியார். தான் ஆற்றிய மூன்று பொழிவுகளையும் காற்றில் கரைந்துவிடாமல் அதை நூலாக்கித் தமிழ்ச் சமுதாயத்திற்கு அளித்துள்ள பேராசிரியரை வாழ்த்த எனக்கு வயதில்லை என்பதால் வணங்கி மகிழ்கின்றேன். பேராசிரியர் ந.சுப்புரெட்டியார் மொழிக்காகவும், இனத்திற்காகவும் நாட்டிற்காகவும் நூல்கள் பல படைத்து அணி செய்ய வேண்டும் என்பது என் ஆழமான விழைவு.

- இரா. தாண்டவன்

அக்டோபர், 17, 2001
சென்னை - 600 040

நூல் முகம்

எவன் உயிர்க்கு உயிராய் எள்ளும்எண் ணெயும்போல்
எங்கணும் இடையுறா நின்றான்
எவன்அனைத்து உலகும் என்றுகாத் தளிக்க
இறைமைசால் மூவுருவு எடுத்தான்
எவன்முதல் இடைஈறு இன்றிஎஞ் ஞான்றும்
ஈறிலா மறைமுடி இருப்பான்
அவன்எனைப் புறக்கத் திருக்களா நீழல்
அமர்ந்தருள் புரிந்தனன் உள்ளே

- அதிவீரராம பாண்டியன்
(திருக்கருவைப் பதிற்றுப்பத்தந்தாதி 15)

தந்தைப் பெரியாருடன் என் இளமைக் காலத்திலிருந்து அவர்தம் சொற்பொழிவைக் கேட்டும், நேரில் உரையாடியும், வாதிட்டும் பழகியவன். அதனால் வள்ளுவரின் ‘பெரியாரைத் துணைக்கோடல்’ (அதி. 45) குறிப்பிடும் பெரியாருக்கு இவர் இலக்கியமாகின்றார் என்பது என் அசைக்க முடியாத முடிவு. அத்தகைய பெரியாரைப்பற்றி அண்ணா பொது வாழ்வியல் மையத்தில் (சென்னைப் பல்கலைக் கழகத்தில் பேராசிரியர் டாக்டர் சி.அ.பெருமாள் அறக்கட்டளைப் பொழிவுகளாகப் 2001) பேசும் வாய்ப்பு தந்தமைக்குத் துணைவேந்தர் பேராசிரியர் பொன் கோதண்டராமன் அவர்கட்கும் மையத்தின் துறைத் தலைவர் பேராசிரியர் இரா.தாண்டவன் அவர்கட்கும் என் உளங்கனிந்த நன்றியை உரித்தாக்குகின்றேன். தேசிய சொத்தாக வழங்கியுள்ள இராமாநுசர், தாயுமானவர், இராமலிங்க அடிகள், இராமகிருஷ்ண பரமஹம்சர் போன்றவர்களின் படைப்புகளை அறிஞர்கள் ஆராய்ந்து வருவதைப் போல் தந்தை பெரியாரின் எழுத்து, பேச்சுகளை அறிஞர்கள் என்றும் ஆய்ந்து வர வேண்டும் என்பது என் அகத்தில் படிந்துள்ள ஆழமான விழைவு. அவரை ‘நாத்திகன்’ என்று ஒதுக்கிவிடுவது அறியாமை.

இந்நூலுக்கு வாழ்த்துரை வழங்கிய திரு இராம. வீரப்பன் (எம். ஜி ஆர். கழகத் தலைவர்) அவர் அமைச்சராக இருந்த காலம் முதல் நான் அறிவேன். சுதந்திரத்திற்குப் பிறகு நாட்டையாண்ட நல்ல அமைச்சர்கள் சிலருள் இவர் முன்னணியில் நிற்பவர். எம்.ஜி.ஆர். ஐப் போலவே விரிந்த மனம் உள்ளவர். ஏழை, எளியவர்கள் பால்

பாசமும் நேசமும் மிக்கவர். அவர்கள் வாழ்வு செழிக்க வேண்டும் என்ற பெருநோக்கம் கொண்டவர். பெரியார் வழி நின்று சாதி வேறுபாட்டைக் கடிபவர். பெரியார் கொள்கைகளுள் பலவற்றை ஏற்று நடப்பவர். பொது அறிவு (common sense) மிக்கவர். தமிழ்ப்பற்று மிக்கவர். தமிழ் வளர்ச்சிக்காகத் தம் வீட்டையும் ஈந்தவர் (வள்ளல் அழகப்பரைப் போல்). இத்தகைய பேரன்பர் இந்நூலுக்கு வாழ்த்துரை வழங்கியது இந்நூலின் பேறு; என் பேறும் கூட. வாழ்த்துரை வழங்கிய வள்ளலுக்கு என் மனங்கனிந்த நன்றி உரியது.

இந்த நூலுக்கு அணிந்துரை வழங்கிச் சிறப்பித்தவர் அண்ணா பொதுவாழ்வியல் மையப் பேராசிரியர் துறைத் தலைவர் டாக்டர் இராதாண்டவன் அவர்கள். பேராசிரியர் துறைத் தலைவராக இருந்து ஆற்றும் பணிகளைப் போல் - அவற்றை விடவும் - பொதுத் தொண்டு ஆற்றி வருவது அதிகம். அறிஞர் அண்ணாவைப்போல் விரிந்த மனத்துடன் தம்மிடம் வரும் அனைவருக்கும் அவர்கள் எத்துறையைச் சார்ந்தவர்களாயினும் - வேண்டிய உதவிகளைச் சிறிதும் தயங்காது செய்து வருபவர். ஒருமுறை ஒரு மூன்றாண்டுக் காலம் பல்கலைக் கழக ஆட்சிக் குழுவிலும் (Syndicate) இடம் பெற்றுச் செய்த தொண்டினை அனைவரும் அறிவர். இத்தகைய அன்பர் - நல்லவர் - வல்லவர் - இந்நூலுக்கு அணிந்துரை வழங்கியது நூலின் பேறு; என் பேறும் கூட. இத்தகைய பண்பாளருக்கு என் நெஞ்சு நெகிழ்ந்த நன்றி என்றும் உரியது.

கைப்படியை அன்புடன் ஏற்று நூலைக் கற்போர் கைகளில் கவின் பெற்றுத் திகழும் முறையில் அழகுற அச்சிடச் செய்த யாழ் வெளியீட்டாளர் திருமதி நாச்சம்மைக்கும் நூலை அழகுறக் கோப்பிட்ட சிவா கிராஃபிக்ஸ் நிறுவனத்தாருக்கும் என் இதயங் கலந்த நன்றி.

இந்நூல் அச்சாகுங்கால் பார்வைப்படிகளை மூலப்படியுடன் ஒப்பு நோக்கியும் பார்வைப் படிகளில் எழுந்த பிழைகளைக் களைந்தும் உதவிய என் அபிமான புத்திரி டாக்டர் மு.ப.சியாமளாவுக்கு என் அன்புகலந்த நன்றி.

இந்த நூலைப் பெரியார் வழிநின்று வாழ்ந்த - வாழும் - வாழப் போகும் பெரியார் அன்பர்கட்கு அன்புப் படையலாக்கியதில் பெருமையும் பெருமிதமும் கொள்கின்றேன்.

இந்நூலை எழுதவும், வெளியிடவும் என்னையும் ஒரு கருவியாகக் கொண்டு இயக்கிய திருவருளை நினைந்து வணங்கி வாழ்த்தி அமைகின்றேன்.

களியற்று நின்று, கடவுளே! இங்குப்
பழியற்று வாழ்ந்திடக்கண் பார்ப்பாய் - ஒளிபெற்றுக்
கல்விபல தேர்ந்து கடமையெலாம் நன்காற்றித்
தொல்வினைக்கட் டெல்லாம் துறந்து! - பாரதியார்
(பா.க.தோ.பா. விநாயகர் நான்மணிமாலை - 9)

- ந. சுப்புரெட்டியார்

'வேங்கடம்'
AD-13, அண்ணாநகர்,
சென்னை - 600040.
அக்டோபர் 2, 2001
(காந்தி பிறந்த நாள்)

இந்நூலாசிரியரைப் பற்றி...

85 அகவையைக் கடந்த நிலையிலுள்ள இந்நூலாசிரியர் எம்.ஏ., பி.எஸ்.சி., எல்.டி., வித்துவான், பிஎச்.டி., டி.லிட் பட்டங்கள் பெற்றவர்.

ஒன்பதாண்டுகள் துறையூர் உயர்நிலைப்பள்ளி நிறுவனர் தலைமையாசிரியராகவும் (1941-50), காரைக்குடி அழகப்பா ஆசிரியர் பயிற்சிக் கல்லூரி யில் தமிழ்ப் பேராசிரியர் - துறைத்தலைவராகவும் (1950-60, பதினேழு ஆண்டுகள் திருவேங்கடவன் பல்கலைக்கழகத்தில் பிறப்பு 27.8.1916 நிறுவனர் பேராசிரியர் - துறைத்தலைவராகவும் (1960-77) பணியாற்றி ஓய்வு பெற்றவர்.

1978 சனவரி 14இல் சென்னையில் குடியேறிப் பதினைந்து மாதங்கள் (1978 பிப்பிரவரி - ஜூன் 1979) தமிழ்க் கலைக் களஞ்சியத்தின் முதன்மைப் பதிப்பாசிரியராகப் பணியாற்றியவர். திருப்பதி திருவேங்கடவன் பல்கலைக் கழகத்தின் தமிழ்த்துறையில் மூன்று மாதங்கள் மதிப்பியல் பேராசிரியராகவும் 1989 மே முதல் 1990 அக்டோபர் முடிய 18 திங்கள் தஞ்சைத் தமிழ்ப் பல்கலைக் கழகம் - காஞ்சித் தத்துவ மையத்தில் தகைஞராகவும் பணியாற்றி 1200 பக்கத்தில் ‘வைணவச் செல்வம்’ என்ற ஒரு பெரிய ஆய்வு நூலை உருவாக்கி வழங்கியவர். முதற்பகுதி 1995இல் 575 பக்கத்தில் வெளிவந்துள்ளது. இரண்டாவது பகுதி அச்சேறும் நிலையில் உள்ளது. (த.ப.க. வெளியீடு). 1986 முதல் சென்னைப் பல்கலைக்கழகத் தமிழ் இலக்கியத் துறையில் மதிப்பியல் பேராசிரியராக(வாழ்நாள் வரை) வும் இருந்து வருபவர். ஆய்வு மாணவர்கட்கு வழிகாட்டியாகவும் இருப்பவர். 1996 பிப்ரவரி முதல் சென்னைப் பல்கலைக் கழகத் தெற்கு தென்கிழக்கு ஆசிய நாடுகளின் மரபு வழிப் பண்பாட்டு நிறுவனத்தில் மதிப்பியல் இயக்குநராகவும் பணியாற்றுபவர்.

நாலாயிரத் திவ்வியப் பிரபந்தத்தில் நம்மாழ்வார் தத்துவத்தை ஆய்ந்து டாக்டர் (பிஎச்டி) பட்டம் பெற்றவர். அந்த ஆய்வு நூல் ஆங்கிலத்தில் 940 பக்கங்களில் திருவேங்கடவன் பல்கலைக் கழக வெளியீடாக வெளிவந்துள்ளது. எம்.ஃபில்., பி.எச்.டி. மாணாக்கர்களை உருவாக்கியவர். தமிழிலும் ஆங்கிலத்திலும் பல ஆய்வுக் கட்டுரைகளை வெளியிட்டவர். பெரும்பாலும் இவை நூல் வடிவம் பெற்றுள்ளன, பெற்றும் வருகின்றன. தவிர, ஆசிரியம், கல்வி உளவியல் (5),

இலக்கியம் (22), சமயம், தத்துவம் (35), வாழ்க்கை வரலாறு, தன் - வரலாறு (13), திறனாய்வு (21), அறிவியல் (2) ஆராய்ச்சி (6), ஆக 122 நூல்களை வெளியிட்டவர்.

இவர்தம் அறிவியல் நூல்களுள் மூன்றும், சமய நூல்களுள் நான்கும் தமிழக அரசுப் பரிசுகளையும், அறிவியல் நூல்களுள் ஒன்று சென்னைப் பல்கலைக் கழகப் பரிசினையும், அறிவியல் நூல்களுள் ஒன்று தமிழ் வளர்ச்சிக் கழகப் பரிசினையும் ஆக நூல்கள் பரிசுகள் பெற்றன.

இவர்தம் அறிவியல் நூல்களைப் பாராட்டிக் குன்றக்குடி திருவண்ணாமலை ஆதீனம் 'அருங்கலைக்கோன்' என்ற விருதினையும் (1968), வைணவ நூல்களைப் பாராட்டிப் பண்ணுருட்டி வைணவ மாநாடு 'ஸ்ரீசடகோபன் பொன்னடி' என்ற விருதினையும் (1987), தமிழ்ப்பணியைப் பாராட்டித் தமிழக அரசு திரு.விக. விருதினையும் (10,000 வெண்பொற்காசுகள் - 1987). இவர்தம் தமிழ்ப்பணியைப் பாராட்டி மதுரை காமராசர் பல்கலைக் கழகம் தமிழ்ப் பேரவைச் செம்மல்' என்ற விருதினையும் (1991), இராஜா சர் அண்ணாமலைச் செட்டியார் அறக்கட்டளை கல்வி, இலக்கியம், அறிவியல் என்ற மூன்று துறைகளில் இவர்தம் பணியைப் பாராட்டி இராஜா சர் முத்தையவேள் விருதினையும் (50,000 வெண் பொற்காசுகள் - 1994). இவர்தம் கம்பன் பணியைப் பாராட்டிச் சென்னைக் கம்பன் கழகம் பேராசிரியர் இராதாகிருஷ்ணன் விருதினையும் (1994 - 1000 வெண்பொற்காசுகள், சென்னை ஆழ்வார்கள் ஆய்வு மையம் இவர்தம் வைணவ வெளியீடுகளைச் சிறப்பிக்கும் முறையில் ஸ்ரீ இராமாநுஜர் விருதையும் (1995 - 25000 வெண் பொற்காசுகளையும்) வழங்கிச் சிறப்பித்துள்ளன.

இவர்தம் இயற்றமிழ்ப் பணியைப் பாராட்டித் தமிழ் இயல் இசை நாடக மன்றம் (அரசு) 'கலைமாமணி' என்ற விருதினையும் (1999 - 3 சவரன் தங்கப் பதக்கம்) இவர்தம் வாழ்நாள் பல்துறைப் பணிகளைப் பாராட்டி மதுரை - காமராஜர் பல்கலைக்கழகம் டி.லிட் (மதிப்பியல்) பட்டத்தையும் (1999), இவர்தம் தமிழ் - சமயப் பணியைப் பாராட்டி காஞ்சி - காமகோடி பீட் அறக்கட்டளை 'சேவாரத்னா' விருதையும் (1999 - ஆயிரம் வெண்பொற்காசுகள்), (1941-50)களில் இவர் முயற்சியால் நான்கு உயர்நிலைப் பள்ளிகளை (தாம் தலைமையாசிரியராகப் பணியாற்றிய உயர்நிலைப் பள்ளியைத் தவிர) நிறுவி கிராமப் புறங்களில் உயர்கல்வி ஏற்பட வசதி செய்ததைப் பாராட்டும் வகையில் துறையூர்த் தமிழ்ச் சங்கமும் அவ்வூர் நகராண்மைக் கழகமும் இணைந்து சிறந்ததோர் வரவேற்பினை

நல்கிச் (செப்டம்பர்) சிறப்பித்தன. இவர்தம் வைணவ - இலக்கியப் பணியைப் பாராட்டிச் சென்னை கோயம்பேடு 'மனிதநேய வைணவ இயக்கம்' 'வைணவ இலக்கிய மாமணி' விருதையும் (2001 இவர்தம் வாழ்நாள் ஒட்டுமொத்தமான தமிழ்ப் பணியைப் பாராட்டி தினத்தந்தி அறக்கட்டளை சி.பா. ஆதித்தனார் மூதறிஞர் விருதையும் (2001 - ஓர் இலட்சம் வெண்பொற்காசுகள்) வழங்கிச் சிறப்பித்தது.

இனிமை, எளிமை, தெளிவு இவர்தம் படைப்புகளின் சிறப்பியல்புகள்.

உள்ளே...

1. கடவுள் சமயம் பற்றிய சிந்தனைகள்............ 17
   1. கடவுள் – பொது................... 24
      1. கடவுள் 42
   2. சமயம் 60
2. சமூகம் பற்றிய சிந்தனைகள் 74
   1. ஆட்சி முறை 78
   2. திருமணம் 82
   4. பொதுவானவை 121
   5. தலைவர்கள் 132
   6. பெரியார் 137
   7. முடிப்புரை 140
3. மொழி பற்றிய சிந்தனைகள்.............. 145
   1. பெரியார் வாழ்க்கைக் குறிப்புகள் 145
   2. மொழியின் தோற்றம் 149
   3. மொழி 154
   4. இந்தி எதிர்ப்பு 163
   5. தமிழ்மொழியாராய்ச்சி 178
   6. எழுத்துச் சீர்திருத்தம் 180
   7. தமிழ்ப்புலவர்கள் 183
   8. இலக்கியம் 187
   9. பெரியார் பற்றி அறிஞர்கள் 192
பின்னிணைப்பு -1 206
பின்னிணைப்பு -2 208

1. கடவுள் சமயம் பற்றிய சிந்தனைகள்

முதற்பொழிவு **நாள்: 26.2.2001 முற்பகல்**

தலைவர் அவர்களே,
அறிஞர் பெருமக்களே
மாணக்கச் செல்வங்களே

டாக்டர் சி. அ. பெருமாள் அறக்கட்டளைச் சொற்பொழிவுத் திட்டத்தில் உங்கள் முன் நிற்கின்றேன். டாக்டர் இரா. தாண்டவனிடமிருந்து அழைப்பு வந்ததும் எதைப்பற்றிப் பேச வேண்டும் என்பது பற்றிச் சிந்தித்தேன். முடிவாக தந்தை பெரியார் சிந்தனைகள் என்பது பற்றி பேசலாம் என உறுதி கொண்டேன். என் மாணாக்கர் வாழ்வில் - நான் அறிவியல் மாணாக்கன் - என் சிந்தனையைத் தூண்டியவர்கள் எனக்குக் கணிதம், அறிவியல் கற்பித்த பேராசிரியப் பெருமக்கள் (1984-1939) நன்முறையில் அமைந்தமையால் அறிவியலில் முதன் வகுப்பு - கல்லூரியில் முதல் நிலை - மாநிலத்தில் மூன்றாம் நிலையில் - தேர்ச்சியடைய முடிந்தது. ஆனால் பொதுவாழ்வில் என் சிந்தனையைத் தூண்டி அது வளரக் காரணமாக இருந்தவர் தந்தை பெரியார்தான் என்பதை இன்றளவும் நீள நினைந்து பார்க்கின்றேன் ஆகவே அவரே எனக்குப் பேச்சுத்தலைப்பாக அமைந்தார். (1984-39) இல் நான் புனித ஜூசையப்பர் கல்லூரியில் பயின்ற போது திருச்சி நகர மண்டப (Town Hall) மைதானத்தில் நடைபெறும் கூட்டங்களில் தந்தை பெரியார் அவர்கள் பேசும் பேச்சுகள் என் மனத்தை அதிகமாகக் கவர்ந்தன; தவறாமல் அவர்தம் பேச்சுகளை உன்னிப்பாகக் கேட்டு வந்தேன். அவை யாவும் இளைஞர் மனத்தை ஈர்க்கக் கூடியனவாக அமைந்திருக்கும்.

இந்த அறக்கட்டளை நாயகராக இருக்கும் டாக்டர் சி.அ. பெருமாள் அவர்களை 1975 முதல் அறிவேன். நான் திருப்பதியில்

பணியாற்றியபோது இப்பெருமகனாரும் இவர்தம் கெழுதகை நண்பர் திரு. இராமசந்திரன் அவர்களும் முதல்வர் மாநிலக் கல்லூரி) திருப்பதிக்கு வருவார்கள். என் இல்லத்திற்கருகில் குடியிருந்த டாக்டர். கமலநாதன் பேராசிரியர் அரசியல் துறை) இல்லத்திற்கு வருவர். பேசி அளவளாவுவோம். அப்பொழுதே இருவரும் துணை வேந்தர்களாக உயர்வர் என என் மனம் எண்ணியதுண்டு. ஒருவருக்கு அந்த வாய்ப்பு கிடைத்தது; மூன்றாண்டு மதுரை - காமராசர் பல்கலைக்கழகத்தில் துணைவேந்தராகப் பணியாற்றினார்.

நண்பர் டாக்டர் சி.அ. பெருமாள் அவர்கட்கு அந்த வாய்ப்பு வரவில்லை; அஃது அவருக்கு இழப்பு ஒன்றுமில்லையாயினும், அவர்தம் சீரிய கல்விப் பணியைத் தமிழர்கள் இழந்தனர். டாக்டர் பெருமாள் ஒரு பெரிய சிந்தனையாளர் என்பதற்கு அவர் கொணர்ந்த மதிப்பியல் பேராசிரியர் திட்டம்" ஒன்றே சிறந்த சான்றாக அமைகின்றது. இத்திட்டம் உண்மை உழைப்பாளர்கட்குத் தொடர்ந்து பணியாற்ற வாய்ப்பு தருகின்றது. அத்திட்டத்தில் தான் அடியேன் "வாழ்நாள் மதிப்பியல் பேராசிரியராக" (தமிழ் இலக்கியத்துறையில்) பணியாற்றுகிறேன். மூன்று பிஎச்டி மாணாக்கர்கட்கு வழிகாட்டியாக இருக்கலாம் என்ற வாய்ப்பும் பல்கலைக்கழகம் தந்துள்ளது. இரு ஆசிரியப் பெருமக்கள் ஆய்ந்து வருகின்றனர். டாக்டர் சி.அ. பெருமாளும் மதிப்பியல் பேராசிரியராகப் பணியாற்றி வருகின்றார்; மாணாக்கர் உலகத்தில் சிறந்த செல்வாக்குடன் திகழ்கின்றார். 1983இல், இவர் துணைவேந்தராக வந்திருந்தால் பல்கலைக்கழகம் பல்வேறு திசைகளில் முன்னேற்றம் கண்டு திகழும் என்பது என் கருத்து. இஃதுடன் இஃது நிற்க.

தந்தை பெரியார் சிந்தனைகளை மூன்று தலைப்புகளில் (1) கடவுள், சமயம் பற்றிய சிந்தனைகள் (2) சமூகம் பற்றிய சிந்தனைகள் (3) மொழி பற்றிய சிந்தனைகள் என்று மூன்று நாள் பேசத் திட்டமிட்டுள்ளேன். இதற்கு நல்ல ஏற்பாடுகள் செய்த டாக்டர் இரா. தாண்டவன் பேராசிரியர், துறைத்தலைவர், அண்ணா வாழ்வியல் மையம்) அவர்கட்கு மிக்க நன்றி.

முதற்பொழிவாக இந்தத் தலைப்பில் பேசத் தொடங்குவதற்கு முன் தந்தை பெரியாரைப்பற்றி அறிமுகமாகச் சில கூறுவேன்.

(1) இலக்கண நூற்பாபோல் பாவேந்தர் பாரதிதாசனின் அறிமுகம் இது!

அவர்தாம் பெரியார்
அன்பு மக்கள் கடலின் மீதில்
அறிவுத் தேக்கம் தங்கத் தேரில்

மக்கள் நெஞ்சில் மலிவுப் பதிப்பு
வஞ்ச கர்க்கோர் கொடிய நெருப்பு
மிக்க பண்பின் குடியி ருப்பு
விடுத லைப்பெரும் படையின் தொகுப்பு!

தில்லி எலிக்கு வான்ப ருந்து
தெற்குத் தினவின் படைம ருந்து
கல்லா ருக்கும் கலைவி ருந்து
கற்ற வர்க்கும் வண்ணச் சிந்து!

சுரண்டு கின்ற வடக்க ருக்குச்
சூள்அ றுக்கும் பனங்க ருக்கு!
மருண்டு வாழும் தமிழ ருக்கு
வாழ வைக்கும் அருட்பெ ருக்கு!

தொண்டு செய்து பழுத்த பழம்,
தூய தாடி மார்பில் விழும்;
மண்டைச் சுரப்பை உலகு தொழும்;
மனக் குகையில் சிறுத்தை எழும்!

தமிழர் தவம் கொடுத்த நன்கொடை
தன்மானம் பாயும் தலை மேடை.[1]

பாவின் சொல், சொற்றொடரின் பொருள் 'பொரி மத்தாப்பு' போல் சீறி எழுவதைக் கண்டு மகிழலாம்; அந்த ஒளியில் தந்தை பெரியாரின் உருவத்தை மானசீகமாகவும் காணலாம்.

(2) நான் நெருக்கமாகப் பழகினவரையில் என் அறிமுகம் இது: கல்லூரியில் படித்த காலத்தில் (1934-39) அவருடைய சொற்பொழிவைக் கேட்டேன்[2]; குடியரசு, விடுதலை இதழ்களில் வந்த அவருடைய கட்டுரைகளைப் படித்து அனுபவித்தேன்; நேரில் பேசினது இல்லை. துறையூரில் என் முயற்சியால் தொடங்கப் பெற்ற உயர்நிலைப் பள்ளியில் முதல் தலைமையாசிரியராக இருந்த காலத்தில் அவரிடம் நெருங்கிப் பழகினேன்[3] தேவாங்கர் தெருமக்கள் எல்லாம்

சுயமரியாதைச் கட்சியினர்; அவர்களில் முக்கியமானவர் அரங்கசாமி செட்டியார்; அவர் வீட்டில் தான் அய்யா அவர்கள் தங்குவதுண்டு. ஆண்டிற்கு ஆறு, ஏழு முறை அய்யா அவர்கள் கட்சி வேலையாகவும், திருமணம் முதலியவை நடத்தவும் வருவதுண்டு. பள்ளி விஷயமாகவும், சொந்த விஷயமாகவும், பல்வேறு உதவிகளையும் ஆலோசனைகளையும் அய்யா அவர்களிடம் பெற்றதுண்டு. அவை காரணமாக நெருங்கிய பழக்கம்.

(i) ஏழை மாணாக்கர்கட்கு உதவும் வகையில்: என் வாழ்வில் இதனை முக்கிய நோக்கமாகக் கொண்டவன். இதைப்பற்றிப் பெரியார்:

(அ) "நீங்கள் உண்மையைக் கடைப்பிடிப்பவர்களாக இருக்கின்றீர்கள். நெற்றியில் விபூதி குங்குமத்துடன் திகழ்கின்றீர்கள்! இந்தச் சைவக்குறிகளுடன் நல்லாடை அங்கவஸ்திரம் போட்டுக் கொண்டு திருவரங்கம் உயர்நிலைப் பள்ளி-*E.R.* உயர் நிலைப் பள்ளிக்குச் செல்லுங்கள். அந்தந்த தலைமையாசிரியர்களிடம் நான் புதியன்; இளைஞன். ஏழைமாணாக்கர்கட்கு எவ்வெவ்வகையில் எல்லாம் உதவலாம்' என்று கூறி வேண்டுங்கள். அவர்கள் பார்ப்பன மாணாக்கர்களை மனத்தில் வைத்துக்கொண்டு உதவுவதைக் கூறுவார்கள். நீங்கள் அம் முறையை நம் மாணாக்கர்கட்கு உதவுவதற்குப் பயன்படுத்துங்கள் என்று கூறினார் இதில் நல்ல பயன் கிடைத்தது.

(ஆ) பிற்போக்கு இனத்தைச் சேர்ந்த மாணக்கர்களின் பெற்றோர் குறைந்த வருவாயைக் காட்டி வட்டாட்சியரிடம் சான்றிதழ் பெற்றுத் தம் பிள்ளைகட்கு அரைக்கட்டணச் சலுகைக்குக் கோரியிருந்தனர். அவர்கள் இரண்டாயிரத்திற்கு மேல் வருமான வரியும் ஐயாயிரத்திற்கு மேல் விற்பனை வரியும் கட்டுகின்றனர் என்பதை அறிவேன். இதனைப் பெரியாரிடம் தெரிவித்தபோது இதில் தலையிட்டு பொதுமக்கள் விரோதத்தைச் சம்பாதிக்க வேண்டா; சான்றிதழ்கள் இருந்தால் சலுகையை வழங்கிவிடுங்கள் என்று அறிவுரை கூறி திசைதிருப்பி உதவினார்.

(இ) மேல் வகுப்பு தொடங்குவதற்கு இசைவு பெறுவதற்காக கோவை சென்று மண்டலப் பள்ளித்தணிக்கையாளரைச் சந்தித்துத் திரும்பும்போது ஈரோட்டில் இறங்கி பெரியாரைச்

சந்தித்து அவர் பராமரிப்பில் இருந்து வரும் ஈரோடு மகாசனப் பள்ளியின் நிர்வாகக் குழு அமைப்பது பற்றிய விதிகளின் நகல் வாங்கச் சென்றேன். பெரியார் ஊரில் இல்லை. பள்ளித் தலைமையாசிரியர் பெருமாள் முதலியார். அவரைக் கேட்டபோது அவர் பள்ளிக்காரியப் பொறுப்பாளர் அலுவலகத்துக்கு ஆளை அனுப்பி நகல் வாங்கி வருமாறு பணிக்க அலுவலகப் பொறுப்பிலிருந்த ஒருபார்ப்பனச் சிறுவன் காரியப் பொறுப்பாளர் இசைவின்றித் தரமுடியாது என்று மறுத்து துறையூருக்குத் திரும்பியதும் பெரியாரின் ஈரோட்டு முகவரிக்குக் கடிதம் எழுதினேன். ஒருவாரத்தில் விதிகளின் நகலைப் பதிவு அஞ்சலில் அனுப்பி வைத்து உதவினார். இங்ஙனம் எத்தனையோ முறைகளில் தந்தை பெரியாரின் உதவிகள் பெற்றுப் பள்ளி வளர்ச்சியில் பயன் பெற்றேன்.

(ii) மூன்று சுவையான நிகழ்ச்சிகள்: தந்தை பெரியாரை நினைக்கும் போது மூன்று சுவையான நிகழ்ச்சிகள் நினைவிற்கு வருகின்றன.

(அ) ஒரு சமயம் பெரியார் வாழ்வில் நிகழ்ந்த ‘மிதியடி வரலாறு பற்றிக் கேட்டேன். ஒரு சமயம் அவர் திறந்த மகிழ்வுந்தில் சென்று கொண்டிருந்த பொழுது அவர்மீது அவருக்குப் பிடிக்காத ஒருவன் ஒரு மிதியடியை வீசினான். அஃது அவர் மடியின் மீது விழுந்தது. அவர் அதை எடுத்து நோக்கியபோது அது புதியதாக இருந்தது. வண்டியோட்டியிடம் ‘வண்டியைத் திருப்பு; மற்றொன்று சாலையில் கிடக்கும்; அதை எடுத்து வரலாம்! அது ஒருவருக்கும் பயன்படாது; இது நமக்கும் பயன்படாது. இரண்டும் நம் கைக்குக் கிட்டினால் நமது அலுவலகத்தில் யாராவது பயன்படுத்திக் கொள்ளலாம்’ என்று கூறி சாலையில் கிடந்த மிதியடியை எடுத்து வந்தார்.

தந்தை பெரியாரைப் பார்த்து செருப்பு உங்கள் மீதுப் பட்டும் கோபம் வரவில்லையே ஏன்?’ என்று கேட்டேன். அதற்கவர் ‘தம்பி, பொதுத்தொண்டில் இருப்பவர்கட்கு இது போன்றவை அடிக்கடி நிகழக்கூடியவை. படித்தவனாக இருந்தால் கூட்டத்தில் மறுத்துப் பேசுவான்; அல்லது செய்தித்தாளில் மறுப்பு தெரிவிப்பான். இவன் படிக்காத முட்டாள். இவன் தன் எதிர்ப்பைச் செருப்பு மூலம் காட்டினான். இதில் கோபப் படுவதற்கு என்ன இருக்கின்றது?

என்று அமைதியாகக் கூறினார் 'பெரியார், பெரியாரே' என்பது என் அறியா மதிக்குத் தெளிவாயிற்று.

(ஆ) பிறிதொரு சமயம்: தந்தை பெரியாரிடம் "ஆத்திகர் 'கடவுள் உண்டு' என்கின்றார்கள். தாங்கள் கடவுள் இல்லை என்கிறீர்கள். அவர்கள் ஏதோ ஒரு பொருளை நினைத்து உண்டு என்கிறார்கள். அவர்கள் பேச்சில் உண்டு என்பதன் எழுவாய் கடவுள். நீங்கள் இல்லை' என்கிறீர்கள்? எந்தப் பொருளை நினைத்து இல்லை என்கிறீர்கள்?" என்று வினவினேன். அவர் சிறிது சிந்தித்து ஒன்றும் தெரியவில்லையே. கிழவனை மடக்கிவிட்டீர்களே' என்று சொல்லிச் சிரித்தார். 'நான் சொல்லட்டுமா?' என்றேன். 'சொல்லுங்கள்!' என்றார். அய்யா, அவர்கள் விநாயகர், முருகன், சிவபெருமான்; திருமால், துர்க்கை முதலிய எண்ணற்ற தெய்வங்களை நினைந்து கடவுள் உண்டு என்கிறார்கள். நீங்கள் அவர்கள் எழுவாயாகக் கொண்டுள்ள அனைத்து தெய்வங்களையும் ஒன்றாகக் கட்டி, உங்கள் பக்கம் இழுத்து அதையே எழுவாயாகக் கொண்டு'இல்லை' என்கிறீர்கள்' என்றேன். ஆமாம், ஆமாம்; அதுதான், அதுதான்' என்று சொல்லி, 'ஒன்றையும் நினையாமல் ஏதோ சொல்லிக் கொண்டு வந்தேன். நீங்கள் சிந்தித்துப் பேசுகிறீர்கள். உங்கள் சிந்தனை வளர்க என்று வாழ்த்தினார். அதை வாழ்த்துதான் இன்றளவும் என்னைச் சிந்திக்கத் தூண்டுகின்றது.

(இ) பெரியார் தொடர்பு அதிகம் இருந்ததால் உள்ளூர்ப் பொதுமக்களில் சிலர் மாவட்டக்கல்வி அதிகாரிக்கு "தலைமையாசிரியர் நாத்திகர்; கடவுள் இல்லை" என்று மாணாக்கர்களிடம் பிரச்சாரம் செய்கின்றார். இவர் பொறுப்பில் பள்ளி இருந்தால் மாணாக்கர்கள் நாத்திகராவார்கள். இவரை உடனே நீக்க வழிவகைகள் செய்யவேண்டும்'என்று அநாமதேயக் கடிதங்கள் அனுப்ப, அவை சமாதானம் கேட்டு எனக்கு வந்தன. இஃது உள்ளூர் காங்கிஸ்காரர்களின் திருவிளையாடல்' என்ற கிசுகிசுப்பு மூலம் அறியமுடிந்தது.

அப்போது துறையூர் காங்கிரசுத் தலைவர் திரு சுவாமிநாத உடையார். அவர் சிறந்த உத்தமர். அதிகம் படிக்காதவராயினும் உயர்ந்த பண்பாட்டாளர். அவரை நன்கு அறிவேன். அவரிடம் செய்தியைச் சொல்லி நிலையை விளக்கிறேன் அவர் கூறியது: "ஹெட்மாஸ்டர், நீங்கள் எந்தக் கட்சியையும் சார்ந்தவர் அல்லர் என்பதை ஊரே அறியும். எல்லாக் கட்சியிலும்

உள்ள நல்லவர்களிடம் பழக்கம் வைத்துக் கொண்டிருப்பதை அறிவேன். மாணாக்கர்களும் ஊரில் பெரியவர்களும் உங்களிடம் நல்ல மதிப்பு வைத்துக் கொண்டிருப்பவர்கள்; உங்களைப் பற்றி மக்கள் பெருமையாகப் பேசுவதையும் அறிவேன்” என்று ஆறுதல் கூறினார். விரைவில் கட்சியில் உள்ள சில்லறைப் பேர்வழிகளை அடக்கிவிட்டார். கல்வித்துறைக்கும் சமாதானம் எழுதி விட்டேன். இந்தப்பிரச்சினை பின்னர் தலைதூக்கவில்லை. நிற்க.

இனி தந்தை பெரியாரின் கடவுள் சமயம் பற்றிய சிந்தனைகளில் கவனம் செலுத்துவோம். பெரியார் கருத்துப்படி நம் நாட்டிற்கு அவசியமாக வேண்டியவை மூன்று அவை *(1)* மூடநம்பிக்கை ஒழிய வேண்டும்; *(2)* அறிவுக்குச் சுதந்திரமும் விடுதலையும் ஏற்பட்டு அது வளர்ச்சி பெற வேண்டும்; *(3)* சுயமரியாதை உணர்ச்சி ஏற்பட வேண்டும். என்பவையாகும்.

மூட நம்பிக்கைக்கு மூலதாரம் கடவுள் என்பது அவர்கருத்தாதலால் இறைமறுப்புக் கொள்கை அவரது பேச்சாகவும் அமைகின்றது; மூச்சாகவும் இருந்து வந்தது. அவர்தம் வாழ்நாளெல்லாம் இறைமறுப்புக் கொள்கையை நிலை நிறுத்துவதற்காக ஆயிரக்கணக்கான கூட்டங்களில் பேசிவந்தார்; குடியரசு இதழ்களில் சித்திரபுத்திரன் என்ற புனைபெயரால் நூற்றுக்கணக்கான கட்டுரைகள் எழுதிவந்தார்.

பள்ளிக்கல்வி, கல்லூரிக் கல்வி போன்ற வாய்ப்புகள் தந்தை பெரியார் அவர்கட்குக் கிட்டாதது மனித குலத்திற்கு ஒரு மாபெரும் நன்மையாக வாய்ந்தது என்று கருதுவதற்கு இடமுண்டு. அதனால் தான் அய்யா அவர்கள் ‘பகுத்தறிவுப் பகலவனாகத்’ திகழ முடிந்தது. கல்விச்சாலையில் படித்திருந்தால் மனிதகுலம் சேமித்து வைத்திருக்கும் மரபுரிமை *(Heritage)* அவர் மனத்தில் திணிக்கப்பெற்றிருக்கும். அதனை மேலும் மேலும் வளர்த்துக் கொண்டு ஒரு பெரும் புலவராகவோ, நாட்டமிருந்தால் ஒரு மாபெருங்கவிஞராகவோ வளர்ந்திருப்பார். ஏதாவது ஓர் அலுவலை மேற்கொண்டு பாவேந்தர் சொல்வது போல,

தன்பெண்டு தன்பிள்ளை சோறு வீடு
சம்பாத்யம் இவையுண்டு தானுண் டென்பேன்
சின்னதொரு கடுகு போல் உள்ளங்கொண்டு
தெருவார்க்கும் பயனற்ற சிறிய வீணணாகப்[4]

போயிருப்பார். இரசிகமணி டி.கே.சி அவர்களும் பள்ளி கல்லூரிக்கல்வியைப் பற்றிக் குறைவான எண்ணங்கொண்டவர். அங்கு ஆசிரியர்கள் மாணாக்கனின் புதுப்போக்குடமையை *(orginality)*க் கொன்றுவிடுவர் என்ற கருத்துடையவர். இதில் ஓரளவு உண்மை உண்டு என்பதைக் கல்வித்துறையில் நீண்டகாலம் பணியாற்றி வந்த பட்டறிவால் அறிவேன்.

பகுத்தறிவுப் பகலனாதலால் மனம் பொது நலத்தை நாடியது; இராமானுசருக்கு மனிதகுலத்தின் மீது இருந்த அக்கறையைப் போல், பாவேந்தர் சொல்லுகிறபடி,

தூயஉள்ளம் அன்புள்ளம் பெரியஉள்ளம்,
தொல்லுக மக்களெலாம் ஒன்றே என்னும்
தாயுள்ளார்.[5]

கொண்டார். அதில் தனி இன்பமும் கண்டார். தன் வாழ்வையெல்லாம் மனிதகுல மேம்பாட்டுக்காகவே அர்ப்பணித்து மகிழ்ந்தார். இனி தலைப்புக்கு வருகிறேன். சமயங்கள் கடவுளைப்பற்றிக் கூறும் கருத்துகளைக் காண்போம். அப்போதுதான் அய்யா அவர்களின் கருத்துகள் தெளிவாகும்.

1. கடவுள் – பொது

ஒவ்வொரு சமயமும் கடவுளைப் பற்றிக் கருதுகின்றது. எல்லாச் சமயங்களும் உருவழிப்பாட்டைச் சார்ந்தவையாயினும் இதில் சைவமும் வைணவமும் தனித்தன்மை வாய்ந்தவை.

(1) சைவம்: சைவம் சிவபெருமானையும் சிவக்குமாரர்களையும் கடவுளர்களாகக் கொண்டது. இந்திரியங்களின் துணைக்கொண்டு அறியப் பெறுவது உலகம், இவ்வுலகை உள்ளபடி காண்பவன் கடவுளையே காண்கின்றான். கடவுள் எத்தகையவர் என்று இயம்புவதன் மூலம் இவ்வுலக நடைமுறையே விளக்கப் பெறுகின்றது. குடும்பிகளுள் சிவபெருமான் ஒரு சிறந்த குடும்பி. உலகெலாம் அவர் குடும்பம். அது தன் முறை பிறழாது நடைபெறுகின்றது. அதன் முறை பிறழாத நடப்பே அவரது ஆட்சி. சிதறடையும் உலகம் அவர் ஆட்சிக்குட்பட்டு ஒன்று சேர்ந்துள்ளது. முரண்பாடுகளெல்லாம் அவரது ஆணையால் ஒழுங்குபாடு பெறுகின்றன. அவரது குடும்பத்தை ஓர் எல்லையில் அடக்கி

வைத்துப் பார்த்தால் இவ்வுண்மைகள் விளங்கும். இங்கு நாம் அனைத்தையும் உருவகங்களாகக் காண்கின்றோம்.

திருக்கயிலாயம் சிவனது உலகம். அங்கு தம் தேவி பார்வதியுடன் வீற்றிருக்கின்றார். பரிவாரங்கள் அனைத்தும் அவரைச் சூழ்ந்துள்ளன. மனை வாழ்க்கையின் பொறுப்பு, பேறு, பண்பு அனைத்தும் ஆங்கு ஒன்று சேர்ந்து மிளிர்கின்றன. பேறுகளில் தலையாயது மக்கட்பேறு. ஒருவருக்கு மகன் என்று ஒரு பதுமை பிறந்து விட்டால் போதாது. அது அறிவறிந்த மகனாக அமைதல் வேண்டும். சிவபெருமானின் முதல் மகன் கணபதி. ஞானக்களஞ்சியமாகத் திகழ்கின்றான். இனி, இவனுக்குத் உருவம் போதாது. அது வெறும் சப்பாணி; செயலுக்கு உதவாது. மூத்தவனுக்கு அநுசரணையாக ஆற்றலும் துடுக்கும் வடிவெடுத்தவனாகின்றான் இளையவன் கார்த்திக்கேயன். அறிவும் ஆற்றலும் எவனிடத்து ஒன்று சேர்ந்து ஒளிர்விடுகின்றனவோ அவனே பண்புடைய மகனாகின்றான். இவ்விரண்டு மேன்மைகளைத் தனித்தனியே விளக்குவதற்கு அவை இரு பிள்ளைகளாக உருவகப்படுத்தி விரிவாக விளக்கப் பெறுகின்றன. அறிவும் ஆற்றலும் ஒருங்கே வாய்க்கப் பெற்றவன், சிவனை அறியவல்லவனாகின்றான். அவனே உண்மையில் சிவகுமாரனாகின்றான்.

சிவபெருமான் எதிரே அவரது ஊர்தியாகிய காளையொன்று படுத்துள்ளது. இறைவனது இடப்பாகத்தில் அம்பிகை அமர்ந்துள்ளாள். அருகில் அவளுடைய வாகனம் சிம்மம் உள்ளது. அப்பன் அருகில் மூத்தவன் கணபதியும் அம்மையின் மருங்கில் இளையவன் முருகனும் இடம் பெற்றுள்ளனர். தந்தை மூத்தவனையும் தாய் இளையவனையும் நேசித்தல்தானே இயல்பு! மூத்தவன் முன்னர் மூஞ்சுரு விளையாடுகின்றது. முருகன் மருங்கில் மயில் குலாவுகிறது. தந்தையின் மேனியில் பாம்பு நெளிந்து நெளிந்து ஊர்கின்றது. இடை இடையே அது படமெடுத்தும் ஆடுகின்றது. மேலோட்டமாகப் பார்ப்பவர்களுக்கு இக்காட்சியில் அதிசயம் ஒன்றுமில்லை. ஐதிகத்துக்கு உட்பட்டுக் கன்னத்தைக் கரத்தால் அடித்துக் கொண்டு 'அரஹரா' என்று ஆரவாரித்து அண்ணலை வணங்குதலோடு அவர்களது பணிமுடிந்து விடுகின்றது.

சிந்தித்து நோக்குபவர்கட்கு இதில் வினோதம் ஒன்று தென்படும். காளையும் அதனைக் கொன்று உண்ணும்

சிங்கமும் அருகருகே அமர்ந்துள்ளன. அவற்றின் இயல்புகள் ஒன்றுக்கொன்று முரண்பட்டவை. ஒரே உலகில் அவை வாழ்ந்திருக்கின்றன. வருந்தும் தன்மை காளையிடமும் வருத்தும் தன்மை சிங்கத்திடமும் உள்ளன. தன் உயிருக்கு எப்பொழுது வேண்டுமானாலும் கேடு வரலாம் என்ற கவலை காளைக்கு இருந்து வரும். மூத்தவனுடைய வாகனமாகிய எலி துள்ளிக் குதித்து விளையாடித் தன் தலைவனுக்கு படைக்கப்பட்டிருக்கும் உணவு வகையில் உரிமை பாராட்டுகின்றது. நினைத்த பொழுதெல்லாம் அதில் சிறிது கொரித்துத் தின்கின்றது. இங்குமங்கும் ஓடித்திரியும் எலியின் மீது திடீரென்று பாம்பு பாய்ந்து விடக்கூடும். ஆனால் பாம்பு பயமற்றுத் திரிதற்கு இடம் இல்லை. ஏனென்றால் அச்சமயம் மயில் குதித்தோடி வந்து பாம்பைக் குத்திக்கொல்லவும் கூடும். இங்குச் சிற்றுயிர்கட்கிடையே இத்தனை விதமான போராட்டங்கள் எழக்கூடிய நிலைகள் உள்ளன.

இனி பேருயிரின் பிரதிநிதியான பிள்ளையாரும் குழந்தை வேலனும் விவகாரமற்ற சாந்த மூர்த்திகள் அல்லர். மூத்தவனுடைய முறம் போன்ற காதைக்கிள்ளுவதற்கு கள்ளத்தனமாக மெதுவாக முருகன் அருகில் வரக்கூடும். அதனைத் தனது மதிநுட்பத்தால் குறிப்பறியும் கணபதியோ இளையவன் தலையில் ஓங்கிக் குட்டி விடுவான். சிறார் சண்டைமூண்டு விடும். ஆக சிவனாருடையது சாந்தக்களை தட்டும் குடும்பம் அன்று. இதனைக் கற்பனையில் காணும் சிவப்பிரகாச அடிகள் ஒரு பாடலில் தன் கற்பனையை விரிக்கின்றார்.

அரனவன் இடத்திலே ஐங்கரன் வந்துதான்
‘ஐயஎன்ன செவியை மிகவும்
அறுமுகன் கிள்ளினான்’ என்றே சிணுங்கிடவும்
அத்தன்வே லவனை நோக்கிக்
விரைவுடன் வினவவே, ‘அண்ணன் என்சென்னியில்
விளங்குகண் எண்ணினன்’ என,
வெம்பிடும் பிள்ளையைப் பார்த்து ‘நீ அப்படி
விகடம் என்செய் தாய்’ என
‘மருவும்என் கைந்நீள முழம் அளந் தான்’என்ன,
மயிலவன் நகைத்து நிற்க,
மலையரையன் உதவவரும் உமையளை நோக்கிநின்
மைந்த ரைப்பா ராய்’ என

> கருதரிய கடலாடை உலகுபல அண்டம்
> கருப்பெறாது ஈண்ட கன்னி
> கணபதியை அருகழைத்து, அகமகிழ்வு கொண்டனள்
> களிப்பு டன்உமை காக்கவே[6]

என்ற பாடலில், எந்த வேளையில் வேண்டுமானாலும் விவகாரம் வந்துவிடும் என்பது தெளிவு.

வாழ்க்கை என்பதே விவகாரம் மலிந்த ஒன்று. தொல்லைகள் பல அதில் இருந்து கொண்டுதான் இருக்கும். ஆயினும் அதைப் பற்றி அப்பெருமான் அல்லற்படுவதில்லை. மனை வாழ்க்கையை மாற்றியமைக்க வேண்டும் என்ற ஏக்கமும் அவருக்கு இல்லை. உள்ள ஏற்பாடே உயர்ந்தது என்ற சித்தாந்தம் அப்பிரானுக்கு நெடுநாள் ஆய்வின் பலனாய்த் தோன்றியது போலும்.

கயிலயங்கிரியில் மட்டுந்தான் இந்நிலை என்று கருதவேண்டா காணுமிடமெங்கும் இயற்கையில் இதே காட்சிதான் தென்படுகின்றது. உலக வாழ்க்கையில் முரண்பாடுகளுக்கு முடிவு இல்லை. இன்பத்தை நாடுபவனைத் துன்பம் துரத்துகிறது. நட்பை நாடுகிறவனுக்கு பகை வந்து சேர்கின்றது. அமைதி தேடுபவனுக்கு அலைபாயும் நிலைகுலைவு நேரிடுகின்றது. இந்த மாறுபாடுகளுக்கு இடையில் வாழ்க்கை உறுதிப்பாடடைய வேண்டும். உறுதிப்பாடே இல்வாழ்க்கையின் நோக்கம். யாரிடத்து உறுதிப்பாடு உண்டோ அவர் தக்கார். யாரிடத்து அஃது இல்லையோ அவர் தகவிலர். இயற்கையின் அமைப்பும் அதில் மனிதன் கடைப்பிடிக்கும் இல்லறம் என்னும் நல்லறமும் சேர்ந்து அளிக்கின்றன. பார்வதி சமேதராகிய பரமசிவனது விநோதனமான குடும்பத்தினின்று நாம் பெறும் பாடம் இதுவே. இத்துடன் இது நிற்க. இன்னொரு விதமாக நோக்குவோம். சைவம் இறைவனைப் 'பதி' என்று பேசும். பதிக்கு சிறப்பியல்பு பொது இயல்பு என்ற இரண்டு இயல்புகள் உண்டு. இயல்பு - இலக்கணம். சிறப்பியல்பைச் சொரூப (தன் இயல்பு இலக்கணம் என்றும், பொது இயல்பைத் தடத்த இலக்கணம் என்றும் வழங்குவர் சித்தாந்திகள். தடத்தம் - அயலிலுள்ள பொருட்கண் இருப்பது. பிறிதொரு பொருளின் சார்பினால் மாறுபடாத தன்மையுடைய பதியிடம் பிறிதொன்றை நோக்காது தன்னையே நோக்கி நிற்கும் நிலையில் காணப்பெறும் இயல்புகளே பதியின் சொரூப இலக்கணம் ஆகும். பதி உலகத்தை நோக்கி நிற்கும் நிலையில் காணப்பெறும்

இயல்புகள் தடத்த இலக்கணம் ஆகும். உயிர்களும் 'உலகம்' என்பதனுள் அடங்கும்.

(அ) பதியின் சொரூப இலக்கணம்: இது குணம் குறிகளைக் கடந்த நிலை. பதி ஒன்றே; அதாவது அஃது ஏகமாய் இருக்கும் எல்லாவற்றிற்கும் மேலானது; அது காணப்படும் உருவம் அற்றது; காலம் இடம் இவற்றால் அளவுப்படுத்தப் பெறாதது; குணங்களும் இல்லை; அடையாளங்களும் இல்லை; மலமற்றது; என்றும் அழியாதிருப்பது; ஆன்மாக்களுக்கு அறிவாய் நிற்பது; சலிப்பற்றது; அளவுபடாததால் போக்குவராகிய அசைவு இல்லாதது. காட்சிக்கும் கருத்திற்கும் அப்பாற்பட்டது. இந்நிலையை,

குணம்இ லான்குணம் குறிஇலான்
குறைவிலான் கொடிதாம்
புலம்இ லான்தனக் கென்னஓர்
பற்றிலான் பொருந்தும்
இலம்இ லான்மைந்தர் மனைவிஇல்
லான்எவன்? அவன்சஞ்
சலம்இ லான், முத்தி தரும்பர
சிவன் எனத் தகுமே[7]

என்ற தாயுமான அடிகளின் திருப்பாடல் விளக்குவதைக் காணலாம்.

(ஆ) பதியின் தடத்த இலக்கணம்: இது குறிகுணங்களோடு கூடிய நிலை. தன்னையே நோக்கி நிற்கும் பரசிவம்' அந்நிலையினின்றும் உலகத்தை நோக்குங்கால் தனது தந்தை பெரியார் சிந்தனைகள் சிறப்பியல்புகளில் ஒன்றான பெருங்கருணை காரணமாக உயிர்களின் பொருட்டுத் தானே தனது விருப்பத்தால் தனது ஆற்றலை (சக்தியை) கொண்டு பல்வேறு நிலைகளையுடையதாக இருக்கும். இந்நிலைகளே பதியின் தடத்த இலக்கணமாகும். இதனால் சொரூப நிலையில் பதி 'சிவம்' என்றும், தடத்த நிலையில் 'சக்தி' என்றும் பேசப்படும். சொரூபநிலையில் சக்தி செயற்படாது அடங்கி இருக்குங்கால் பதி 'சிவம்' என ஒன்றேயாக இருக்கும். உலகில் சிலர் பல்வேறு பணிகளில் ஈடுபட்டுக் களைத்துப் போய் படுக்கும் போது 'சிவனே என்று கிடக்கின்றேன்' என்று சொல்லுவதில் இக்கருத்து அடங்கியிருத்தல் காணப்படுவதை அறியலாம். சக்தி செயற்படும் நிலையில், சிவம் அதனோடு

அச்செயலையெல்லாம் உடன் இயைந்து இயற்றி நிற்றலால் 'சிவமும் சக்தியும்' அம்மை அப்பனாய் - மாதொருபாகனாய் - தையல் பாகனாய் - இரண்டாய்த் தோற்றம் அளிக்கும்.

தடத்த நிலையில் பதி சக்தியினால் பல நிலைகளையுடையது. இந்த நிலையில் அதற்கு உருவம் உண்டு; தொழில் உண்டு; அவற்றிற்கேற்ற பலப்பல பெயர்களும் உண்டு. ஆயினும், இவையனைத்தும் இறைவனின் அருள் காரணமாக உண்மையால் கொண்டனவேயன்றி வெறும் கற்பனையல்ல என்பது ஈண்டு அறியப்பெறும். சொரூப இலக்கணம் எப்படி உண்மையோ, அப்படியே தடத்த இலக்கணமும் உண்மையாகும்.

(இ) தடத்தநிலையில் சிவற்றைக் காட்டுதல் பொருத்தமாகும். சொரூப நிலையில் பதி 'பரசிவம்' என நிற்குங்கால் அதன் சக்தி 'பராசக்தி' என வழங்கப்பெறும். அஃது உயிர்களின் அறிவை நோக்கி நிற்கும் அறிவு வடிவமானது. அந்த அறிவே சக்தியின் சொரூபம். பாரதியாரின் சக்தி வழிபாடெல்லாம் இந்தச் சக்தியை நோக்கியேயாகும் என்று கருதுவதில் தவறில்லை. மேலும்,

> சித்தத்தி லேநின்று சேர்வ துணரும்
> 　　சிவசக்தி தன்புகழ் செப்பு கின்றோம்;
> இத்தரை மீதினில் இன்பங்கள் யாவும்
> 　　எமக்குத் தெரிந்திடல் வேண்டுமென்றே.[8]

என்ற தாழிசையிலும் இந்த நிலையினைக் காணலாம்.

பதி உலகத்தை நோக்குங்கால் மேற்குறிப்பிட்ட பராசக்தியின் ஒரு சிறு கூறு உலகத்தைத் தொழிப்பட முற்படும். அதனை'ஆதி சக்தி' என வழங்குவர்[9]. இது, சிவம் தோன்றாது உலகமே தோன்றுமாறு பிறப்பு இறப்புகளில் செலுத்தி நிற்றலால் "திரோதான சக்தி' (திரோதானம் - மறைப்பது) என்ற திருப்பெயரையும் பெறுகின்றனது. இந்தச் சக்தியையே பாரதியார்,

> பரிதி யென்னும் பொருளிடை யேய்ந்தனை;
> 　　பரவும் வெய்ய கதிரெனக் காய்ந்தனை;
> கரிய மேகத் திரள்எனச் செல்லுவை;
> 　　காலு மின்னென வந்துயிர் கொல்லுவை;
> சொரியும் நீரெனப் பல்லுயிர் போற்றுவை;
> 　　சூழும் வெள்ள மெனஉயிர் மாற்றுவை;

விரியும் நீள்கடல் என்ன நிறைந்தனை;
வெல்க காளி யெனதம்மை வெல்கவே.[10]

என்ற பாடலை அடுத்து வரும் பாடல்களெல்லாம் இந்தச் சக்தியையே குறித்தனவாகும் என்று கருதலாம். மேற்கூறியவற்றால் சொரூப நிலையில் இறைவனை தனக்கென்று ஓர் உருவும், தொழிலும் பெயரும் இல்லாதவனாயினும், தடத்த நிலையில் ஆருயிர்களின் பொருட்டுப் பலப்பல உருவமும் தொழிலும் பெயரும் உடையவனாகின்றான் என்பதை அறிய முடிகின்றது. இதனை அநுபூதி நிலையில் தெளிந்த மணிவாசகப் பெருமான்,

ஒரு நாமம் ஓருருவம் ஒன்றுமிலார்க் காயிரம்
திருநாமம் பாடிநாம் தெள்ளேணம் கொட்டாமோ?[11]

என்று அருளிச் செய்துள்ளதை ஈண்டு நினைத்தல் தகும். இவை தடத்த நிலையேயன்றி கற்பனையாகாமையை அறிந்து தெளியலாம்.

(ஈ) இறைவனின் திருமேனி பற்றி: இறைவனின் திருமேனிப் பற்றி மேலும் சில கருத்துகளைத் தெரிவிப்பேன். இறைவனுடைய உருவத்திருமேனி 'போகவடிவம், யோக வடிவம், வேகவடிவம்' என்று மூவகைப்படும். போக வடிவம் உலக இன்பத்தைத் தருதற்பொருட்டு மணக்கோலம் கொள்ளுதல் போன்றவை. யோக வடிவம் ஞானத்தைத் தருதற்பொருட்டுக் குருமூர்த்தியாய் எழுந்தருளியிருத்தல் போன்றவை. வேகவடிவம் உலகத்தார்க்கு உண்டாகும் துன்பத்தைப் போக்கப் போர்க்கோலம் கொள்ளுதல் போன்றவையாகும்.

இறைவன் போகவடிவம் கொண்டாலல்லது உயிர்கட்குப் போகம் அமையாது; யோக வடிவம் கொண்டாலல்லது உயிர்கட்கு ஞானம் உதியாது; வேகவடிவம் கொண்டாலல்லது உலகிற்கு கல்லாலின் மரத்தின் கீழ் யோக்கியாய் - தட்சிணாமூர்த்தியாய் எழுந்தருளியிருந்த காலத்தில் உயிர்கட்குப் போகம் முதலியவை அமையாதிருந்தமையைப் புராணங்கள் விரித்துப் பேசும். காமனை எரித்து உருவிலாளனாய்ச் செய்தது போன்ற கதை இதில் அடங்கும். இறைவன் திருப்பெருந்துறையில் குருவாய் எழுந்தருளித் தம்மை ஆட்கொண்ட அருமைப்பாட்டினை மணிவாசகப் பெருமானும்[12], இறைவன் குருவாய் வந்தமையைத் தாயுமான அடிகளும் தத்தம் பாடல்களில் குறிப்பிடுவர்.[13]

(உ) நவந்தருபேதம்: இறைவனது திருமேனிகள் ஒன்பது வகையாகவும் பேசப்பெறும். அவை: சிவம், சக்தி, நாதம், விந்து, சதாசிவன், மகேசுவரன், உருத்திரன் மால் அயன் என்பவை14. இவையே நவந்தரு பேதம். ஆகவே ஒருவனாகிய இறைவனே உலகத்தைச் செயற்படுத்த வேண்டி நவந்தரு பேதமாய் நிற்பன் என்பது அறியப்படும்.

இக்கூறியவற்றுள் முதலில் உள்ள சிவன், சக்தி, நாதம், விந்து என்னும் நான்கும் அருவத் திருமேனிகள். இறுதியில் உள்ள 'மகேசுவரன், உருத்திரன், மால், அயன்' என்னும் நான்கும் உருவத்திருமேனிகள். இடையிலுள்ள 'சதாசிவன்' மட்டிலும் அருவுருவத் திருமேனி. உருவம் கண்ணுக்குப் புலனாவது; அதாவது நம்மனோர் கண்ணுக்குப் புலனாகாவிடினும் தவத்தோர் கண்ணுக்குப் புலனாவது. அருவம், அங்ஙனம் புலனாகாதது; எனினும் வரம்புபட்டு நிற்பது. அருவுருவம் கண்ணுக்குப் புலனாயினும் ஒளிப்பிழம்பாய் நிற்பதன்றிக் கை, கால் முதலியன இல்லாதது. இலிங்க வடிவமே அறிவுருவத் திருமேனி என்பது ஈண்டு அறியப்பெறும்.

சிவக்குமாரர்கள்: ஒருவர் கணபதி, மற்றொருவர் முருகன். இவர்கள் தோற்றத்தைப் பற்றியும் உருவங்களைப் பற்றியும் சமய இலக்கியங்கள் சாற்றுகின்றன.

(அ) கணபதி: இந்தியாவில் தோன்றியுள்ள சமயங்கள் அனைத்துக்கும் பொதுவாய் எழுந்தருளியிருக்கும் தெய்வம் கணபதி. இத்தெய்வத்தின் துணைக்கொண்டு தத்தம் தெய்வத்தை மக்கள் வணங்குகின்றனர். பௌத்த, திருமால் ஆலயங்களிலும் கணபதிக்கு இடம் உள்ளது. கௌமார சமயத்திலும் கணபதி வழிபாடே முன்னிற்கின்றது.

அரக்கர்களும் அசுரர்களும் செய்து வரும் அக்கிரமங்களைப் போக்க வழி காணுமாறு தேவர்கள் பரமசிவனை வேண்டினர். அப்பெருமான் அம்பிகையின் உதவியால் சிவசக்தியின் அருட்பிரசாதமாக ஆனைமுகன் உருவெடுத்தான். மனித உடல் யானைத்தலை - இதற்கு வரலாறுகள் பல உண்டு. இவற்றில் அருவருக்கத் தக்க பல செய்திகளைத் தந்தை பெரியார் அவர்கள் எடுத்துக் காட்டிப் பரிகசிக்கின்றார்கள்.

இந்த உருவத்தில் அடங்கியுள்ள தத்துவமே மிக முக்கியமென்று கருதுகின்றனர் பக்தர்கள். தத்துவத்தை உருவகப்படுத்தியதில் அமைந்தது கணபதியின் வடிவம்.

'ஓம்' என்னும் எழுத்து பலமொழிகளில் பல பாங்கில் எழுதப்பெற்றுள்ளது. அத்தனை எழுத்துக்களுக்கும் பொது இயல்பு ஒன்று உண்டு. பானையில் காது, தலை துதிக்கை ஆகிய மூன்றும் சேர்ந்து ஓம் என்பதன் பொது இயல்பு ஆகின்றது. யானை முகத்தையுடைய கணபதி ஓங்கார மூர்த்தியாகத் திகழ்கின்றான். அவனுடைய தலையும் துதிக்கையும் அக்கோட்பாட்டை விளக்குகின்றன.

பிறகு அவனுடைய உடல் முழுவதும் 'துப்பு ஆர் திருமேனி' என்னும் சிறப்பைப் பெற்றுள்ளது. தத்துவத்தை எடுத்து இயம்புங்கால் பிரபஞ்சம் முழுதும் கணபதியின் உடல் ஆகின்றது. அவனிடத்து வலிவும் உறுதியும் தூய்மையும் அறிவும் பொலிவதைக் காணலாம். துப்பு என்னும் சொல்லில் இத்தனைக் கருத்துக்களும் அடங்கியுள்ளன. ஞானமே வடிவெடுத்தவன் கணபதி. இயற்கை என்னும் உடலில் ஒழுங்குப்பாடும் நல்லறிவும் திகழ்வதே இதற்குச் சான்று ஆகும். நமக்குப் புலனாகும் பருத்த உடல்களில் யானையின் உடல் முதன்மை பெறுகின்றது. சிவசக்தியின் புறத்தோற்றமாய் இருப்பது இயற்கை. இஃது அகண்டாகாரமாய் விரிந்துள்ளது. இதனுள் இயங்கும் இறைவனைச் சுட்டிக்காட்டுவதற்கு யானைத் தலையையுடைய பருத்த திருமேனி பொருத்த உருவகமாகின்றது. கணபதிக்கு 'விநாயகன்' என்ற திருநாமமும் உண்டு. இச்சொல் நல்லாரை அறநெறியில் நடத்துபவன் என்பதாகின்றது. வி = அற்ற; நாயகன் = தலைவன். தனக்கு வேறு ஒரு தலைவனும் இல்லாத தனிப்பெரும் பொருள் என்னும் அது பொருள்படுகின்றது.

ஏகதந்தன், மூஷிகவாகனன் கணபதியின் வெவ்வேறு வடிவங்கள். இவற்றிற்கெல்லாம் சிறப்புப்பொருள்கள் உண்டு. விரிவஞ்சி அவை ஈண்டு எடுத்துக் காட்டப் பெறவில்லை.

(ஆ) முருகன்: விநாயகனுக்கு தம்பி இவன். இவனுக்குச் 'சிவகுமாரன்', சரவணன், கார்த்திகேயன், சேனாபதி, குகன், ஞானபண்டிதன், சுவாமிநாதன் சுப்பிரமணியன் என்று பல திருநாமங்கள் உண்டு. இவன் பிறப்பைப் பற்றியும் பலகதைகள் உண்டு. பாமரமக்கள் உணர்வதற்காகப் புனையப்பெற்றவையே இக்கதைகள். தந்தை பெரியார் அவர்கள் இக்கதைகளை ஆதாரமாகக் கொண்டு அனைத்தையும் சாடுகிறார்கள்.

அறிஞர்கள் இக்கதைகளில் அடங்கியுள்ள தத்துவத்தை மட்டிலும் எடுத்துக் கொள்கின்றார்கள்,

அண்டமெங்குமுள்ள உயிர்கள் அனைத்தும் இறைவனிடத்திருந்து வந்தவைகள். ஆகவே அவையாவுக்கும் அவன் அப்பனாகவும், பராசக்தி அன்னையாகவும் இருக்கின்றனர். தோன்றிய உயிர்களுள் உயர்வுதாழ்வு உண்டு, விலங்குக்கும் மனிதனுக்கும் எவ்வளவு வேற்றுமை? இதற்கெல்லாம் மேலாக மக்களுக்கும் அமைந்துள்ள தராதரமோ அளப்பரியது. கல்நிலையிலிருந்து கடவுள் நிலைவரை மக்களைக் காணலாம். மனிதன் எவ்வளவு மேலோன் ஆகமுடியும் என்பது ஒரு பெரிய வினா. இவ்வினாவுக்கு விடையாக அமைந்திருப்பவன் சிவக்குமாரன்.

பிறப்பு: உலகை உய்வித்தற்பொருட்டு உண்டு பண்ணப்பட்டவன் முருகக் கடவுள். அவன் உண்டான விதம் - பிறப்பு - வியக்கத்தக்கது. சிவபெருமான் யாண்டும் தன் சொரூபத்தில் - தடத்த நிலைக்கு வாராமல் - திளைத்திருந்தார். அவனது நிறைநிலையைக் கலைக்க முயன்ற காமனை - மன்மதனை - அவர் காய்ந்தார்[15]. ஆதி சக்தி அவரைக் குறித்துத் தவம் செய்து அவரை அடைந்தாள். பிறகு அவர்களுக்குக் கந்தன் மைந்தனானான். ஆகவே அவன் தோற்றத்துக்கும் காமத்துக்கும் எந்தவிதமான தொடர்பும் இல்லை. தவத்தின் விளைவே முருகவேள்.

சிவனாரது ஐம்பொறிகளின்று ஐந்து ஒளிப்பிழம்பு, மனத்தினின்று மற்றோர் ஒளிப்பிழம்பு, ஆக ஆறு ஒளிப் பிழம்புகள் வெளிக்கிளம்பின. அவற்றின் தேசுவை (தேஜஸைக் கண்டு அம்பிகையே திகைத்துப் போய்விட்டாள். கங்கையை உலர்த்திவிட்டு அவ்வொளித்திரள் சரவணப் பொய்கையில் பிரவேசித்தது. சரவணப் பொய்கை என்பது நாணல் கடவுள் சமயம் பற்றிய சிந்தனைகள் காட்டிலுள்ள நீர்நிலை. ஆங்கிருந்து ஆறுமுகம் பன்னிருதோள் ஓர் உடல் உடைய. தெய்வக்குழந்தையொன்று உருவெடுத்து வந்தது. சண்முகன் என்பவன் அவனே.

கார்த்திகைப் பெண்கள் ஆறுபேர் அவனைப் பராமரிக்க முன் வந்தனர். அவர்களின் பொருட்டு அவன் ஆறு குழந்தைகளாகத் தன்னைப் பிரித்துக் கொள்வதுண்டு. அவர்களிடம் பால் பருகின பிறகு அவன் ஓர் உருவமாகிவிடுவான். விளையாட்டாகக்

கணக்கற்ற உருவங்களையும் அவன் எடுப்பதுண்டு. படுத்துறங்கும்பொழுது ஒற்றை மேனியனாகி விடுவான். கார்த்திகை மங்கையர்களால் வளர்க்கப் பெற்றமையினால் அவனுக்குக் கார்த்திகேயன் என்ற திருநாமமும் ஏற்பட்டது.

சரவணபவன்: சீவர்களின் தோற்றத்திற்கே முருகக்கடவுள் முன்மாதிரியாகின்றான். சரவணப்பொய்கை கருப்பைக்குச் சமமானது. அது முற்றிலும் சக்தி சொரூபம், சிவசேதனம் என்னும் பிந்து (விந்து) அதன்கண் நாட்டப்பெற்றது. அப்பொழுது பஞ்சேத்திரியங்களும் மனமும் ஒன்றுபட்டன. உயிர்களுள் ஆறு அறிவோடு கூடியது மிக உயர்ந்தது. பரஞானம் அல்லது இறைஞானத்தைப் பெறுவதற்கு ஆறு அறிவு உயிரே முற்றிலும் தகுதி வாய்ந்தது. கண், காது, வாய் போன்ற ஒவ்வோர் இந்திரியமும் தனித்தனியே பயிற்சி பெறுகின்றது. கார்த்திகை மாதர் ஆறுபேரிடம் ஆறு வடிவங்களில் இருந்து வளர்பொருள் பஞ்சேந்திரியங்களும் மனமும் நல்ல பயிற்சி பெறுதலாகும். உறங்கும் பொழுது எல்லா இந்திரியங்களும் மனமும் ஒடுங்கி விடுவதால் ஓர் ஒருவம் ஆய்விடுகின்றது.

சொரூப விளக்கம்: ஆறுமுகமும் பன்னிருதோளும் ஒரு திருமேனியும் உடைய சரவணபவன் தோன்றியதில் பொருள் பல புதைந்து கிடக்கின்றன. இயற்கையின் அமைப்பில் பல தலைகளுக்குத் தேவை இல்லை. இரண்டு தலையுடன் ஏதாவது பிறந்தால் அது பிழைக்காது. ஆறுதலைகளுக்கு வேலை என்ன என்ற வினா எழுகின்றது. பலகைகள் இருந்தால் அவற்றைப் பயன்படுத்தலாம்; பலதலைகளைப் பயன்படுத்துதல் எவர்க்கும் முடியாது. சீவர்களுள் மனிதனாகப் பிறந்தவனிடத்து உள்ள மகிமைகளெல்லாம் உருவெடுத்தவன் முருகன். உயர்ந்த தத்துவங்களை உருவகப்படுத்தி ஒவ்வொன்றும் ஒவ்வொரு தலையாகக் கருதப் பெறுகின்றது. தலைபெறுகின்ற சிறப்பை வேறு எந்த உறுப்பும் பெற முடியாது. சுவை, ஒளி, ஊறு, ஓசை, நாற்றம் ஆகிய ஐந்தின் வடிவத்தின் வகை அறிவதற்கு ஐம்பொறிகள் அமைந்துள்ளன. இவற்றிற்கெல்லாம் மேலாக எண்ணவும் உணரவும் வல்லது மனம். இவை ஆறும் ஆறுமுகங்களுக்கு ஒப்பானவை. முகம் போன்று இவை பாராட்டப் பெறல் வேண்டும். முறையாக இவற்றை வளர்க்குங்கால் ஒவ்வொன்றும் ஒரு முகத்துக்குச் சமமானது.

‘பகவான்’ என்னும் சொல்லுக்கு ஆறுகுணசம்பந்தன் என்பது பொருள். ஞானம், வைராக்கியம், வீரியம், ஐசுவரியம், செல்வம் கீர்த்தி ஆகிய ஆறும் எவனிடத்து ஒன்று சேர்ந்து உள்ளனவோ அவன் பகவான், இந்த ஆறனுள் ஏதேனும் ஒன்று சிறப்பாக அமைந்து விட்டாலேயே சாதாரண சீவன் ஒருவன் பெருமகனாகி விடுகின்றான். இந்த ஆறு தெய்வமகிமைகளும் ஒன்று சேர்ந்து ஒருவனிடம் மிளிருமானால் அவன் முருகக் கடவுளாகவே ஆகிவிடுகின்றான். பிறந்தது நாணற்காடு ஆகிய பிரபஞ்சம். ஆங்கு வளர்ந்திருந்து அடையப்பெறும் பெருமை யாவும் தெய்வ சம்பத்துகளாம். ஆறுமுகமுடைய குமரேசன் இந்தக் கோட்பாட்டை ஓயாது உயிர்களுக்கு நினைவூட்டி வருகின்றான்.

ஆறுமுகத் தத்துவத்தில் தன்னையே மறந்து ஆழங்கால் பட்ட அருணகிரிநாதர் திருவண்ணாமலையில் எழுந்தருளியிருக்கும் முருகப் பெருமானைத் துதிகளும் பாடல் இது:

ஏறுமயில் ஏறிவிளை யாடுமுகம் ஒன்றே;
ஈசருடன் ஞானமொழி பேசுமுகம் ஒன்றே;
கூறும்அடி யார்கள்வினை தீர்க்குமுகம் ஒன்றே;
குன்றுருவ வேல்வாங்கி நின்றமுகம் ஒன்றே;
மாறுபடு சூரரை வதைத்தமுகம் ஒன்றே;
வள்ளியைம ணம்புணர வந்தமுகம் ஒன்றே;
ஆறுமுகம் ஆனபொருள் நீஅருளல் வேண்டும்;
ஆதிஅரு ணாசலம் அமர்ந்தபெரு மாளே.

இன்னும் முருகனது மூவித சக்திவடிவம், வள்ளி - தெய்வயானை தத்துவம், தேவசேனாபதி, நான்முகனைச் சிறையில் வைத்தல், சூரசங்காரம், குகன், ஞானபண்டிதன் என்பவைபற்றியெல்லாம் தத்துவங்கள் உள்ளன. இங்ஙனம் முருகனடியார்கள் சிந்தித்து எழுதியுள்ளனர். இவற்றையெல்லாம் பார்ப்பனர்கள் சூழ்ச்சியால் ஏற்பட்டன என்று சொல்வதற்கில்லை. என்ன காரணத்தாலோ பார்ப்பனர்களைத் திட்டித் தீர்க்கின்றார்கள் தந்தையவர்கள். வெள்ளைக்காரர் ஆட்சியில் பார்ப்பனர்கள் படித்து அரசு அலுவல்களில் சேர்ந்து விட்டனர். பலமட்டங்களில் அவர்கள் அக்காலத்தில் செய்த அட்டகாசங்கள் சொல்லிமுடியா. இதனால் தான் அக்காலத்தில் நீதிக்கட்சி தோன்றி அரசையும் பார்ப்பனர்களையும் எதிர்த்தது. இதனை நினைந்துதான் அதிகமாக அவர்களைக்

கடிக்கின்றார். 1940 முதல் ஓரளவு எனக்குத் தெரியும், துறையூரில் நான் தலைமையாசிரியனாக இருந்த காலத்தில் (1941-1950) எவ்வளவோ விளம்பரம் செய்தும் பார்ப்பனர்களைத் தவிர வேறு சாதி ஆசிரியர்கள் கிடைக்கவில்லை; பயிற்சி பெறாத பட்டதாரிகள்கூட கிடைக்கவில்லை. ஓய்வு பெற்ற பயிற்சி பெற்ற ஆசிரியர்கள், ஓய்வு பெற்ற தலைமையாசிரியர்கள், இவர்களை நேரில் தேடிப்பிடித்து நியமனம் செய்து பள்ளியை நடத்தும் நிலை ஏற்பட்டது.

இன்றைய நிலை வேறு. பார்ப்பனர்கள் நம்முடன் கலந்து பழகுகின்றனர். கலப்புத்திருமணம் செய்து கொள்ளும் அளவுக்கு முன்வந்து விட்டனர். இந்நிலையில் அவர்களை வெறுக்க வேண்டிய இன்றியமையாமை இல்லை. நம்மோடு அவர்களை இணைத்துக்கொண்டு வாழ்வதே சிறப்பு. சாதிக்கொள்கையைக் கைவிட்டு சாதியற்ற பெரியார் கொள்கையைக் கடைப் பிடித்தவர்களை வெறுப்பது நியாயம் இல்லை.

(2) வைணவம்: வைணவம் இறைவனை 'ஈசுவரன்' என்று பேசும். இங்கும் உருவ வழிபாடு சிறப்பாக அமைகின்றது. இறைவனுடைய திருமேனியைப்பற்றி வைணவதத்துவம் ஐந்து வகையாகப் பேசும்.

(1) பரத்துவம்: இது காலம் நடையடாததும், ஆனந்தம் அளவிறந்து ஒப்பற்றதாயுமுள்ள பரமபதத்தில் இறைவன் பெரிய பிராட்டியார், பூமிப்பிராட்டியார், நீளாதேவியார் சகிதம் அனந்தாழ்வானை அரியாசனமாகவும், பெரிய திருவடியை வாகனமாகவும் கொண்டிருக்கும் இருப்பு.

(ii) வியூகம்: இந்த உலகில் (லீலா விபூதியில்) முத்தொழில்கள் நடைபெறச்செய்யவும், சம்சாரிகளைக் காப்பதற்காகவும், வாசுதேவன், சங்கர்ஷணன், பிரத்தியும்னன், அநிருத்தன் என்ற பெயருடன் இருக்கும் நிலையாகும்.

(iii) விபவம்: அவதாரங்களைப் பற்றிக் கூறுவது. இவை ஆவேச அவதாரம், முக்கிய அவதாரம் என்று இருவகையாகப் பகுத்துப் பேசப்பெறும். ஆவேச அவதாரத்தில் கபிலர், தத்தாத்ரேயர் பரசுராமர் போன்ற அவதாரங்கள் அடங்கும். முக்கிய அவதாரத்தில் இராமர், கிருட்டிணர், வாமன - திரிவிக்கிரமர் முதலிய மனிதாவதாரங்களும், மச்சம், கூர்மம், வராகம் போன்ற திரியக் (பிராணிவகை) அவதாரங்களும்,

நரசிம்மம் என்ற பிராணி - மனித அவதாரமும், குப்ஜாமரம் (குட்டை மாமரம்) முதலான தாவர வடிவங்களும் அடங்கும்.

(iv) அந்தர்யாமித்துவம்: சேதநர்களின் இதய கமலத்தில் அழகே வடிவெடுத்தாற் போன்ற மங்களகரமான திருமேனியுடன் எல்லாவித ஆபரணங்களாலும் அலங்கரிக்கப் பெற்றவனாய் பெரிய பிராட்டியோடு கட்டைவிரலளவாய் (அங்குஷ்ட பிரமாணமாய்) எழுந்தருளியிருக்கும் இருப்பு.

(v) அர்ச்சாவதாரம்: அடியார்கள் எதைத் தனக்குத் திருமேனியாகக் கொள்ளுகின்றனரோ அதையே தனக்கு வடிவமாகவும், அவர்கள் உகந்து வைத்த திருநாமத்தையே தனக்குப் பெயராகவும் கொண்டுள்ள நிலை.

இந்த நிலையில் எல்லா நிலை எம்பெருமான்களும் அர்ச்சையாக - விக்கிரகமாக - எழுந்தருளியிருப்பர். இந்நிலையில் அனைத்து எம்பெருமான்களும் தம்மைத் துதிப்பவர்களுடைய கண்ணுக்கும் நெஞ்சுக்கும் இனிதாம்படி அனுபவித்தற்கு இடமாக இருத்தல். அதாவது திருப்பாணாழ்வார்,

அண்டர்கோன் அணிஅரங்கன் என்அமுதினைக்
கண்டகண்கள் மற்றொன்றினைக் காணாவே.[16]

என்று அனுபவித்தவாறு அனுபவிக்கும் நிலை இது.

திருமால் வடிவம்: எம்பெருமானின் திருமேனியைப் பற்றி வேதாந்த தேசிகரின் விளக்கம்: வேதத்தின் பொருளாக உள்ளவன் எம்பெருமான். சித்தும் (உயிர்கள்), அசித்தும் (சடஉலகம்) அவன் திருமேனியில் அடங்கி உள்ளது. இதனை வைணவதத்துவம் சரீர- சரீரி பாவனை (உடல் - உயிர் உறவு) என்று பேசும். திருமங்கையாழ்வாரும்,

திடவிசும்பு எரிநீர் திங்களும் சுடரும்
செழுநிலத்து உயிர்களும் மற்றும்
படர்பொருள் களுமாய் நின்றவன்[16]

என்று கூறுவர்; இத்தொகுதி 'உடல்மிசை உயிரெனக் கரந்தெங்கும் பரந்துளன்' என்று மேலும் இதனைத் தெளிவாக்குவர். சீவன் - இரத்தினங்களுள் சிறந்த கௌஸ்துவாக உள்ளான்; மூலப்பிரகிருதி (உலகம்) ஸ்ரீவத்சம் என்ற மறுவாக உள்ளான்; மகாந் என்னும் தத்துவம் கௌமோதகி என்னும் கதையாக உள்ளது. ஞானம் நந்தகம் என்னும் வாளாகவும், அஞ்ஞானம் அவ்வாளின் உறையாகவும் உள்ளன.

தாமசாகங்காரம் சார்ங்கம் என்னும் வில்லாகவும் சாத்துவித அகங்காரம் பாஞ்சசன்னியம் என்னும் சங்காகவும், மனம் என்னும் தத்துவம் சுதர்சனம் என்னும் சக்கரமாகவும், ஞானேந்நிதரியங்கள் ஐந்தும், கன்மேந்தாரியங்கள் ஐந்தும் அம்புகளாகவும் தந்மாத்திரைகள் ஐந்தும் பூதங்கள் ஐந்தும் ஆகியவற்றின் வரிசை வைஜயந்தி என்னும் வந மாலையாகவும் அமைந்துள்ளன.[18] எம்பெருமானின் நான்கு திருக்கரங்கள் அவனுடைய தெய்வப் பெற்றியை விளக்குகின்றன. மனிதனது ஆற்றலுக்கு அறிகுறி இரண்டு கரங்கள். அவற்றில் ஒன்றில்லா விட்டாலும் அவன் பல செயல்கட்கும் உதவாதவன் ஆகின்றான். இருகைகளையுடையவன் எதையும் செய்யவல்லவனாகின்றான். ஆயினும் மானுட ஆற்றல் அளவைக்கு உட்பட்டது. தெய்வத்தின் ஆற்றல் அளப்பரியது என்பதை நான்கு கைகள் விளக்குகின்றன. ஒரு கையில் திருச்சங்கும், மற்றொரு கையில் திருவாழியும் (சக்கரம்) உள்ளன.

திருச்சங்கு: இதன் தத்துவம்: சங்கு ஊதுமிடத்து உண்டாகும் ஒலி ஓங்காரம். 'ஓம்' என்னும் ஓசைக்கு நாத பிரம்மம் என்று பெயர். இஃது ஒரு மொழியிலும் ஒரு சமயத்திலும் கட்டுப்படாதது. இயற்கை முழுதும் இயங்குவதால் உண்டாகும் ஒலியே ஓங்காரம். அது பிரணவம் என்றும் பகரப்படும். தன்கையில் சங்கை வைத்தியருப்பதன் மூலம் தான் பிரணவப்பொருள் என்பதை அவன் அறிவுறுத்துகிறான். அகரம் உகரம் மகரம் அடங்கப்பெற்றது ஓங்காரம். பிரபஞ்சத்திலுள்ள ஓசை ஒலியாகவுள்ள இதன் வெவ்வேறு தோற்றங்கள், ஓசைதான் உலகிலுள்ள அனைத்துக்கும் வித்து ஆகின்றது. ஓசை உருப்பட்டே ஒவ்வொரு பொருளும் ஆகிறது. ஒரு பொருளைப் பதார்த்தம் (வடமொழி) என்கின்றோம். பதமும் அதன் அர்த்தமும் சேர்ந்தது அப்பொருள். வித்து அகப்பட்டால் அதிலிருந்து மரத்தை உண்டு பண்ணலாம். சொல் என்னும் வித்திலிருந்து பொருள் உண்டாகின்றது. 'மந்திரம்' என்பது சொல். அதனை ஓயாது உச்சரித்தால் அதன் வடிவம் வந்து விடும்.

நலம்தரு சொல்லை நான் கண்டு
கொண்டேன் நாராயணா என்னும் நாமம்[19]

என்பது திருமங்கையாழ்வார் திருமொழி. 'ஓம்' என்பதும் 'நாராயணன்' என்பதும் மந்திரம். அதனை உருப்போடுகிறவர்களின் மனம் அந்தப் பொருளின்

வடிவெடுக்கின்றது. பிறகு நாராயணனைக் காணவும், அவனை அடையவும் முடியும். இப்பொழுது அவன் யாரென்று நமக்குத் தெரியாது; ஆனால் அச்சொல் நமக்குத் தெரியும். தெரிந்ததை உறுதியாகப் பிடித்துக் கொண்டால் தெரியாததை அடையலாம். இக்கோட்பாட்டை அனைவர்க்கும் விளக்குதற்கென்றே அவன் கையில் சங்கை ஏந்திக் கொண்டுள்ளான். பிரணவம் அல்லது அவனுடைய நாம உச்சாரணத்தால் அவனை உறுதியாகப் பெற்றுவிடலாம்.

திருவாழி: சக்கரபாணி என்பது திருமாலின் மற்றொரு பெயர் அண்டங்களின் நடைமுறையை விளக்குவது சக்கரம். கோள் எல்லாம் சுழன்று சுழன்று வருகின்றன. வட்டமிடுவது அவற்றின் இயல்பு. நட்சத்திரங்கள் பல நேரே ஓடிக் கொண்டுள்ளன போலத் தென்படுகின்றன. பெருவேகத்துடன் பல்லாண்டு பல்லாண்டுகளாகப் பறந்தோடி ஒரு வட்டத்தை நிறைவேற்றுகின்றன. ஒன்றுக்கு அப்பால் ஒன்று அனந்தம் சக்கரங்கள் ஓயாது சுழல்கின்றன. அவை யாவும் திருமாலின் திருச்சக்கரத்தில் தாங்கப் பெற்றுள்ளன. அண்டங்கள் யாவையும் உண்டு பண்ணுதலும், நிலைபெறச் செய்தலும், பின்பு அவற்றை நீக்குதலும் நாராயணனின் அலகிலா விளையாட்டுச் செயல்கள்; நிரந்தரமான செயல்கள். சக்கரம் சுழல்வது போன்று இச்செயல்கள் சுற்றிச் சுற்றி வருகின்றன. முடிவில்லாத விளையாட்டாக முகுந்தன் முத்தொழில்களையும் முறையாகச் செய்து வருகின்றான். இதனைத் திவ்வியகவி பிள்ளைப் பெருமாள் அய்யங்கார்,

> ஞாலத் திகிரி முதுநீர்த்திகிரி
> நடாத்தும் அந்தக்
> காலத் திகிரிமுதலான யாவும்
> கடல்க டைந்த
> நீலத் திகிரியனையார் அரங்கர்
> நிறைந்த செங்கைக்
> கோலத் திகிரி தலைநாளதனின்
> கொண்ட கோலங்கள்.[20]

என்று பாசுரமிட்டு அற்புதமாக விளக்குவர்.

அறவாழி அந்தணன்: சக்கரத்தின் செயல்களால் ஆரா அமுதன் ஆழியங்கை அம்மான் ஆகின்றான். தர்மசக்கரம் அல்லது அறவாழி அவன் திருக்கரத்தில் திகழ்கின்றது. ஏனென்றால் அவன் அறத்தைப் பாதுகாப்பவன் அல்லவா?

இயற்கையின் நடைமுறையிலுள்ள ஒழுங்குப்பாடு அறமெனப் படுகின்றது. உயிர்வகைகள் செய்யும் செயலில் முன்னேற்றத்துக்கு ஏதுவானவைகள் தர்மம் எனப்படுகின்றன. அவை ஏற்கெனவே அடைந்துள்ள நிலைகளினின்று கீழே இழுத்து செல்லும் செயல்களாதலால் அதர்மம் எனப்படுகின்றன. தர்மத்தின் முடிந்த பயன் இன்பம். அதர்மத்தின் முடிந்த பயன் துன்பம். ஆழியங்கைக் கருமேனியன் உயிர்களைக் காக்கும் கடவுள். அறவாழியைக் கொண்டு அவன் அன்னத்தையும் காத்து வருகின்றான். அறம் செய்கின்றவர்களை அழி காப்பாற்றுகின்றது. கேடு செய்கின்றவர்களை அது துன்புறுத்துகின்றது. சக்கரத்துக்கு மறைந்திருந்து யாரும் எச்செயலும் செய்யமுடியாது. எங்கும் வியாபகமாய் எல்லா உயிர்களிடத்தும் மனச்சாட்சி என்னும் பெயரெடுத்து, அஃது ஊடுருவிப் பாய்ந்திருந்து ஆணை செலுத்துகின்றது. திருமாலின் அறவாழிக்கு உட்பட்டு நட்டப்பவர் நலம் அனைத்தையும் அடைவர்.

அதே ஆழியைக் காலச்சக்கரம் என்றும் பகரலாம். ஆதியந்தம் இல்லாத காலமாக அது சுழல்கின்றது. சென்றது. நிகழ்வது, வருவது எல்லாம் ஒரு வட்டமாய் வருகின்றது. அதற்கு இருப்பிடம் திருமாலின் திருக்கரம். திருமாலே கால சொரூபம் காலம் முழுவதையும் நாம் அறிய முடியாது. அக்காரணத்தை முன்னிட்டே அவன் கருமேனியனாக நமக்குத் தென்படுகின்றான். காலம் என்னும் ஆழியை நன்கு பயன்படுத்துவது திருமாலின் ஆராதனையாசம் இங்ஙனம் வழிவழியாக வரும் கடவுளைப் பற்றிய கருத்துக்கள் காலந்தோறும் வளர்ந்து வருபவை. இந்த வளர்ச்சிக்கு ஒரு சமூகத்தார் பொறுப்பாளர்கள் அல்லர்; குறிப்பாகப் பார்ப்பனர் கள் சூழ்ச்சியும் அல்ல. இது வழிவழியாக வளர்ந்து வரும் வழிவழி உடைமை *(Heritage)*; அதாவது மரபுரிமை.

உருவழி பாட்டுக்கு எதிர்ப்பு: தந்தை பெரியாருக்கு முன்னரே சித்தர்கள் உருவ வழிபாட்டைக் கடிந்தனர்; உருவத்தில் கடவுள் இல்லை என்று சாதித்தனர். சிவவாக்கியரின் புரட்சிகரமான பாடல் ஒன்று உள்ளது. அஃது இது:

நட்ட கல்லை சற்றி வந்து
நாலு புட்பம் சாத்தியே
சுற்றி வந்து மொணமொ ணென்று
சொல்லும் மந்தரம் ஏதடா?

நட்ட கல்லும் பேசுமோ நாதன்
உள்ளி ருக்கையில்
சுட்ட சட்டி சட்டுவம்
கறிச்சுவை அறியுமோ!

நெற்றி நிறைய திருநீறு அணிந்து மணிக்கணக்காக இந்தப் பாடலைப் பாடிக்கொண்டு வீடுவீடாக அமுதுபடி யாசித்து வரும் பண்டாரங்களைக் காணாத ஊரோ நகரமோ தமிழ்நாட்டில் இல்லை. இன்னொரு பாடல்:

இருப்பு நெஞ்ச வஞ்சகத்
திசைந்து நின்ற ஈசனைப்
பொருப்பி னும்பு னலினும்
புரண்டு தேடும் மூடர்காள்!
கருப்பு குந்த காலமே
கலந்து நின்ற அண்ணலார்
குருப்பி ரானோ டன்றி
மற்றுக் கூடலாவ தில்லையே.

இதுவும் உருவ வழிபாட்டைக் கடிவதாகும்.

இதற்கு முன்னதாகவே நாவுக்கரசர்,

மைப்படிந்த கண்ணாளும் தானும் கச்சி
மயானத்தான் வார்சடையான் என்னின் அல்லான்
ஒப்புடையவன் அல்லன், ஒருவன் அல்லன்;
ஓர்ஊரன் அல்லன், ஓர்உவமன் இல்லி;
அப்படியும் அந்நிறமும் அவ்வண் ணமும்
அவனருளே கண்ணாகக் காணின் அல்லால்
இப்படியன் இந்நிறத்தன் இவ்வண் ணத்தன்
இவன்இறைவன் என்றெழுதிக் காட்டோ ணாதே (6.97:10)

என்று இறைவனை வடிவத்தில் வடித்துக் காட்டமுடியாது என்று சொல்லிப் போனதையும் நினைக்கலாம்.

மேல்நாட்டிலும் கடவுள் மறுப்புக் கொள்ளை இல்லாமல் இல்லை. இங்கர்சால் என்பாரைக் கேள்விப்படாதவர் இல்லை. இவர் இறைமறுப்புக் கொள்கையினரின் முன்னோடி. என் கல்லூரி வாழ்வின் போது இவர் நூலைப் படித்து நுகர்ந்ததுண்டு.

தந்தை பெரியாரும் ஒரு சாக்ரடீசைப் போலவும் வைர நெஞ்சுப்படைத்த வால்டேர் போலவும், எரிமலையாய் சுடுதழலாய், இயற்கைக் கூத்தாய், எதிர்ப்புகளை நடுங்க வைக்கும்

இடியொலியாய் இயங்கி இறைமறப்புக் கொள்கையைப் பல்வேறு கோணங்களில் பேசியும் எழுதியும் வந்தார். அவற்றை உங்கள் முன் வைக்கின்றேன். அதற்கு முன் தந்தை பெரியார் அவர்களுக்கே உரிய தன்னடக்கத்துடன் ஒரு முறை 'நான் பேச்சாளனும் அல்லன்; எழுத்தாளனும் அல்லன்; கருத்தாளன்' என்று குறிப்பிட்டதை நினைவு கூர்கின்றேன்.

கடவுளைப்பற்றிப் பேசத் தொடங்குமுன் அதுபற்றிய குழப்பத்தைக் காட்டுகின்றார். கடவுள் என்றால் என்ன என்பதைப் புரிந்து கொண்ட மனிதன் கடவுள் நம்பிக்கையாளர்களில் ஒருவருமே இல்லை. ஒரு பொருள் இருந்தால் தானே அஃது இன்னது என்று புரிந்து கொள்ள முடியும்? அஃது இல்லாததனாலேயேதான் கடவுள் நம்பிக்கைக்காரர்கள் ஆளுக்கு ஒரு விதமாய்க் கடவுளைப் பற்றி உளறிக் கொட்டவேண்டியுள்ளது.

அதற்குப் பெயரும் பலப்பல சொல்ல வேண்டியுள்ளது; அதன் எண்ணிக்கையும் பலப்பல கூற வேண்டியுள்ளது; அதன் குணமும் பலப்பலவாக மொழிய வேண்டியுள்ளது; அதன் உருவமும் பலப்பல உளற வேண்டியுள்ளது அதன் செயல்களும் பலப்பல சொல்ல வேண்டியுள்ளது. இந்த இலட்சணத்தில் கடவுளைப் பற்றிப் பேசும் அறிவாளிகள் பெயரில்லாதான் - உருவமில்லாதான் - குணம் இல்லதான் - என்பதாக உண்மையிலேயே இல்லாதானை - இல்லான் - இல்லான் என்றே அடுக்கிக் கொண்டே சென்று உளறலை உச்சக்கட்டத்துக்கு ஏற்றிவிடுகின்றார்கள். இதனைப் பெரியார் பேச்சிலும் எழுத்திலும் கண்டவற்றை உங்கள் முன் வைக்கின்றேன். பலதலைப்புகளில் பாகுபாடு செய்து சமர்ப்பிக்கின்றேன்.

1. கடவுள்

தோற்றம்: கடவுளின் தோற்றத்தைப் பற்றி தந்தை பெரியாரின் சிந்தனைகள் இவ்வாறு செல்கின்றன.

(1) சோம்பேறிகள், வஞ்சகர்கள் ஆகியோர் மக்களை ஏமாற்றுவதற்காகவே மனிதர்களுடைய பொதுக்குறைகளுக்குத் தெய்வத்தைக் கற்பித்துக் காரணம் காட்டி வருகின்றனர். தெய்வம் என்கின்ற கற்பனை மக்களின் மூடத்தனத்தினால் ஏற்பட்டது என்பது ஒரு சாராரின் முடிவு. ஆனால் சிறிதளவுக்கு

அப்படி ஒருகால் இருக்கலாம். பெரும்பாலும் தெய்வக் கற்பனைக்கு ஏமாற்றும் தன்மையே காரணமாக இருக்க வேண்டும் என்பதுதான் அவரது கருத்து என்பது தெளிவாகத் தெரிகின்றது. அச்சமும், ஐயமும் பேராசையும், பழக்க வழக்கங்களும் மற்றவர்களின் படிப்பினைகளும் சுற்றுப்புறமும் மனிதனுக்குக் கடவுள் உணர்ச்சியை உண்டாக்கி விடுகின்றன.

(2) இன்று நடைமுறையில் இருக்கும் கடவுளர்களின் 100க்கு 98 விழுக்காடு ஆரியர்களால் இறக்குமதி செய்யப் பெற்றவர்கள் என்பது ஒருதலை. இஃது எப்படி என்று கேட்டால், ஆரியக் கடவுளர்க்கெல்லாம் பூணூல் உண்டு. எல்லாக் கடவுளர்களும் பார்ப்பான் எப்படி நம்மிடம் நடந்து கொள்கின்றானோ அந்த மாதிரி நடந்து கொண்டதாகத்தான் இருக்கும். அத்துடன் எல்லாக் கடவுளர்களும் இரண்டு வகையில் அடங்கியவர்களாக இருப்பார்கள், ஒன்று. சைவத்தைச் சார்ந்தவர்களாக இருப்பார்; மற்றொன்று வைணவத்தைச் சார்ந்தவர்களாக இருப்பர். எல்லாக் கடவுளர்களுமே ஆரியர்கள் இந்த நாட்டிற்கு வந்த பிறகு கற்பிக்கப் பெற்றவர்களாக இருப்பர். இந்த இருவகைகளிலும் ஒரு கடவுளாவது தமிழர் நாகரிகத்திற்கு உகந்தவர்களாக இல்லை என்பது தெளிவு.

(3) புத்தர் ஏற்பட்டு அறிவும் ஒழுக்கமும் ஏற்பட்டவற்றை ஒழிக்கவே அவதாரக் கதைகள் - அவற்றுள்ளும் முக்கியமாக கிருட்டிணாவதாரம்; அதிலும் சிறப்பாக கிருட்டிணனின் திருவிளையாடல்கள் சிருட்டிக்கப் பெற்றன. அதாவது மூடநம்பிக்கைக்காகக் கிருட்டிணனும் ஒழுக்கக்கேடு ஏற்பட அவனது திரு விளையாடல்கள், லீலைகள் ஆகியவை கற்பிக்கப்பெற்றுள்ளன. இவ்வளவும் செய்துவிட்டு அவை கடவுள் நடத்தை - வாக்கு என்பதற்காகக் கீதையும் பன்னாட்களுக்குப்பின் எழுதிச் சேர்க்கப்பெற்றது.

(4) மனிதன் பிறந்து வளர்ந்து நினைக்கத் தொடங்கிய பிறகுதான் கடவுள் பற்றி எண்ணம் தோற்றுவிக்கப் பெற்றிருக்க வேண்டும். அதை யாரும் மறுக்க முடியாது. இப்போது கூட மக்களுக்குப் பிறர் சொல்லிக் கொடுத்த பிறகுதான் கடவுள் என்கின்ற பேச்சும் நினைப்பும் ஏற்படுகின்றனவே தவிரத் தானாக ஏற்படுவதில்லை.

(5) முதன் முதலில் மனிதன் ஏற்பட்ட நாளில் கடவுள் என்ற பேச்சோ அந்த எண்ணமோ இருந்திருக்க முடியாது.

நீண்ட நாட்களுக்குப் பின்னரே ஏற்பட்டிருக்கும் இந்த எண்ணம் ஏற்பட்ட நேரத்தில் எந்தத் தன்மையில் மனிதன் வாழ்ந்தானோ அதே தன்மை அந்தக் காலக் கடவுளுக்கும் கற்பிக்கப் பெற்றுள்ளது. அதன்படி பார்த்தால் சிவன்தான் முழுமுதற் கடவுளாக இருந்திருத்தல் கூடும்; பிறகு நாகரிகமடைந்த காலத்தில்தான் விஷ்ணு அல்லது திருமால் ஏற்பட்டிருக்க வேண்டும்.

(6) நமக்கு எத்தனை ஆயிரம் கடவுளர்கள்? அவர்களின் பெயர்களை எழுதவேண்டுமென்று தொடங்கினால் ஊற்றுப் பேனாவிலுள்ள மைதான் தீர்ந்து விடும்; பெயர்கள் முடிவு அடையா. பெரியார் போன்றோர் தலையெடுத்து இதைக் கேட்காமல் விட்டிருந்தால் மைல் கற்கள், ஃபர்லாங் கற்கள் எல்லாம் கடவுளர்களாகி இருக்கும். அம்மிக்கல்லையும் நிறுத்தி வைத்துக் குங்குமம் மஞ்சள் பூசிவிட்டால் அதுவும் ஒரு கடவுளாகக் காட்சியளிக்கும் என்கின்றார்.

(7) கடவுளைக் கற்பித்தவனை மன்னித்துவிடலாம். ஏனெனில் அவன் மடையன். அறிவில்லாத காரணத்தால் கற்பிக்க வேண்டியவனானான் கடவுளைக் கற்பித்தவன் "உலக உற்பத்திக்கு அது நடைபெறுதற்கு ஒரு கர்த்தா இருக்க வேண்டும். அந்தக் கர்த்தாதான் கடவுள்' என்று ஒரு சந்தேகத்தின் மீது உறுதிபடுத்திச் சொல்லுகிறான். அதாவது சந்தேகத்தின் பயனைக் *(Benefit of doubt)* கடவுளுக்குக் கொடுக்கிறான்.

(8) சைவன் வீட்டில் பிறந்தால் சிவன் கடவுள். வைணவன் விட்டில் பிறந்தால் விஷ்ணு கடவுள். இஸ்லாமியன் வீட்டில் பிறந்தால் அல்லா கடவுள். கிறித்தவன் வீட்டில் பிறந்தால் கிறித்து கடவுள். நாத்திகன் வீட்டில் பிறந்தால் யார் கடவுள்? எனவே கடவுள் என்பது தற்செயலாக ஏற்பட்டதேயன்றி இயற்கையாக ஏற்பட்டது அன்று என்கின்றார்.

(9) பார்ப்பான் நினைத்தபடி எல்லாம் கடவுளர்கள் தோன்றியபடி உள்ளார்கள் மனிதக் கடவுள்; மாட்டுக் கடவுள்; குரங்குக் கடவுள்; பட்சிக் கடவுள்; பலதலைகளுள்ள, பல கைகளுள்ள கடவுள்; ஏன் இவை? எல்லாம் வல்ல, எங்கும் நிறைந்த யாவையுமான கடவுள் என்கின்ற போது ஏன் இத்தனைக் கடவுளர்கள்? என வினவுகின்றார் அய்யா அவர்கள்.

(10) பிறப்பு இறப்பு இல்லாதவன் கடவுள் என்ற பிறகு தாய் வயிற்றில் பிறந்தவன் கடவுள் ஆக முடியுமா? இராமன்,

கிருட்டிணன் அப்படிப் பிறந்தவர்கள் தாமே? ஒரு கடவுளுக்குத் தாய், தகப்பன் ஏற்பட்டால் அந்தத் தாய் தகப்பன்களான கடவுளர்களுக்கும் தாய் தகப்பன் ஏற்பட்டுத்தானே தீரும்? இவற்றை நோக்கும் போது கடவுளர்கள் தாமாக ஏற்பட்டவர்கள் என்பதை எப்படி ஒப்புக்கொள்ள முடியும்?

(11) நமக்கெல்லாம் கடவுள் எது என்றால் புராணங்களில் வரும் பாத்திரங்களே. தத்துவப்படியான கடவுள் நமக்கு இல்லை.

(12) கடவுளை உண்டாக்கியவனை முட்டாள் என்கின்றார். ஏன் என்றால் அவன் எந்தக் காரணமுமின்றித் தன்னுடைய பயத்தையும் அறிவற்ற தன்மையையும் கொண்டு இயற்கையாக ஏற்படுபவைகளை அவை ஏற்பட ஏதோ ஒரு காரணம் இருக்க வேண்டும் என்பதற்காகக் கடவுளைக் கற்பித்தான். அறிவாளியால் உண்டாக்கப் பெற்றிருந்தால் காரண காரியங்கள் இருக்கும்; முட்டாள்களால் உண்டாக்கப் பெற்றிருந்தால் காரணகாரியம் இருக்காது. இதனால் அது - கடவுள் - முட்டாள்களின் கண்டுபிடிப்பு என்கின்றார்.

(13) மனிதன் சிந்திக்கிற தன்மையற்றிருந்த காலத்தில் இயற்கையில் ஏற்பட்ட மாற்றங்களைக் கண்டு அவை தோன்றியதற்குக் காரணம் தெரியாது பயந்தவன் இவற்றிற்கு ஒரு காரணம் வேண்டுமென்று நினைத்து முட்டாள் தனமாகக் கற்பித்ததே கடவுள் என்பது பெரியாரின் கருத்து.

(14) கடவுள் வேதம் பிரார்த்தனை முதலியவற்றின் பலன் என்கின்ற உணர்வைக் கடவுள் மதவாதிகள், பார்ப்பனர்கள் மக்களுக்கு ஏற்றாதிருந்தால் நாட்டில் கடவுளர்களே தோற்றுவிக்கப் பெற்றிருக்க மாட்டார்கள் என்று உறுதியாக உரைக்கின்றார் உத்தமர் பெரியார்.

(15) கடவுளைக் கற்பித்தவர்களும் உலகில் உள்ள எல்லாப் பொருள்களிலும் கடவுள் பெரியவர்[21] என்று சொல்லிக் கற்பித்தார்களேயொழிய மனிதத் தன்மைக்கு மேல் கடவுளிடம் என்ன பெருந்தன்மை உள்ளது என்று எதையும் எவரும் மெய்ப்பித்துக் காட்டவே இல்லை என்பது பெரியாரின் கருத்து.

(16) பண்டைக் காலத்தில் தோற்றுவிக்கப் பெற்ற மனிதனும் கடவுளும் அன்றைய பாதுகாப்பிற்குப் போதுமானதாய் இருந்தன. அந்தக் காலத்திய பாதுகாப்பிற்கு இன்று எவரும்

பயப்படுவதில்லை. அந்தக் காலத்தில் ஓர் ஐந்து ரூபாய்த்தாளை வைத்து அதன் மீது ஒரு பளுவையும் வைத்து நாலு பக்கங்களிலும் ஏசுநாதர், முகமது நபிநாயகம், சிவன், திருமால் என்று எழுதி விட்டுப் போய்விட்டால் ஒருவன் கூட அதை எடுக்கத் துணிய மாட்டான். இந்தக்காலத்தில் அதனை ஒருவன் கூட எடுக்காமல் இருக்கமாட்டான். பெரியாரின் அற்புத எடுத்துக்காட்டு இது!

நம்பிக்கை கடவுள் நம்பிக்கைப் பற்றிப் பெரியார் சிந்தனைகளில் சிலவற்றைக் காண்போம். பொதுவாக, கடவுள் நம்பிக்கை தவறான வழிகளில் மக்களைக் கொண்டு செலுத்துவதாகக் கருதுகின்றார்.

(ஆ) கையாலாகாதவனுக்குக் கடவுள் துணை; அறிவில்லாதவனுக்கு ஆண்டவன் செயல்; இவற்றை உணரவ முடியாதவனுக்குத் தலைவிதி; இப்பேச்சு ஓர் இலக்கண விதிபோல் அமைந்துள்ளது.

(2) கடவுள் ஒருவர் உண்டு என்று சொல்லிக்கொண்டு எடுத்தற்கெல்லாம் அவர்மீது பழி போட்டுக்கொண்டு திரிகின்றவன் முழுமூடன்; அடிமுட்டாள் என்பது அய்யாவின் கருத்து.

(3) கடவுள் மனிதன் மூலமாகவே தன்னுடைய ஆட்சியை நடத்துகின்றார் என்பதே பெரும்பாலான ஆத்திகர்களின் முடிவு. இதனாலேயே பிச்சை பெற்றவனும் கடவுள் கொடுத்தார் என்று சொல்லுகின்றான். உத்தியோகம் பெற்றவனும் கடவுள் கொடுத்தார் என்று செப்புகின்றான். பிறரிடம் உதவி பெற்றவனும் கடவுள் கொடுத்தார் என்று கூறுகின்றான். ஏதாவது ஒரு நெருக்கடியில் விபத்து நேராமல் தப்பித்துக் கொண்டவனும் கடவுள் காப்பாற்றினார் என்று மொழிகின்றான். இந்நிலையில் எந்த நன்மைக்கும் தீமைக்கும் மனிதன் மீது பொறுப்பைச் சுமத்துவது எப்படி முடியும்? என்பது பெரியார் நம்முன் வைக்கும் வினா?

(4) சிறையிலிருக்கும் கைதிகூட கடவுளைப் பிரார்த்திக்கின்றான். கொள்ளையடிக்கும் கறுப்புச் சந்தைக்காரனும், சதா கடவுளை வணங்குகிறான். திருட்டுத்தொழில் புரிகிறவனும், திருடப்போகும் போது கடவுளை நினைத்துக் கொண்டுதான் செல்லுகின்றான். தன்னைச் சாமியார் என்றும், கடவுளின் சீடன் என்றும் சொல்லிக்கொள்கின்றவன் மடியில் சாராயப்புட்டியும் பிராந்தி

பாட்டிலும் உள்ளன. பூசை அறையில் சாராயம் காய்ச்சும் செயலும் வேசியுடன் இன்பலீலைகளும் நடைபெறுகின்றன. இங்ஙனம் எந்தத் தொழிலைச் செய்கின்றவனாயிருந்தாலும் அவனவன் கடவுளை வணங்கியே செயல்படுகின்றான். ஆனால் இவனது தகாத செயல் வெளிப்பட்டுச் சிக்கிக் கொண்டால் அட கடவுளே' என்று அப்பொழுதும் கடவுள் பக்தியுடன் நடந்து கொள்வதாக நடிக்கின்றான். இத்தனை பேர்களிலும் தன்னைக் கடவுள் நம்பிக்கையற்றவன் என்று ஒருவனாவது கூறிக் கொள்வதில்லை.

(5) கடவுள் கொடுக்கிறார் என்று கூறிக்கொண்டு கடவுளைக் வணங்குவது வெறும் வேடம்; முட்டாள்தனம் ஆகும் என்பது பெரியார் கருத்து. முதலாளி என்பவன் மூட்டை அடிக்கிறான்; அவர் கடவுள் கொடுத்தார் என்று கூறி மக்கள் தன்மேல் ஆத்திரப்படாமல் இருக்கக் கடவுளை வணங்குகின்றான். தொழிலாளிக்கு நாளை சோற்றுக்கு வழி இல்லை. அவனுக்குக் கடவுள் பக்தி இருந்தும் சோற்றுக்கு வழி இல்லாதவனாக இருக்கின்றான். புளிச்சேப்பக்காரனுக்கு மேலும் மேலும் பணம். பசி ஏப்பக்காரனுக்கு ஒன்றும் இல்லை. கடவுளுக்கு ஏன் இந்த பாரபட்சம்? என்று கேட்கின்றார் அய்யா.

(6) கடவுள் நம்பிக்கையால் ஒழுக்கம் எங்கே வளர்கிறது? ஆயிரம் வேலி நிலம் வைத்திருக்கிற சாமியையே பெயர்த்து விட்டுக் கீழே இருப்பதைத் தோண்டிக்கொண்டு அம்மன் சாமியின் சேலையை எடுத்துக்கொண்டு அம்மணமாக்கிப் போகின்றவனை கடவுள் ஏனென்று கேட்பதில்லை. உள்ளபடியே கடவுள் நம்பிக்கை இருந்தால் எதற்குக் காவல் நிலையம்? எதற்கு நீதிமன்றம்? தன் சுயநலத்துக்கு மற்றவனை ஏமாற்றக் கடவுள் இருக்கிறார் என்கின்றான். வேறு எதற்கும் கடவுள் நம்பிக்கை பயன்படவில்லை

(7) கடவுளை நம்புகிறவன் அயோக்கியத்தனம் செய்யப் படுவதற்கு அஞ்சுவதில்லை. காரணம் எந்த அயோக்கியத்தனம் செய்தாலும் ஆண்டவன் மன்னிப்பான் என்பதால் தான் நிறைய அயோக்கியத்தனம் நடைபெற்ற வண்ணம் உள்ளது?

(8) சில சமயம் பெரியார் நகைச்சுவையாகவும் பேசுவார் 'எல்லாம் கடவுள் செயல்' - இதை ஒருவன் நம்பவேண்டும் என்கின்றான். அவர் கன்னத்தில் ஓர் அறைவிட்டால் என்னடா அயாக்கியா அடித்துவிட்டாயே?' என்கின்றான். அவன்

டாக்டர். ந. சுப்புரெட்டியார் | 47

அடித்தவனைச் சொல்லுகின்றானா? அவனன்றித் துரும்பும் அசையாதபோது அது கடவுள் செயல் என்பது தானே பொருள்? இப்படித்தானே கடவுள் நம்பிக்கைக்காரன் கருதவேண்டும்? இப்படிக் கேட்கிறார் பெரியார்.

(9) ஒரு விநோதமான கேள்வி: கடவுள் நம்பிக்கை இல்லாததால் தான் அண்ணாத்துரை. செத்தார் என்கின்றான் ஒருவன். அவனிடம் பெரியார் அடமுட்டாளே. கடவுளே இல்லை என்று சொன்னவன் நான். அண்ணாத்துரைக்குச் சொன்னவனும் நானே. நான் இன்று 90 வயதுக்கு மேல் கொழுக்கட்டை போல் இருக்கிறேனே! கடவுள் இல்லை என்று சொன்னதற்காக நானல்லவா அவருக்கு முன் இறந்திருக்க வேண்டும்?" என்கின்றார்.

(10) எவன் ஒருவன் தன் பகுத்தறிவு கொண்டு சிந்திக்கின்றானோ அவன் கண்ணுக்குக் கடவுளே தெரியாது. கடவுள் என்ற சங்கதி பிறர் சொல்லித்தான் தெரியுமே தவிர எவனுக்கும் தானாகத் தெரிவதில்லை. கடவுள் உண்மையாக இருந்து கடவுளைக் கும்பிடுவது உண்மையாக இருக்குமானால் இவனுக்குக் கடவுள் இருக்கிறது என்பதை இன்னொருவன் சொல்லி அறிந்து கொள்வானே? என்கின்றார் தந்தை பெரியார். இதில் சிந்தனையின் ஆழத்தைக் காணமுடிகின்றது.

நம்பிக்கையைப் பற்றி அய்யா அவர்களின் சிந்தனைகள் இவ்வாறு நடைபெறுகின்றன.

எல்லாம் வல்வர்: கடவுள் எல்லாம் வல்ல சக்தியுள்ளவர் என்று சொல்லப் பெறுகின்றது. இதுபற்றி அய்யா அவர்களின் சிந்தனையைக் காண்போம்.

(1) சர்வசக்தியுடைய கடவுள் ஒருவர் இருந்து, சர்வத்திலும் புகுந்து சர்வத்தையும் ஒன்று போலப் பார்ப்பவராக இருந்தால் சர்வத்தையும் ஒன்றுபோலவே சிருட்டிக்கலாமல்லவா?[22] வேறு வேறாகக் காணப்படுவதாலேயே சர்வ சக்தியும் வியாபகமும் சமத்துவமும் கொண்ட கடவுள் என்பதாக ஒன்றும் இல்லை என்பதுதான் உண்மை.

(2) கடவுள் சர்வவியாபியாய் இருக்கும் போதும், மனிதனுடைய காரியங்களையும் கவனித்து வருகின்றவராய் இருக்கும் போதும் மனிதனுக்குத் தனிப்பட்ட பிரார்த்தனை

எதற்கு? அதற்காக இடம் பொருள் நேரம் எதற்காகச் செலவு செய்ய வேண்டும்?

(3) இன்றையதினம் எத்தனைக் கடவுளர்கள் பணக்காரர்க் கடவுளாகவும், ஏழைக்கடவுளாகவும் உள்ளனர்? ஒரு கடவுளுக்குச் சோற்றுக்குக்கூட வழி இன்றிச் சொத்து ஒன்றும் இன்றி உள்ளது. மற்றொன்றுக்கு பத்து ஏக்கர் நிலம், இன்னொன்றுக்கு நூற்றுக்கணக்கான ஏக்கர் நிலங்கள். இன்னும் ஆயிரம் இலட்சக் கணக்கான மிகப்பணக்காரச் சாமியும் உள்ளது. இக்கடவுளர்க்கெல்லாம் எதற்குச் சொத்து? சர்வவல்லமையும் உள்ளதாக இருக்கும் போது இதற்குச் சாப்பாட்டுக்கு நிலமா வேண்டும்?

(4) பொய் பித்தலாட்டங்களையும் அக்கிரமத்தையும் அநீதியையும் வளர்க்கவே கோயில்கள் ஏதுவாக உள்ளன. கோயிலுக்கு வருபவனே சாமியின் பொருளைத் திருடுகின்றான். கோயிலின் கலசத்தைக் கும்பிட வருபவன் கவர்ந்து செல்லுகின்றான். கடவுளின் ஆபரணத்தைக் குருக்களே களவாடுகிறான். இன்னும் கடவுளையே பெயர்த்து எடுத்துக் கொண்டு போய் விற்றுவிடுகிறார்கள். இதிலிருந்து சாமியின் சக்தியும் கோயிலின் நிலையும் சந்தி சிரிப்பதுதான் மிச்சம்!

(5) 'கடவுள் எல்லாம் வல்லவர்' அவன் இன்றி ஓர் அணுவும் அசையாது' என்று கூறுபவன் தன் வீட்டுப் பெட்டியைப் பூட்டி வைக்காமல் இருக்கிறானா அல்லது எல்லாம்வல்ல கடவுள் பார்த்துக் கொள்வார் என்று தன் வீட்டுக்குக் கதவு, பூட்டு, தாள், போடாமல் இருக்கிறானா? அவ்வளவு ஏன்? கோயிலில் தான் இவையின்றிய நிலை உண்டா? முப்பது, நாற்பது அடி உயரமுதுள்ள மதில்களையும் கடந்து கோயிலில் கொள்ளை அடிக்கின்றானே, அவனை ஏன் கடவுள் தடுத்து நிறுத்த முடியவில்லை? தன் பொருளையும் தன்னையும் காத்துக் கொள்ள முடியாத கடவுள் நம்மை எப்படிக் காப்பாற்ற முடியும்?

6) உண்மையிலேயே கடவுள் நம்பிக்கை அற்றவர்கள் யார் என்றால் கடவுள் உண்டு என்று கூறுகிறவர்கள்தாம். ஏன்? உண்மையிலேயே கடவுள் சக்தி வாய்ந்தவர், எல்லா மனிதர்களிடத்திலும் கடவுள் இருக்கிறார் என்பது உண்மையானால் இவர்கள் ஏன் கடவுள் இருக்கிறார் என்று நம்மிடம் கூற வேண்டும்? சர்வசக்தி வாய்ந்தவர் கடவுள்

என்பது உண்மையானால் எங்களுக்குக் கடவுள் ஒருவர் உண்டு என்ற நம்பிக்கையைக் கடவுளே உண்டாக்கியிருக்கலாமே? - என்கின்றார்.

(7) கோயிலில் குழவிக் கல்லில் போய் முட்டிக் கொள்கின்றானே; எவனாவது அது கல் என்பதை உணருகின்றானா? உண்மையில் அங்குக் கடவுள் சக்தி இருக்குமானால் இரவில் திருடன் சாமியைக் குப்புறத்தள்ளி அதன் பெண்டாட்டியின் தாலியையும் சேலையையும் உருவிக்கொண்டு போகிறானே எந்தச் சாமியாவது ஏண்டா அப்படி என் மனைவியின் தாலியை உருவிக் கொண்டும் சேலையையும் அவிழ்த்துக் கொண்டும் போகிறாய்?' என்று கேட்கிறதா? அப்படித் தன் மனைவியின் தாலியையும் சேலையையும் காப்பாற்றாத கடவுள் மனிதனுக்கு என்ன சொல்ல முடியும். இதனை எவனாவது எண்ணிப் பார்க்கின்றானா?

(8) சர்வத்திலும் வியாபகமாக இருக்கிற கடவுள் - மக்களுக்கு ஏன் தான் இருப்பதாக, தன்னைத் தானாகத் தெரிந்து கொள்ளச் செய்ய முடியவில்லை?

(9) உண்மையில் ஒரு கடவுள் இருக்குமானால் நமக்குத் தெரியாமல் இருக்க வேண்டிய அவசியம் என்ன? அந்தக் கடவுள் தான் இருப்பதாக நமக்காவது ஏன் தெரியப்படுத்தக் கூடாது? ஐம்புலன்கட்கும் மனத்திற்கும் எட்டாமல் ஒரு கடவுள் ஏன் பயந்து கொண்டு இருக்க வேண்டும்? சர்வசக்தியுள்ள கடவுள் என்று சொல்லி உற்பத்தி செய்துவிட்டு அது நமக்கு விளங்கும்படி செய்யாவிட்டால் அஃது எப்படி சர்வசக்தி உடையதாகும்? இந்த வினாக்களுக்கு எந்த ஆத்திகனும் மறுமொழி தரமுடியாது.

(10) கடவுளும் மதமும் அறிவற்றவனைத் தான் ஆட்டும் என்பதோடு நம்பிக்கைக்காரனை வெறியனாகவும் பைத்தியக் காரணமாகவும் கூட ஆக்கிவிடும். ஆனால் எப்படிப்பட்ட தன்மையுள்ள கடவுளும் மதமும் பகுத்தறிவுவாதி இருக்கிற பக்கம் எட்டிக்கூடப் பார்க்கமுடியாது.

இப்படிச் செல்கின்றன அய்யா அவர்களின் சிந்தனைகள்.

உருவவழிபாடு: மணிவாசகப்பெருமான் கடவுளுக்கு உருவம் இல்லை, பெயர் இல்லை என்று கூறியதையும்; சித்தர்கள்

உருவவழிபாட்டைக் கடிவதையும் முன்னர் குறிப்பிட்டேன். அவற்றை நினைவு கூர்ந்த நிலையில் தந்தை பெரியாரின் இதுபற்றிய கருத்துக்களைக் கவனிப்போம். கல்லைக் கடவுள் என்று வழிபடும் மக்கள் பார்ப்பனரைச் சுவாமி' என்று குறிப்பிடுவதைக் காண்பதில் வியப்பில்லை என்கின்றார். அண்மைக்காலத்தில் கேரள சபரிமலை ஐயப்பன் பெரும்புகழ் பெற்றுள்ளான். ஆண்டு தோறும் எண்ணற்ற தமிழர்கள் - பெரும்பாலும் தொழிலாளர்கள், அலுவலர்கள் போய் வருகின்றனர். அவர்கள் ஒருவரையொருவர் வினவும் போது சுவாமி' என்று விளிக்கின்றனர்.[23]

(1) கடவுள் உருவமில்லாதவர், நிறம் இல்லாதவர், குணம் இல்லாதவர், எவர் கண்ணுக்கும் படாதவர், யாராலும் உணரமுடியாதவர், ஐம்புலன்கட்கும் அப்பாற்பட்டவர் என்று ஒருபக்கம் சொல்லிக் கொண்டு இன்னொருப்பக்கம் கழுதை, குதிரை, மாடு, களிமண், சாணி உருண்டை, குரங்கு, பல்லி, செம்பு, பித்தளை, கல், மரம், பாம்புப் புற்று, காக்காய், கழுகு ஆகியவற்றை மக்கள் வழிபடுகின்றனர். இஃது அறியாமை, வடிகட்டின முட்டாள் தனம் அல்லவா? என்று கேட்கின்றார் பெரியார்.

(2) கடவுளைப் பற்றிச் சொல்லுகின்றவர்கள் "கடவுள் பற்றற்றவர்; கருணையுள்ளவர், அன்பானவர், வேண்டுதல் வேண்டாமை இல்லாதவர், உருவமற்றவர், அங்கிங்கெனாதபடி எங்கும் நிறைந்திருப்பவர், 'அவனன்றி ஓரணுவும் அசையாது' என்றெல்லாம் சொல்லிவிட்டு, அதற்கு முற்றிலும் மாறான தன்மையில் மனிதனைப்போல் உருவம் அமைத்ததோடு நில்லாமல் அதற்குப் பெண்டாட்டி, பிள்ளைக்குட்டி, வைப்பாட்டி என்றெல்லாம் கற்பித்துக் கொண்டு அவற்றிற்குச் சோறு, சாறு முதலியவற்றைப் படைக்கின்றாயே. இஃது அறிவுள்ளவர் செயலா?" என்று கேட்கின்றார்.

(3) அன்பு மயமான ஆண்டவனுக்கு அவன் திருக்கைகளில் அரிவாள் சூலம், வில், வேல் போன்ற பயங்கரமான ஆயுதங்கள் வைத்திருப்பதுபோல் உருவம் அமைக்கப்பெற்றுள்ளது. இஃது அன்புள்ளவருக்குப் பொருத்தமான செயலா? இப்படியெல்லாம் படைப்பது காட்டுமிராண்டித்தனமல்லவா? இவ்வாறு படைப்பவர்களை அடியார்கள் என்று சொல்வதற்கு என்ன அருகதை? "நான் பந்தயம் கட்டிச் சொல்லுகின்றேன்; நம்

மக்களில் கடவுளை வணங்குகிறவர்களில் அறிவாளர்களோ யோக்கியரோ, உண்மை அறிந்தவரோ? இல்லை; இல்லை! இல்லவே இல்லை!" என்கின்றார் பகுத்தறிவுப் பகலவன்.

(4) திராவிடப் பொருளைச் சுரண்டுவதற்கு காரணமாயிருந்ததும், இன்றுவரை காரணமாய் இருந்து வருவதும். சிலை வணக்கமேயாகும். ஆரிய நச்சுமரத்திற்கு எருப்போட்டு நீர் ஊற்றி வருவது இந்தச் சிலை வணக்கமேயாகும்.

(5) சர்வ சக்தியிலுள்ள கடவுள் என்பதைச் சாதாரணச் சாணி உருண்டையாக ஆக்கிவைத்திருப்பது மாபெரும் அயோக்கியத்தனம்; ஆட்டுக்கல்லாக அடித்து வைத்திருப்பது அதைவிட பெரும் அயோக்கியத்தனம் என்கின்றார் பெரியார்.

(6) கடவுள் எங்கும் இருக்கிறார் என்றும் சொல்லி முடித்த பிறகு எதற்காகக் கோயில் கட்டி அதற்குள் குழவிக்கல்லைக் கொண்டுபோய் வைத்து இதுதான் கடவுள் என்று ஏன் சொல்ல வேண்டும்? உருவம் இல்லாதவர் கடவுள் என்று கூறிவிட்டு கடவுளுக்கு நான்கு கைகள், 12 கைகள் என்றும் இரண்டு தலை,ஆறு தலை என்றும் எதற்காகப் படைக்க வேண்டும்?

(7) கடவுள் எக்காலத்தும் என்றும் நிறைந்து நிற்கும் சக்தியாகச் சொல்லப் பெறுகிறது. அப்படிப் பார்த்தால் இராமன் எப்படிக் கடவுளாக முடியும்? கிருட்டிணன், கந்தன், விநாயகன் இப்படியாகச் சொல்லப்பெறுபவைகள் அனைத்தும் எப்படிக் கடவுளர்களாக முடியும்? இவர்கள் எல்லாம் பிறந்திறந்து போயுள்ளனர். சராசரி மனிதர்களின் குணம் படைத்தவர்களாக உள்ளனர். இவர்களை எப்படிக் கடவுளர்களாக ஒத்துக் கொள்ள முடியும்? என்று வினவுகின்றார்.

கோயில்கள்: உருவ வழிபாட்டின் விளைவாக எழுந்தவை திருக்கோயில்கள். மராமத்து செலவு அடிக்கடி ஏற்படும், எதிர் காலத்தில் இதனை எவரும் ஏற்கமாட்டார்களோ என்று எண்ணியே கல்லாலேயே கோயில்களைக் கட்டியுள்ளனர்.

(1) இந்நாட்டில் எத்தனைக் கோயில்கள்? வைணவர்களுக்கு 108 திவ்விய தேசங்கள். யாவும் ஆழ்வார்களால் மங்களாசாசனம் பெற்றவை; மங்களாசாசனம் செய்யப்பெறாத கோயில்கள் ஆயிரக்கணக்கானவை. சைவர்கட்குப் பாடல் பெற்ற தலங்கள் 274; வைப்புத்தலங்கள் - பாடல்களில் பெயர்கள் வைக்கப் பெற்றவை 233. இந்த இரண்டிலும் அடங்காதவை எண்ணற்றவை

பிள்ளையார் கோவில்கள் எத்தனை? ஆற்றங்கரை, அரசு மரத்துப்பிள்ளையார்கள் எத்தனை? சாலையோரங்களில் நாடோறும் தோன்றி வரும் கோயில்கட்குக் கணக்கே இல்லை. இது பக்தி பெருகி வருவதற்கு அடையாளமா? என்று கேட்கின்றார் பெரியார்.

(2) மதுரை மீனாட்சி - பந்தாரேசுவரர் கோயில், காஞ்சி ஏகாம்பரநாதர் கோவில், இராமேசுவரத்திலுள்ள இராமநாதர் கோயில் - இவை ஒவ்வொன்றும் நாடாளுமன்ற கட்டடத்தைவிட முப்பது, நாற்பது இலட்சம் அதிகம் போட்டாலும் கட்ட முடியாது. இவை ஒவ்வொன்றிலும் உள் / சாமிகளோ நாடாளுமன்ற உறுப்பினர்களைவிட ஏன்? வாக்காளர்களைவிட எத்தனையோ மடங்கு அதிகமாக உள்ளன. அந்தச் சாமிகளுக்கு ஆகின்ற செலவோ நாடாளுமன்ற உறுப்பினர்கட்குக் கொட்டி அழுகின்ற தெண்டச் செலவைவிட ஏராளமாக ஆகின்றது - என்று மனவருத்தத்துடன் பேசுகின்றார்கள் அய்யா அவர்கள்.

(3) நம் நாட்டைப் பிடித்துள்ள பெருங்கோயில்கள் தாம் நாம் கெட்டு சீரழிந்து அடிமையானதற்கு வறுமையில் கஷ்டப்பட்டுத் திண்டாடுவதற்கு எல்லாம் காரணம் என்பது அய்யா அவர்களின் கருத்தாகும். இவற்றை நம் வாழ்வைக் கெடுத்த சனியன்களே என்று வயிறெரிந்து பேசுகிறார்கள். கொள்ளையடித்த பணத்திற்குப் பரிகாரம் இதுதான் என்று நம்பியே பணக்காரர்கள் கோயில்களைக் கட்டுகிறார்கள். தவறாகத் திரட்டிய பணத்தின் ஒரு பகுதியை, தாமே அச்சடித்த 100 ரூபாய் 500 ரூபாய் நோட்டுகளைக் கட்டுக்கட்டாக திருப்பதி போன்ற திருக்கோயில்களின் உண்டியில் கொட்டுகிறார்கள். அவை நல்ல நோட்டுகளுடன் கலந்து புழக்கத்திற்கு வந்து விடுகின்றன. கல்லுச்சாமிகளைத் தம் தகாத செயல்களுக்குப் பங்காளிகளாக்கி விடுகிறார்கள். பண்ட உற்பத்திக்குமேல் பண உற்பத்தி பெருகி விடுவதால் விலைவாசி சொல்ல முடியாத அளவுக்கு உயர்ந்து விடுகின்றது. இங்குக் கடவுளர்கள் கயவர்களின் இழிசெயல்கட்குத் துணை போவதைக் காண்கின்றோம். கோயில் வருமானத்தைக் கொண்டு பக்தியை அளவிடுவது எவ்வளவு கேவலம் என்பது அறிவுள்ளவர்கட்குத் தெளிவாகின்றது.

(4) கடவுளர்களைப் பற்றிச் சொல்லப் பெறுகின்ற இலக்கணம், இலட்சியம் இவற்றிற்குச் சிறிதும் பொருந்தாத

அயோத்தி இராமன் எப்படிக் கடவுளாக முடியும்! கோகுலத்தில் வளர்ந்த கண்ணன், பழநி, திருச்செந்தூர் போன்ற கோயில்களின் எழுந்தருளியுள்ள கந்தன் ஆகியோர் எப்படிக் கடவுளர்களாக முடியும்? என்று கேட்கிறார்கள் அய்யர் அவர்கள். மனிதகுலம் படைத்த இவர்களை எப்படிக் கடவுளாக ஒத்துக் கொள்ள முடியும்?

(5) தமிழன் வணங்கும் கோயில்கள் ஆயிரக்கணக்கானவை. ஒரு மனிதன் ஒரு கடவுளுக்கு மேல் வழிபடுகின்றான், நம்புகின்றான் என்றால் அவன் கடவுளை நம்புகின்றவன் ஆகான் என்பது தானே பொருள்? அவன் கடவுளுக்கு உருவம் உண்டு என்று சொல்வானேயானால் அவன் கடவுளைப் பற்றிச் சரியாகத் தெரிந்து கொள்ளாதவன் என்று தானே கொள்ள வேண்டும்? இங்குத் தந்தை பெரியாரின் வினாக்கள் தத்துவத்தின் அடிப்படையில் அமைந்திருப்பதைக் காண்கின்றோம்.

(6) "கோயிலுக்குப் போகக்கூடாது; செத்தாலும் போகக்கூடாது. அங்கே என்ன இருக்கின்றது. குழவிக்கல்லைத் தவிர? யாராவது சொல்லுங்கள்" என்று சவால் விடுக்கும் தந்தை பெரியார், "எல்லா இடங்களிலும் எங்கும் நிறைந்த கடவுளுக்கு தனியான ஓர் இடத்தில் என்ன வேலை? எல்லாமாய் இருக்கின்ற இறைவனுக்கு குழவிக்கல்லாய் இருக்க வேண்டும் என்று என்ன தலை எழுத்து? எவனாவது சாபம் கொடுத்தானா?" என்று கிண்டல் பாவனையில் தொடுக்கும் வினாக்களுக்கு எந்த அடியாராவது பதில் சொல்ல முடியுமா?

(7) ஒரு கோயிலுக்குள் பூசைக்குரிய பலசிலைகள் உள்ளன. அவற்றுள் சில கரு அறைக்குள் உள்ளன; சில அந்த அறைக்கு வெளியே உள்ளன. இரண்டு வகைகளும் கடவுளர்களே; சாத்திரப்படி குடமுழுக்கு செய்யப்பெற்றவையே. வெளியிலிருக்கும் கடவுளர்களைத் தொடலாம்; தொட்டுக் கண்ணில் ஒற்றிக் கொள்ளலாம். கருவறைக்குள் இருக்கும் கடவுளை மாத்திரம் நெருங்கக் கூடாது என்றால் இதில் யோக்கியமிருக்கிறதா? என்று வினவுகின்றார் தந்தை பெரியார்.

(8) வடநாட்டில், குறிப்பாக வாரணாசியில், கங்கையில் நீராடிவிட்டு வில்வத்தைக் கையில் கொண்டுவரும் அடியார்கள் விசுவாசநாதர் கோயிலில் உள்ள இலிங்கத்தின் மீது வில்வத்தைத் தூவுகின்றனர்; தொட்ட கைகளைக் கண்ணில் ஒற்றிக் கொள்ளுகின்றனர். தென்னாட்டில் மட்டிலும் ஏன் இந்த நிலை

ஏற்படவில்லை? சாத்திரங்களில் இதற்கு இடம் இல்லையா? என்று வினவும் பெரியாருக்கு எந்த சாத்திர அறிஞர் என்ன பதில் சொல்ல முடியும்?

இங்ஙனம் பல்வேறு விதமாகச் சொல்மாரிகளை வீசும் பெரியாருக்கு பதில் கண்மூடி மௌனியாக இருக்கும் அடியார்களைத் தான் காண்கின்றோம்.

இவ்விடத்தில் அடியேனுக்கு ஒன்று சொல்லத் தோன்றுகின்றது. இந்தக் கோயில்கள் எல்லாம் ஆரியர்களின் பார்ப்பனர்களின் - சூழ்ச்சியால் ஏற்படவில்லை. எதோ காலந்தோறும் தோன்றி வருகின்றன. நாடோறும் எண்ணற்ற அடியார்கள் - சைவர்கள், வைணவர்கள் உட்பட - திருத்தலம் பயணம் மேற்கொண்டு மூர்த்திகளை வழிபட்டு மன அமைதியினைப் பெறுகின்றனர். வடநாட்டினர். தென்னாட்டினர் யாவரும் காசிக்கும் இராமேசுவரத்திற்கும் பயணம் செய்து வருகின்றனர். மக்கட்பேறு வேண்டுவோர் இராமேசுவரத்திற்கும் வீடுபேறு வேண்டுவோர் காசிக்கும் சென்று வருகின்றார்.

திருக்கோயில்களுக்குச் சென்று வருவதால் பெறும் பயனைப் பற்றியும் நூல்கள் உள்ளன. அங்கு சென்று வருவது மூடத்தனம் என்று பெரியார் அவர்கள் பேசிய பேச்சும், எழுதிய கட்டுரைகளும் நூல்களாக உள்ளன. இரண்டையும் மக்கள் படித்து அவரவர்கள் விரும்பும் பயனைப் பெற்று வருகின்றனர். இவ்வாறு இரண்டு விதக் கருத்துக்களும் மன்பதையின் நடுவே என்றும் உலவிவரும் என்பதுதான் உண்மை.

கடவுள் மறுப்பு: இதுபற்றிய தந்தை பெரியாரின் சிந்தனைகளை ஈண்டுக் காட்டுவேன்.

(1) கடவுளுக்கு இலட்சணமோ குறிப்போ ஏதாவது ஒன்று விளக்கமாகச் சொல்லக்கூடிய நிலைமை ஏற்பட்டிருந்தால், இவ்வளவு காலத்துக்குள்ளாகக் கடவுள் சங்கதியில் இரண்டில் ஒன்று, அஃதாவது உண்டு இல்லை என்கின்ற ஏதாவது ஒரு முடிவுக்கு உலக மக்கள் வந்திருப்பார்கள் என்கின்றார்.

(2) இன்றைய தர்மம் நாளைக்கு அதர்மமாகித் தலைகீழாக மாறக்கூடும். அத்தகைய நிலைமை வரும்போது இன்றைய நிலைமை எல்லாம் கடவுள் கட்டளை என்றால் அதனை மாற்ற முற்படுகின்றவன் கடவுள் கட்டளையை மறுக்க - ஏன்

கடவுளையே - மறுக்கத் துணிந்தாக வேண்டும். கடவுளை மறக்கத் துணிந்தவனே தர்மத்தின் பெயரால் உள்ள இன்றைய கொடுமையை ஒழிக்க முடியும்.

(3) கடவுள் மறுப்பு என்றால் எல்லாக் கூட்டங்களிலும் கடவுள் வாழ்த்து மரபாக வருவது போல், பொதுக் கூட்டத்தில் முதல் நிகழ்ச்சியாக,

கடவுள் இல்லை
கடவுள் இல்லவே இல்லை
கடவுளைக் கற்பித்தவன் முட்டாள்
பரப்பினவன் அயோக்கியன்
வணங்குகிறவன் காட்டுமிராண்டி
கடவுள் இல்லை; இல்லவே இல்லை.

என்பதாகச் சொல்லிவிட்டு மற்ற நிகழ்ச்சிகளைத் தொடங்குவது தான் கடவுள் மறுப்பு என்றதாகும்.

(4) கடவுள் என்றால் என்ன என்று எப்படிப்பட்ட ஆத்திகராலும் சொல்ல முடியவில்லை. ஆகவே ஒவ்வொரு ஆத்திகனும் தனக்குப் புரியாத ஒன்றையே தன்னால் தெரிந்து கொள்ள முடியாததும் பிறர்க்கு விளக்க முடியாததும் ஆகிய ஒன்றையே குரங்குப் பிடியாய்ப் பிடித்துக் கொண்டு கடவுள், கடவுள் என்று அழுகின்றான். இந்தப் பிடியைத் தளர்த்திக் கடவுள் இருப்பினை மறுக்க வேண்டாமா?

(5) கடவுள் கண்ணுக்கும் எட்டாதவன்; அறிவுக்கும் எட்டாதவன்; மனத்துக்கும் எட்டாதவன் என்று ஆத்திகன் கூறுகின்றான். இந்த மூன்றுக்கும் எட்டாதவன் பிறகு எதற்குத்தான் எட்டுவான்? இதுபற்றி ஏன் ஆராயக் கூடாது? அப்படியே நம்பவேண்டும். அதற்குப் பெயர்தான் ஆத்திகம். இப்படி எதற்கும் எட்டாதது எப்படிக் கடவுளாகும்? என்று கேட்டால் நாத்திகமா? இப்படி வினவுகின்றார் அய்யா.

(6) கடவுள் ஒரு காரியத்தைச் சாதிக்க வேண்டும் என்று நினைத்தால் எதற்கு மனிதனாகப் பிறந்து வரவேண்டும்? அவன் மனத்தில் நினைத்தால் நினைத்தபடி ஆகிவிட வேண்டாமா? இராமன் கடவுளாக இருந்தால்? 'ஏ இராவணா, நீ மாண்டு போக வேண்டும்' என்று சங்கல்ப்பித்தாலே போதுமே; அவன் செத்துப் போயிருப்பானே!

(7) "கடவுள் என்கிறார்களே; என்ன கடவுள்?" வேதத்தில் கடவுள் உண்டா? ஒரு கடவுள் இருந்ததாகச் சொல்லட்டும்; ஒத்துக் கொள்கின்றேன்; வேதத்தில் கடவுள் இல்லை. நான் ஒன்றும் புளுகுபவன் அல்லன். அதில் எங்கே இருக்கிறது என்று எடுத்துக்காட்டட்டும்; ஒத்துக் கொள்ளுகிறேன். அதுவும் தமிழனைப் (திராவிடனைப்) பொறுத்தவரையில் கடவுளே இல்லை.

இவ்விடத்தில் பாரதியார் 'கண்ணன் - என்தாய்' என்ற 'கண்ணன் பாட்டில்'

சாத்திரம் கோடி வைத்தாள்; - அவை
  தம்மினும் உயர்ந்ததோர் ஞானம் வைத்தாள்;
மீத்திடும் போதினிலே நான்
  வேடிக்கை யுறக்கண்டு நகைப்பதற்கே
கோத்தபொய் வேதங்களும் மதக்
  கொலைகளும் அரசர்தங் கூத்துகளும்
மூத்தவர் பொய்நடையும் இள
  மூடர்தம் கவலையும் அவள் புனைந்தாள்(9)²⁴

என்று கூறுவதை நினைவு கூர்ந்து மகிழலாம். ஒருவகையில் தந்தை பெரியார் பாரதியாரின் உள்ளத்திலிருந்து பேசுவது போல் தோன்றுகின்றது.

(10) 'கடவுள் இல்லை' என்று சொல்லிக் கொண்டு கடவுளைச் செருப்பால் அடித்துக் கொண்டிருக்கும் ஒருவன்²⁵ 92 ஆண்டுகளுக்கு மேல் வாழ்கின்றான் என்றால் உண்மையில் கடவுள் இருந்தால் தன்னை இழிவு படுத்துகிறவனை இவ்வளவு நாள் விட்டு வைத்திருக்குமோ? தண்டனையும் கொடுக்கவில்லை. ஏன்? கடவுள் இல்லை என்பதே உண்மை.

(11) கடவுளைக் கற்பித்தவன் முட்டாள் என்கின்றதைக் கேட்டு ஒருவன் கோபம் அடைகிறான். ஒருவரின் மனம் நோகிறது என்றால் அவன் கடவுள் தானாகத் தோன்றினாரா என்பதை நம்பவில்லை என்பதோடு கடவுள் ஒருவனால் உண்டாக்கப்பெற்றது என்று கருதுகிறான் என்பதுதானே பொருள்?

(12) கடவுள் என்றால் என்ன என்பதைப் புரிந்து கொண்ட மனிதர் கடவுள் நம்பிக்கைக்காரர்களில் ஒருவரும் இல்லை. ஒருபொருள் இருந்தால் தானே அஃது இன்னது என்று புரிந்து

கொள்ளமுடியும்? அஃது இல்லாததனாலேயே கடவுள் நம்பிக்கைக்காரர்கள் ஆளுக்கு ஒருவிதமாகக் கடவுளைப் பற்றி உளறிக் கொட்டுகின்றனர்.

(13) "எப்போதுமே நான் கடவுளையும் மதத்தையும் அவை சம்பந்தப்பட்ட எவற்றையுமே 'வெங்காயம்' என்றுதான் சொல்வேன். வெங்காயம் என்றால் வித்து இல்லாதது; வெறும் சதை அச்சொல்லின் பொருள் - வெறுங்காயம்; உயிரற்ற உடல்; விதை இல்லாதது; உரிக்க உரிக்கத்தோலாகவே - சதையாகவே வந்து முடிவில் சூனியமாய் - விதை இல்லாத்தன்மையதாய் - முடிவது என்பது. ஆகவே வித்து, விதை இல்லாத காரணத்தால் அதற்கு வெங்காயம் என்ற பெயர் உண்டாகிறது. அது போன்றனவே. கடவுளும் மதமும் ஆகும். இச்சொற்களுக்கு இயற்கைப் பொருள்களே இல்லை. கற்பிக்கிறவர்கள் சொல்லும் பொருள்தான்"

இந்த உவமையின் சிறப்பைப் பாராட்டும் முகத்தான் இலால்குடி திராவிடக் கழகத்தினர் (திருச்சி மாவட்டம்) நான் துறையூரில் பணியாற்றின காலத்தில் *(1941-50)* ஏதோ ஒரு வருடத்தில் தந்தை பெரியாருக்கு எடைக்கு எடை (துலாபாரம்) வெங்காயப் பரிசு அளித்ததை நினைவுகூர முடிகின்றது.

கடவுள் ஒழிப்பு:

இதுபற்றிய அய்யா அவர்களின் சிந்தனைகளைக் காண்போம்.

(1) கடவுள் தன்னைச் செல்வனாகப் பிறப்பித்ததற்காக செல்வனொருவன் திருக்கோயிலை எழுப்புகிறான் என்றால், வறிஞனாகப் பிறப்பித்தற்காக அந்த வறிஞன் அத்திருக்கோயிலை இடித்துத் தள்ள வேண்டாமா! அல்லது அத்திருக்கோயிலில் எழுந்தருள்விக்கப் பெற்ற தெய்வத்திருமேனியைத் தூள் தூளாக்க வேண்டாமா? கடுமையான யோசனை. இங்கு வைதிகரின் கருத்து பொடியாக்கப் பெறுகின்றது. இந்தக் கடவுளையும் ஆத்திகத் தன்மையையும் ஒழித்துக்காட்டாமல் மனிதன் மனிதத் தன்மையை அடைய முடியாது என்பது அய்யா அவர்களின் அசைக்க முடியாத அபிப்ராயம்.

(2) கடன்பட்டு வட்டி கொடுத்த மக்களுடையவும் பாடுபட்டு பலனைக் கொடுத்த மக்களுடையவும் மனமும் வயிறும் வாயும் பற்றி எரிய எரிய அந்த உழைப்பாளிகளின்

பணங்களைக் கொண்டு திருக்கோயில் எழுப்பவும் வாகனங்கள் செய்யவும், திருமேனிக்குக் கிரீடம் அமைக்கவும் திருக்கல்யாணம் செய்யவும், திருவிழாவான வேடிக்கை உண்டாக்க ஏற்படுத்தப் படுமானால் யார்தான் சகித்துக் கொண்டு இருக்க முடியும்? இந்த அக்கிரமங்களைப் பார்த்துக் கொண்டு எந்தக் கடவுள் தான் இருக்க முடியும். அப்படி ஒரு கடவுள் உள்ளது என்று சொல்லப் பெறுமானால் அப்படிப்பட்ட கடவுளை அழித்து ஒழித்து விடுவதால் என்ன நட்டம்? என்று கேட்கின்றார் அய்யா.

(3) கடவுளைப் பற்றிய எண்ணமே கூடாது என்பது அய்யாவின் கருத்தன்று. மனிதச் சமூகச் சமதர்ம வாழ்வுக்குத் தடையாய் எந்தக் கடவுளும் இருக்கக் கூடாது என்றும், அப்படிப்பட்ட கடவுள் இருக்கக்கூடாது என்று தான் அய்யா அவர்கள் வற்புறுத்திப் பேசுகின்றார்கள்.

(4) புலிக்கு ஆடுகளால் ஏற்படுத்தப்பெற்ற உணவு என்பது போலவும், பூனைக்கு எலி கடவுளால் ஏற்படுத்தப் பெற்ற உணவு என்பது போலவும், ஆணுக்குப் பெண் கடவுளால் ஏற்படுத்தப் பெற்ற அடிமை என்பதாகக் கருதி நடத்தப் பெற்று வருகின்றனர். உண்மையிலேயே கடவுள் இப்படி ஒரு நீதி ஏற்படுத்தி இருப்பாரானால் முதலில் அந்தக் கடவுளை ஒழித்து விட்டுத்தான் வேறு காரியம் பார்க்க வேண்டும்,

(5) கோயிலுக்குப் போய்ச் சாமியைத் தொட்டால் சாமி தீட்டுப்பட்டுச் செத்துவிடும் என்கிறானே பார்ப்பான்! 'வெளியிலிருந்து கன்னத்தில் போட்டுக்கொள்'என்கிறானே? நீயும் அதை ஒத்துக் கொண்டு எட்டி நின்றால் கீழ்ச்சாதி என்று ஒத்துக் கொள்வதாகத்தானே பொருள்? மானமுள்ளவன் கோயிலுக்குப் போகலாமா? - என்கிறார் பெரியார்.

(6) நான் ஏன் இராமனை எரிக்கச் சொன்னேன்? நான் என் பிள்ளையாரை உடைக்கச் சொன்னேன்? இதன் காரணம் 100க்கு 90 விழுக்காடு பிள்ளையார் கடவுள் அல்ல என்பதாக இருந்தாலும் அதன் பிறவிக் கதைகள் கடவுள் தன்மைக்கு ஏற்றதல்ல என்பதோடு அந்தக் கதைகள் காட்டு மிராண்டிக் கதைகள் என்பது விளக்கப்படவேயாகும்.

(7) கடவுள் ஒழியாமல் நாம் மனிதனாகவே முடியாது. பணக்காரனாக பதவிகளை வகிக்கலாம்; ஆனால் மனிதனாக முடியாது. எங்கெங்குப் பகவான் - கடவுள் - ஒழிகின்றானோ

அங்கெல்லாம் அறிவாளி தோன்றுவான்; அறிவியலறிஞன் தோன்றுவான்.

(8) தமிழனை முட்டாளாக ஆக்குவது கடவுள். அதை ஒழிப்பது தான் எங்கள் வேலை. தமிழனை இழிவுபடுத்துவது சாத்திரம், மதம், புராணம். அவற்றை ஒழிப்பதும் நெருப்பிலிட்டுக் கொளுத்துவதும் தான். எங்கள் வேலை - என்கின்றார்கள்.

(9) பெரியார் சொல்லுவார்: "இந்த ஊர்க் கோயிலை நீங்கள் தான் கட்டினீர்கள். கல்தச்சருக்குக் காசு கொடுத்துக் குழவிக் கல்லை அடித்து வைக்கச் சொன்னீர்கள். சாமி பூசைக்கு மானியம் விட்டீர்கள். இவ்வளவும் பண்ணிவிட்டு நீ கோயிலின் வெளியிலிருந்து கன்னத்தில் போட்டுக் கொள்ளுகிறாயே! நீ இழிசாதி. நீ தொட்டால் சாமி தீட்டாகிவிடும். சாமி செத்துவிடும்" என்கின்றான். இதை பொறுத்துக் கொண்டுதானே சாமி கும்பிடுகிறாய். இப்படி நீ தொட்டால் தீட்டாகிவிடும். செத்துவிடும்' என்கிற கடவுளை நீ கும்பிடலாமா? -என்று கேட்கின்றார்.

(10) மனிதன் இழிவுக்கு, மானமற்ற தன்மைக்கு, பகுத்தறிவற்ற தன்மைக்கு, கடவுள் நம்பிக்கை காரணமாக இருப்பதால் அதை ஒழித்துக் கட்டவேண்டும் என்கின்றோமே தவிர கடவுள் மேல் எங்களுக்கு எந்தவிதக் கோபமும் இல்லை - என்கின்றார். இக்கருத்து நீண்ட ஆய்வுக்கு உட்படுத்தப்பெறல் வேண்டும்.

2. சமயம்

இவ்வுலகம் தோன்றிய நாள் தொட்டு மக்களிடையே ஏதோ ஒருவகையில் சமயம் நிலவி வருகின்றது. மக்கள் அன்றாட வாழ்க்கை ஒழுங்கு பெறவிருக்கும் நன்னெறிகளின் தொகுதியே சமயம் ஆகும். நம் நாட்டில் நிலவும் சமயங்கள். சைவம், வைணவம், புத்தம், சமணம் என்பவையாகும். நடைமுறையிலுள்ள மதம் அல்லது சமயத்தைப் பற்றிப் பெரியார் கூறுவது.

(1) நம்மீது ஆதிக்கம் செலுத்த ஏற்படுத்திக் கொண்டிருக்கும் சூழ்ச்சி என்னும் கட்டடம் மதம் என்னும் சிமெண்ட் (சீமைக்காரை) சுண்ணாம்பினால், கடவுள் என்னும் கற்களைக் கொண்டு என்றும் அழியாத மாதிரியில் பலமாகக் கட்டி, அதைச் சாத்திரம் புராணம், மறுபிறவி, சொர்க்கம், மோட்சம்

என்னும் அழகான சித்திர வேலைகளுடன் பூசப் பெற்றுள்ளது-என்று விளக்குவார்.

(2) மதம், கடவுள், சாத்திரம், மனிதச் சமுதாயத்தை முறைப்படுத்தவும் ஒழுக்கம், நாணயம் முதலியவற்றை வளரச் செய்யவும் ஏற்படுத்தப் பெற்றிருக்க வேண்டும். ஆனால் நாளடையில் இது (மதம்) ஒருசில சுயநல சோம்பேறிகளிடம் அகப்பட்டுக் கொண்டு, இன்றைக்கு அதற்கு நேர்மாறாக நாணயமற்ற தன்மையும் தீயொழுக்கமும் அயோக்கியத்தனமும் தான் வளருகின்றன. மதம் ஆஷாடபூதிகள், போலி வேடதாரிகள் நிறைந்ததாக மாறிவிட்டது என்று கருதுகின்றார் அய்யர்.

3) மதம் என்பதைப் பலவிதமாகச் சமயத்துக்குத் தக்கபடி சொல்லுவார்கள். மனித வாழ்வுக்காக மனிதனுடைய முடிவான இலட்சியத்தை அடையத்தக்க ஏற்பாடுகளே, விதிகளே, எண்ணங்களே மதம் என்று சொல்லலாம்.

(4) எவ்வளவு .... அறிவாளியான நல்ல .... உண்டாக்கப்பட்டது .... தெய்விகத் தனிச்சக்தி, ... ஏற்படுத்தப்பெற்றது ....

(5) மதம் என்பது .... அறிந்திருப்போர் .... அறியாது பழமை ....கண்மூடித்தனமாகப் .... பெரும்பாலோர் என்பதைத் தெளிவாக எடுத்துக் காட்டுகின்றார். அய்யா அவர்களின் இந்தக் கருத்தினை அடிப்படையாகக் கொண்ட மக்கட் சமுதாயத்தைக் கூர்ந்து நோக்கினால் இந்த உண்மை நமக்கும் தெளிவாகும்.

(6) மதம் என்பது மனிதனின் உலகவாழ்க்கையின் நடப்பிற்கு வழிகாட்டியான கொள்கைகளைக் கொண்டது; அது நம்மைப் போன்ற ஒரு மனிதனால் ஏற்படுத்தப்பெற்றது; அது காலதேசவர்த்தமானப்படி மக்கள் சௌகரியத்திற்காகத் திருத்தி அமைக்கக்கூடிய உரிமையுள்ளது. மனிதனுடைய அறிவுக்கும் ஆராய்ச்சிக்கும் இடந்தரக்கூடியது என்று சொல்லுகின்ற எந்த அமைப்பையும் பெரியார் எதிர்த்ததே இல்லை என்பதை நாம் அறிய வேண்டும். (இக்கருத்தை அடிப்படையாகக் கொண்டே ஆகமங்கள் கால .... அடைகின்றன.)

(7) அரசு, மதம், கடவுள் ஆகிய அமைப்பை எதிர்ப்பதற்குக் காரணம் அவை மக்களின் தீமைக்குக் காவலாய் இருக்கின்றன என்கின்ற ஒரே நோக்கமேயல்லாமல் அவருக்கு அவற்றின்

மேல் எந்தவிதக் காழ்ப்பும் பொறாமையும் வெறுப்பும் இல்லை என்பதை அவரே தெளிவாக வற்புறுத்தி எடுத்தோதுவதைக் காணலாம்.

(8) மனிதன் சட்டமோ, மதக்கொள்கையோ ஏற்படுத்த வேண்டுமானால் ஐம்புலன்களின் இயற்கை உணர்ச்சிக்கும் ஆசையின் சுபாவத்திற்கும் ஏற்றவிதமே விதி செய்ய வேண்டும். அதற்கு விரோதமான கொள்கை கொண்ட மதமும் சட்டமும் மனிதனை அடிமையாக்கிச் சிறைப்படுத்துவதற்கு ஒப்பாகும் என்பது அய்யாவின் ஆணித்தரமான கருத்து. மனிதாபிமானமே தந்தையவர்களின் பேச்சும் மூச்சுமாக இருந்தன.

(9) சீவர்களிடத்தில் அன்பு செலுத்துவதுதான் சைவம் என்பதனால் தாமும் சைவனாகவும் அதன்மூலம் தாமும் ஒரு சைவன் என்று சொல்லிக் கொள்ளவும் ஆசைப்படுவதாகச் செப்புகின்றார்.

(10) சீவர்களிடத்தில் இரக்கம் காட்டுவது சீவர்களுக்கு உதவி செய்வது ஆகிய குணங்கள் தாம் திருமால்; அக்குணங்களைக் கொண்டு ஒழுகுவதுதான் வைணவம் என்பதனால் விட்டுணு விடத்திலும் வைணவனிடத்திலும் தமக்கு எவ்விதத்திலும் தகராறு இல்லை என்று அய்யா சொல்லுவதோடு நில்லாது தாமும் தம்மை ஒரு வைணவன் என்று சொல்லிக் கொள்ளும் நிலைமை ஏற்பட வேண்டும் என்பதே தமது விருப்பமாகும் என்று உறுதியுடன் சொல்லுகின்றார்.

(11) மதமே மனிதனுடைய சுயமரியாதைக்கு விரோதி. மதமே மனிதனுடைய சுதந்திரத்திற்கு விரோதி. மதமே மனிதனுடைய அறிவு வளர்ச்சிக்கு விரோதி. மதமே மனித சமூக சமதர்மத்திற்கு விரோதி. மதமே கொடுங்கோலாட்சிக்கு உற்ற துணை. மதமே முதலாளி வர்க்கத்துக்குக் காவல். மதமே சோம்பேறி வாழ்க்கைக்கு ஆதரவு, மதமே பார்ப்பன சமூகத்தினரின் பிழைப்புக்கு வழி - எவ்வளவு ஏக்கமிருந்தால் எரிமலைப் பிழம்பு போல் இவ்வார்த்தைகள் அவர்தம் உள்ளத்திலிருந்து வெளிப்பட்டிருக்க வேண்டும்?

(12) மதவாதி மோட்சத்திற்குப் போகக் கோயில் கட்டச் செய்வான். குளம் வெட்டச் செய்வான். எறும்புப் புற்றுக்கு அரிசி போடச் செய்வான். பாம்புப் புற்றுக்கு பால் வார்க்கச் செய்வான். ஆனால் மனிதனுக்குத் தொண்டு செய்வதன் மூலம்

மனித இனம் மேன்மை அமைய வேண்டும் என்று எந்த மத நிறுவனமோ மதவாதிகளே போதிப்பதில்லை.

இந்தக் காரணங்களால் தந்தை பெரியாரை இராமாநுசர், இராமகிருஷ்ண பரமஹம்சா, இராமலிங்க அடிகள், காஞ்சி பெரியவர் என்பவர்களோடு ஒப்பவைத்துப் பாராட்ட வேண்டும் என்று என் சிறுமனம் எண்ணுகின்றது.

மதக்கேடுகள்: மதத்தினால் விளையக்கூடிய கேடுகளைப் பற்றிய அய்யாவின் சிந்தனைகள்:

(1) மதத்திற்கும் உலக இயற்கைக்கும் எப்போதுமே சம்பந்தம் இருப்பதில்லை. ஏனெனில், பெரும்பாலும் எல்லா மதங்களுமே

உலக இயற்கைமீது ஆதிக்கம் செலுத்தி அதை வழிமறித்துக் கண்மூடித்தனமான செயற்கையில் திருப்புவதையே நோக்கமாகக் கொண்டுள்ளன. அதனால் மதம் கலந்த படிப்பு இயற்கை அறிவுக்கும் ஆராய்ச்சிக்கும் இடம் அளிக்காமலே போய் விடுகின்றது.

(2) மதமே மனிதனுடைய சுயமரியாதைக்கு விரோதி. மதமே மனிதனுடைய சுதந்திரத்திற்கு விரோதி. மதமே மனிதனுடைய அறிவு வளர்ச்சிக்கு விரோதி. மதமே மனித சமூக சமர்மத்திற்கு விரோதி. மதமே கொடுங்கோலாட்சிக்கு உற்ற துணை. மதமே முதலாளி வர்க்கத்துக்குக் காவல். மதமே சோம்பேறி வாழ்க்கைக்கு ஆதரவு. இச்சிந்தனை வெட்டு ஒன்று துண்டு இரண்டாகக் காட்டிவிடுகின்றது மதக்கோட்பாடுகளை.

(3) எந்த வழியில் எந்த மாதிரியில் எவ்வளவு நல்லமுறையில் கடவுளையும் மதத்தையும் வேதத்தையும் சிருட்டித்துக் கொண்டாலும் அது மனித சமூகப் பெரும்பான்மை மக்களுக்கு ஆபத்தையும் கேட்டையும் பிரிவினையையும் முரட்டுத்தனத்தையும் குரோதத்தையும் அடிமைத்தன்மையையும் உண்டாக்கியே தீரும். உலகில் மதங்களால் ஏற்பட்ட மாபெரும் போர்களே இவற்றை மெய்ப்பிக்கின்றன.

(4) கள்ளினால் உண்டாகும் வெறியைவிட இம்மாதிரி மதங்களால் ஏற்படும் வெறி அதிகமான் கேட்டைத்தருகின்றது. கள் குடித்தவனைக் கொடுக்கின்றது. மதம் மனத்தில் நினைத்தவனையே கெடுக்கிறது. வள்ளுவர் பெருமான் கள்ளுக்கும் காமத்துக்கும் ஒப்பிடுவதை நினைவூட்டுகின்றது இது.

(5) நான்காவது ஐந்தாவது சாதியாக்கி - பார்ப்பனரல்லாத மக்களை மடமையில் அழுத்தி வைக்கவே வேத, புராண மதம் வழி செய்கின்றன. இதைக் கொஞ்சமேனும் எடுத்துச் சொல்ல, திருத்த முயற்சி செய்தாலும் நாத்திகன் மதத்துவேஷி என்று சொல்லித் தலையில் கல்லைத் தூக்கி வைத்துவிட்டால் என்ன பொருள்?

(6) எந்த மதத்திலும் எந்தச் சமுதாயத்திலும் பாவமன்னிப்பு எளிதில் இருக்கிறதோ, அனுமதிகப் பெறுகின்றதோ, அந்த, மதத்தில், சமுதாயத்தில் அயோக்கியர்கள் அதிகமாகத்தான் இருப்பார்கள். இதில் அதிசயம் ஒன்றுமில்லை.

(7) இன்று மதமானது ஒருவரையொருவர் ஏய்க்கவே பயன்படுத்தப் பெறுகின்றதே அல்லாமல், தொல்லையில்லாதிருக்க நிம்மதியான வாழ்வு வாழ உதவுவதாக இல்லை. போலி வாழ்க்கைக்காரருக்குத் திரையாகவே மதமும் பக்தியும் உதவுகின்றன. இன்றைய வாழ்க்கையில் பல போலித்துறவிகள் வழக்கில் சிக்கிக் கொண்டிருப்பதைக் காண்கின்றோம். இதனை நினைந்தே வள்ளுவப் பெருந்தகை,

வலியில் நிலைமையான் வல்லுருவம் பெற்றம்
புலியின்தோல் போர்த்துமேய்ந் தற்று (குறள்-273)

என்று கூறிப் போந்தார்.

(8) மதங்கள் பிரிவினைக்கும் பேதத்திற்கும் காரண மாத்திரமல்லாமல் மடமைக்கும் மூடநம்பிக்கைக்கும் காரணமாக உள்ளன. அச்சத்தின் அத்திவாரத்தின் மீது ஆண்டவன் இருப்பது போல், மூடநம்பிக்கை மடமை என்ற அத்திவாரத்தின் மீதே மதங்கள் இருக்கின்றன.

(9) மதம் மனித சமுக முற்போக்கைத் தடை செய்வதுடன் மனித சமூக ஒற்றுமைக்கும் சுதந்திரத்திற்கும் சம உரிமைக்கும் இடையூறாய் உள்ளது.

(10) ஓரிரு கோடி ரூபாய் பணமும் ஓரிரு ஆயிரம் ஆட்களும் 5-6 மொழிகளில் செய்தித்தாள்களும் வைத்துக்கொண்டு ஓர் ஈன மிருகத்திற்கும் தெய்வத்தன்மை கற்பித்து அற்புத அதிசயங்கள் செய்ததாகக் கதை கட்டிவிட்டுப் பிரச்சாரம் செய்தால் ஓர் ஆண்டுக்குள்ளேயே பல இலட்சக்கணக்கில் மக்கள் மண்டியிட்டுப் பின்பற்றும் புதிய மதத்தைக் காணலாம்.

இந்தப் போக்கில் அய்யா அவர்களின் சிந்தனைகள் அமைகின்றன.

(அ) மதவாதிகளின் கொடுமை: மதவாதிகளின் கொடுமைகளைப் பற்றிய அய்யா அவர்களின் சிந்தனைகள் இவை:

(1) மதத்தின் ஆதிக்கத்தில் கட்டுண்டு இருப்பவர்கட்கு ஆவேசமும் வெறியும் உண்டாவதுதான் முக்கிய பலனாக இருக்கின்றதேயன்றி, அது சிரமப்படுகின்ற, ஒரு பாவமும் அறியாத பாமர மக்களுக்குக் காரியத்தில் என்ன நன்மை செய்துள்ளது? மதத்தால் மக்களுக்கு என்ன ஒழுக்கம் ஏற்பட்டுள்ளது? இந்த வினாக்களுக்கு மறுமொழி என்ன கூறமுடியும்? ஏதாவது இருந்தால் தானே சொல்ல முடியும்? வேண்டுமானால் இவை மதத்துரோகமான வினாக்கள் என்று கூறித் தட்டிக் கழிக்கலாம்.

(2) குரு, பாதிரி, முல்லா, புரோகிதர்கள் என்கின்ற கூட்டத்தார்கள், அரசர்கள், செல்வர்கள், சோம்பேறிகள் ஆகியவர்கள் உரிமம் (License) பெற்ற காலிகளேயாவர்கள்.

இவர்களின் உழைப்பின் பயன் எல்லாம் அரசர்கட்கும், செல்வர் கட்கும், சோம்பேறிக் கூட்டத்தார்களான மதப்பாசாண்டிகட்கும் பயன்பட்டதாகும். கடுமையான சொற்கள். ஆயினும் இவை அவர்கள் காதில் ஓதினாலும் பலன் இராது. அவ்வளவு தூரம் அவர்கள் உணர்வு தடித்துப் போய்விட்டது.

(3) 'அன்பே சிவம்', அன்பே வெங்காயம்' என்கின்றான் சைவன். இந்தச் சைவன் இதுவரை யாரிடத்தில் எந்தக் காரியத்தில் அன்பு காட்டியுள்ளான்.? அன்பு அகிம்சை கொள்கைகளையுடைய சமண பௌத்தர்களை ஒழித்தான். அன்பு அகிம்சை காட்டியதாலேயே அவர்களைப் பனங்காயைச் சீவுவதுபோலத் துண்டாகத் தலையைச் சீவியும் கழுவில் ஏற்றியும் அவர்களுடைய உடைமைகளைச் சூறையாடியும், அவர்களுடைய இருப்பிடங்களையெல்லாம் தீயிட்டுக் கொளுத்தியும், இடித்துப் பாழாக்கியும் செய்த சைவர்களின் மதிவெறி காட்டினதை வரலாறு கூறும்.

(4) நம் கடவுளையும் சமயத்தையும் ஏற்ற மக்கள் தாம் 100 விழுக்காடு மலமெடுக்கிறார்கள். கசுமாலக்குழியில் இறங்கிச்

சேறு எடுக்கிறார்கள். 100க்கு 75 பேர் மண் வெட்டியும் அவர்தம் மனைவிமார் மண் சுமக்கும் கூடையையும் தங்கள் சொத்தாக வைத்து வாழ்கிறார்கள். படிப்பில், கிறித்தவர்களும் இசுலாமியர்களும் நம்மைவிட இரண்டு மடங்கு படித்திருக்கிறார்கள். இவற்றையெல்லாம் பார்த்துக் கொண்டிருக்கும் நம் மதவாதிகள், மதத்தலைவர்கள், மதபிரசாரர்கள் நம்மக்களின் குறையையும் இழிநிலையையும் அறியாமையையும் மாற்றுவதற்கு என்ன செய்தார்கள்? என்ன செய்கிறார்கள்? என்ன செய்யப் போகிறார்கள்? 'திருநாமம் அஞ்செழுத்தும் செப்பா தோரும்'என்றும் "திருப்பதி மிதியாப்பாதம், சிவனடி வணங்காச் சென்னி' என்றும் பாடினால் மட்டிலும் போதுமா? கூழில்லாமல் கும்பி பாழாவதைப் பற்றிச் சிறிது கூடச் சிந்தியாமல் 'திருநீறு இல்லாத நெற்றி பாழ் என்றும், 'திருமண் இல்லாத நெற்றி பாழ்' என்றும் பிரசாரம் செய்தால் போதுமா? என்று வயிறெரிந்து கேட்கின்றார்? தள்ளாத வயதில் அவர் மனம் நொந்து பேசுவதைக் கேட்கின்றோம் - கண்ணில் நீர் சொட்ட.

(5) நம் மதவாதிகள், சிறப்பாக இந்துமதவாதிகள் என்பவர்கள் பண்டிதமதவாதிகளை விட மோசமானவர்கள், பண்டிதர்கள் ஆயிரக்கணக்காக ஆண்டுகட்கு முன்னால் இருந்த உலகத்துக்குப் போக வேண்டும் என்பவர்கள்; மதவாதிகளோ பல்லாயிரக்கணக்கான ஆண்டுகளுக்கு முன், பல யுகங்களுக்கு முன்னால் இருந்த உலகங்கட்குச் செல்ல வேண்டும் என்பவர்கள். இவர்கள் இருவருக்கும் பகுத்தறிவுக்குப் பொருத்தமில்லாததும் மனித ஆற்றலுக்கு மீறியதுமான காரியங்களிலும் அசாத்தியமான கற்பனைகளிலும் தான் நம்பிக்கையும் பிரியமும் இருக்கும்.

(ஆ) மத ஒழிப்பு: மக்களை பல்வேறு வகைகளில் இழிநிலைக்குத் தள்ளும் மதத்தை ஒழிக்கவேண்டும் என்பது பற்றி அய்யா அவர்களின் சிந்தனைகள்:

(1) மக்களைச் சுயமரியாதை இல்லாமல் செய்து மிருகங்களாக்கி நாய் பன்றிகளைவிட இழிவாய் நடத்த ஆதாரமாயிருக்கும் மதம் எதுவானாலும் அதனை ஒழித்துக் கட்ட வேண்டும் என்கின்றார்.

(2) எந்த மதத்தை எந்தக் கடவுள் அல்லது யார் நேரில் வந்து சொல்லிவிட்டுப் போயிருந்தாலும், எந்தச் சமயாச்சாரியார் எவ்வளவு அற்புதங்கள் செய்திருந்தாலும் தீண்டாமை என்னும்

கொடுமைக்கு இடம் கொடுத்துக் கொண்டுள்ள மதத்தை உடனே ஒழித்துக்கட்ட வேண்டும் என்று உரைக்கின்றார்.

(3) மதவிஷயத்தைப் பற்றி ஆதரித்து எவர்தெருவில் நின்று பேசினாலும் தெருவில் மதசம்பந்தமான நூல்கள் வைத்துக் விற்பனை செய்தாலும் மதம் பற்றிய கருத்துகளை செய்தித் தாள்களில் எழுதினாலும் அவர்களெல்லாம் கடுமையான தண்டனைக்குள்ளாவார்கள் என்று சட்டம் செய்யப்பெறுமானால், உலக மக்கள் பிரிவினையற்று, குரோதமற்று மடமையற்று தோளோடு தோள் இணைந்து தோழர்கள் போல் வாழ முடியும். தத்துவங்களால் விளைந்த வேற்றுமைகள் ஒழிந்து எல்லாத்துறைகளிலும் ஒற்றுமையாய் வாழ முடியும் என்று கருதுகின்றார் அய்யா. (மக்களாட்சியில் இத்தகைய சட்டம் இயற்றுவது சாத்தியமல்ல என்பதை அய்யா அவர்கள் அறியாததல்ல.)

(4) பார்ப்பனர்களின் மோசடித்தன்மை தொலைய வேண்டுமானால் இந்த நாட்டு மக்கள் மூடப்பழக்க வழக்கங்களிலிருந்து தடுத்தாக வேண்டுமானால், மக்கள் எல்லோரும் ஒரேகுலம் என்கிற நல்லுணர்ச்சியைக் கைக்கொள்ள வேண்டுமானால் உலகத்தில் மற்ற நாடுகளைப் போல் நாமும் முன்னேற்றப் பாதையில் செல்ல வேண்டுமானால், முதலில் மக்களுக்கிடையே பரப்பப் பெற்றிருக்கும் மதவுணர்ச்சி வேர்களுக்கு வெந்நீரை ஊற்ற வேண்டும். குருட்டுத்தனமான மதவுணர்ச்சியை வளர்க்கும் பண்டிகைகள் வெறுக்கப் பெறல் வேண்டும். அயோக்கியச் செயல்களுக்கெல்லாம் வளர்ப்புப் பண்ணைகளாயிருந்து மதப்போர்வையைப் போர்த்திக் கொண்டிருக்கும் மடாலயங்கள் எல்லாம் மக்கள் சொத்தாக வேண்டும்.

(5) மக்கள் முன்னேற்றத்தில் மதம் வந்து தடை செய்தால் அஃது எந்த மதமாயிருந்தாலும் ஒழித்துதான் ஆகவேண்டும். 'உன்னைப் பறையனாய்ப் படைத்தார்; அவனைப் பார்ப்பனனாய்ப் படைத்தார், என்னைச் சூத்திரனாய்ப் படைத்தார்' என்று கடவுள் மேல் பழிபோட்டுக் கொடுமைகள் நிலைக்கச் செய்வதை விட்டுக் கொடுத்துக் கொண்டு அக்கொடுமைகளுக்கு ஆதரவாயும் அக்கிரமங்களுக்கு அனுகூலமாயும் இருக்கும் கடவுளை ஒழிக்க வேண்டும் என்கின்றார்.

(6) மதம், சாத்திரம், வேதம் என்பவைகள் ஒழிக்கப் பெறா விட்டால் தீண்டாமையும் சாதிப் பேதமும் போக்கடிக்கப் பெறமுடியுமா? இதுவரையும் இந்துமதம் விட்டு வேறு மதம் (முக்கியமாக இசுலாம்) ஆகாத எந்தப் பார்ப்பனரல்லாதாருக்காவது தங்களது சமூகத்தில் தீண்டாமை போயுள்ளதா? பார்ப்பனருக்குள்ள சுதந்திரமும் சௌகர்யமும் சமூக வாழ்விலும் பொருளாதாரத்திலும் மற்ற வகுப்பினருக்கு இருந்து வருகிறதா? இப்படிப்பட்ட மதம் ஒழிக்கப்பெற வேண்டியதுதான் என்பதற்கு இதைவிட வேறு என்ன காரணம் வேண்டும்?

(7) எல்லாப் மதக்காரர்களுக்கும் எல்லா விதமான பாவங்களுக்கும் பாவமன்னிப்பு, பாவவிலக்கு பெற மதங்களில் ஆதாரங்கள் மார்க்கங்கள் உள்ளன. இதனால் தான் மனிதரில் எவனும் யோக்கியமாக இருக்கவேண்டிய அவசியமும் இல்லாமல் போய்விட்டது. மனிதன் என்றால் எவனும் அயோக்கியமாய் இருக்க வேண்டியவனாகவே ஆகிவிட்டான். எனவே, மதங்கள் ஒழிந்தால் ஒழிய எவனும் யோக்கியனாக இருக்க முடியாது.

(8) சமூகக் கொடுமைக்கு அடிப்படையான மதம், சாதி, பழக்கவழக்கங்கள், சாத்திரங்கள், கடவுள் கட்டளைகள் என்பவை தகர்க்கப் பெறாமல் எப்படிப்பட்ட அரசியல் சீர்திருத்தம் ஏற்பட்டாலும் ஒருகாதொடிந்த ஊசியளவுகூட ஒருபயனும் பாமர மக்களுக்கு ஏற்படாது. இது பெரியாரின் சிந்தனையின் கொடுமுடி.

(9) ‘மதச்சார்பற்ற’ *(Seculer)* என்ற சொல்லுக்கு காங்கிரசு, பார்ப்பனர் என்று இருசாராரும் கூறிவருகின்ற வியாக்கியானம் பற்றிப் பெரியார் கூறும் விளக்கம்: ஒரு பெண் கன்னியாக இருக்க வேண்டுமென்றால் அதற்கு ஆண் சம்பந்தமே இருக்கக் கூடாது என்பது பொருள் அல்ல; எல்லா ஆண்களையும் சமமாகக் கருதிக் கூப்பிட்டவனிடமெல்லாம் கலவி புரிய வேண்டும் என்பதுதான் கன்னி என்பதற்குப் பொருள் என்பது போல் பொருள் சொல்லுகின்றனர். எல்லா மதங்களையும் சமமாகப் பார்க்க வேண்டும் என்ற கொள்கை மதவிஷயத்தில் காலம் காணாததற்கு முன்பு இருந்தே இருந்து வருகிறபோது அதைப் புதிதாக வலியுறுத்த வேண்டிய அவசியம் ஏன்

வரும்? பெரியாரின் இச்சிந்தனை கூர்த்த மதியுடையாருக்கும் வியப்பினை விளைவிக்கும்.

(10) 'மதச்சார்ப்பற்ற' என்பதற்குப் பெரியார் தரும் விளக்கம் இன்னோர் உவமையின் அடிப்படையில் அமைகின்றது. பெண்கள் மாநாடு நடத்துகிறார்கள். அந்தமாநாட்டில் உள்ள பெண்கள் அத்தனை பேரும் பெண்கள் பதிவிரதைகளாக நடந்து கொள்ள வேண்டும்' என்று தீர்மானித்து விட்டுப் பதிவிரதை என்றால் எல்லா ஆண்களையும் தங்கள் கணவனைப் போல் கருதி நடந்து கொள்ள வேண்டும். அதுதான் பதிவிரதைத் தன்மை என்று பொருள் சொல்வது எவ்வளவு அயோக்கியத்தனமானதோ, அதைவிட அயோக்கியத்தனமாகும் மதச்சார்பற்ற என்பதற்கு எல்லா மதங்களையும் ஒன்றுபோலக் கருதவேண்டும் என்பதும் ஆகும். 'மதச்சார்பற்ற' என்றால் எந்த மதத்தையும் சாராத என்பது தான் பொருள் பெரியாரின் இந்த விளக்கம் அவரது சிந்தனையை இமயம் போல் உயர்த்துகின்றது. இந்த விளக்கம் அரசின் காதில் ஏறுமா? புத்திக்கு எட்டுமா?

மனிதகுல முன்னேற்றத்தில் இராமாநுசரும் தந்தை பெரியாரும் விரிந்த பரந்த நோக்கத்தையுடையவர்கள். திருவரங்கத்தில் முன்னவர் ஆத்திகர்; ஆசாரிய நிலையில் இருந்தவர்; பின்னவர் நாத்திகர் (தாம் நாத்திகர் அல்லர் என்று பல இடங்களில் சொல்லியுள்ளார்.); கடவுளைக் கனவிலும் கருதாதவர். மனிதகுல மேம்பாட்டில் இருவரும் ஒத்த கருத்தையுடையவர்கள்.

திருக்கோட்டியூர் நம்பியிடமிருந்து இராமாநுசர் திருமந்திர உபதேசம் பெற்றது ஒரு நீண்டகதை. திருவரங்கத்திலிருந்து திருக்கோட்டியூர் சுமார் 60 கல் தொலைவிலுள்ளது. 18 முறை கால் நடையாக நடக்க வைத்து 18வது முறைதான் உபதேசம் செய்தார். தனிமையாக வரச் சொன்னார். ஆனால் இவர் முதலியாண்டானுடனும் (தண்டு) கூரேசனுடனும் (பவித்திரம்) சென்றார். அதற்கு விளக்கமும் சொன்னார். நம்பிக்கு ஒரே வியப்பு.

ஓராண்வழியாக, குரு- சீடர் முறையில், உபதேசிக்கப்படும் திருமந்திரத்தை (ஓம் நமோ நாராயணாய) எவர்க்கும் தெரிவிக்கக்கூடாது என்ற உறுதி மொழியையும் பெற்றார். "தான் அறப் பெய்துமாயும் தடமுகில்" என்று பாராட்டப் பெறும் இளையாழ் வார் திருக்கோட்டியூர் கோபுரத்தின்

மீதேறி சாதி வேறுபாடின்றி திருமந்திரத்தையும் அதன் பொருளையும் அனைவரும் கேட்குமாறு முழங்கினார். போர்க்களத்தில் கண்ணன காண்டீபனுக்குக் கீதையை உபதேசிக்கவில்லையா? அதுபோல் எனலாம். ஆசாரியரும் உடையவரை 'எம்பெருமானாரே' என்று அழைத்து மகிழ்ந்தார். "இதுவரையில் 'பரமவைதிக சித்தாந்தம்' என்று வழங்கி வந்த இந்தச் சித்தாந்தம் இன்று முதல் 'எம்பெருமானார் தரிசனம்' என்ற வழங்குவதாகுக" என்று வாழ்த்திப் போற்றினார்.

'காரேய் கருணை இராமாநுசர் இக்கட லிடத்தில்
ஆரே அறியவர்நின் அருளின் தன்மை? (இராமா. நூல். 25)

என்று திருவரங்கத்து அமுதானாரும் குறிப்பிட்டு மகிழ்ந்தார்.

தந்தை பெரியாரும் தம் வாழ்நாள் முழுவதும் பார்ப்பனரல்லாத சமூகத்தினரின் முன்னேற்றத்திற்காக (சாதி பேதமின்றி) தம்பணியைச் செய்தவரல்லவா? ஆகவே இருவரும் இந்த வகையில் ஒப்புமை உடையவர்கள். உடையவர் வைதிகர்; ஆதலால் அவர்க்கு மோட்சம் உண்டு. தந்தை பெரியாரும் ஒரு வகையில் வைதிகரே. எப்படி? பெரியாரின் சீடர்கள் யாவரும் தம் பெயர்களை மாற்றிக் கொண்டனர்.[26] ஆனால் அவர் பெயராகிய இராமசாமி (தந்தையார் சூட்டிய பெயர்) அவரோடு நிலைத்து நின்றது. இராமாபடத்தை ஊர்வலம் செய்து செருப்பால் அடிக்கச் செய்தார். ஆனால் 'இராமசாமி' என்ற தம் பெயரைக் கட்டுரைகளிலும் காசோலைகளிலும்; பத்திரங்களிலும் இன்னபிறவற்றிலும் எழுதியும் பெரிய கூட்டங்களில் 'இராசாமி கூறுகிறான்' என்று மொழிந்தும் தள்ளியிருப்பார். 'சிரீராம செயம்' என்பதை இலட்சக்கணக்காகப் பயன் கருதி எழுதியவர்கள் உண்டு. இவர் பயன் கருதாது தம் பெயரை எழுதி இராமபக்தரானார் என்பது அடியேனின் கணிப்பு. இராம காதையில் வரும் அனுமனுக்கு நிகரான இராமபக்தர்கள் இவ்வுலகில் இல்லை. ஞாயிற்றுக்கிழமையை அனுமனது நாளாகக் கொண்டாடுவதுண்டு. தந்தை பெரியாரும் தம் புகழுடம்பை விட்டு விட்டுப் பூத உடம்பைக் கழிந்தது ஞாயிற்றுக் கிழமையில் தான், ஆதலால் அந்த மீளாத உலகில் - பரம்பபதத்தில் - வைணவ குடும்பத்தைச் சார்ந்தவராதலால் - ஒரு தனித் திருமாளிகையில் தங்கியிருக்க வேண்டும். வழிபாட்டுக்குத் திருமாமணி மண்டபம் வந்து நித்திய

சூரியர்களுடனும் முத்தர்களுடனும் வாழ்ந்து கொண்டிருக்க வேண்டும் என்று என் சிறுமனம் எண்ணுகின்றது.

ஓரிடத்தில் "நான் நாத்திகன் அல்லன்; தாராள மனமுடையவன்; நான் பகுத்தறிவு வாதி" என்றும் இரண்டாம் பொழிவு - பக்.56 மனிதன் இழிவுக்கும் மானமற்ற தன்மைக்கும் கடவுள் நம்பிக்கை காரணமாக இருந்தால் அதை ஒழித்துக்கட்ட வேண்டும் என்கின்றோமே தவிர "கடவுள் மேல் எங்களுக்கு எந்தவிதக் கோபமும் இல்லை" என்றும் (முதற்பொழிவு - பக் 41) கூறுவனவே இதற்கு அரணாக அமைகின்றன.

மன்னா உலகத்து மன்னுதல் குறித்தோர்
தம்புகழ் நிறீஇத் தாமாய்ந்த (புறம்-165)

பெரியாருள் - ஒரு பெரும் பெரியாராக - தந்தை பெரியாராக - நம் மனோர் உள்ளத்தில் நிலையான இடம் பெற்று வாழ்ந்து கொண்டிருக்கின்றார்.

உள்ளத்தால் பொய்யா தொழுகின் உலகத்தார்
உள்ளத்துள் எல்லாம் உளன் (குறள்-294)

முடிவுரை: இன்றைய பொழிவில் தந்தை பெரியாரைப் பாவேந்தர் அறிமுகத்தைக் காட்டினேன். அடியேனுக்கும் தந்தை பெரியாருக்கும் 1934 முதல் அப்பெருமகனாரின் பூதவுடல் மறையும் வரையிலும் இந்தத் தொடர்பு இருந்தது என்று கூறினேன்.

பெரும்பாலும் தந்தை பெரியாரின் சிந்தனைகள் மறுக்கும் பாங்கில் அமைந்திருப்பதால் அவர் ஒருவாறு மறுக்கும் சைவ வைணவ கடவுளர்களையும் அவர்தம் உருவங்களையும் முன் வைத்தால்தான் அவர்தம் மறுப்பின் போக்கு தெளிவாகும் என்று கருதியே சைவசமயத்திலுள்ள கடவுளர்களின் வடிவங்கள் பற்றியும் வைணவ சமயத்தில் உள்ள இறைவனுடைய ஐந்து நிலைகளையும் எடுத்துக் காட்டினேன்.

பெரியாரின் சிந்தனைகளுக்கு வரும்போது கடவுள், அவர் பற்றிய நம்பிக்கை, கடவுள் எல்லாம் வல்லவர், கடவுளர்களின் உருவங்கள், திருக்கோயில்கள், கடவுள் மறுப்பு, கடவுள் ஒழிப்பு ஆகியவை பற்றிய சிந்தனைகளையும் உங்கள் முன் வைத்தேன்.

அடுத்து சமயம் என்ற தலைப்பில் சமயம் பற்றியும், சமயக் கேடுகள், சமயவாதிகளின் கொடுமை சமய ஒழிப்பு பற்றிய சிந்தனைகளையும் எடுத்துக் காட்டினேன்.

இவை வைதிக சமயத்தில் வேதங்களினின்றும் தெள்ளி எடுத்த உபநிடதக்கருத்துகள்போல தந்தை பெரியார் தமது நீண்டகால வாழ்வில் பல்லாயிரக்கணக்கான கூட்டங்களில் பேசியவற்றிலிருந்தும் குடியரசு, விடுதலை ஆகிய இதழ்களில் தொடர்ந்து எழுதியவற்றிலிருந்தும் எடுக்கப்பெற்று உங்கள் முன் வைத்த சிந்தனைகள் உபநிடத் கருத்துகளை நிகர்த்தவை என்று உறுதியாகக் கூறலாம்.[27] பேராசிரியர் நன்னன் அவர்களின் நூல்களும் தமிழர் தலைவர் மானமிகு கி. வீரமணி அவர்கள தொகுத்த பெரியார் களஞ்சியத் தொகுதிகளும் இப்பொழிவை அமைக்கத் துணையாக இருந்தன. அந்த இரண்டு நண்பர்களுக்கும் என் நெஞ்சம் உருகும் நன்றி. இன்று இவண் கூடி, பெரியார் அவர்களோடு நெருங்கிப் பழகி 85 அகவை நிறைவுறும் நிலையிலுள்ள அடியேனினின் சொற்களைச் செவிமடுத்த உங்கள் அனைவர்க்கும் என் நன்றி கலந்த வணக்கங்கள் உரியவை.

அடுத்த இரண்டாவது பொழிவு "சமூகம் பற்றிய சிந்தனைகள்" என்பது. இதற்கும் அன்பு வருகை தந்து சிறப்பிக்க வேண்டுகின்றேன்.

அடிக்குறிப்புகள்

1. பாவேந்தர்
2. 1934–39 ஆண்டுகளில், அப்போது அவர்தாடி இல்லாதவராக இருந்ததாக நினைவு. அப்போது என் வயது 18; அவருக்கு வயது 55.
3. 1944முதல் அப்போது என் வயது 28; அவர் வயது 65. தாடியுடன் இருந்ததாக நினைவு.
4. பாரதிதாசன் கவிதைகள் – உலக ஒற்றுமை. அடி (1.4)
5. மேலது – அடி (13–15)
6. சிவப்பிரகாசர் தனிப்பாடல்
7. தா.பா. ஆசையெனும்–30
8. மேலது– வையமுழுதும்–5
9. மேல் மருவத்தூர் ஆதிபராசக்தி திருக்கோயில் இந்தக் கருத்தின் அடிப்படையில் அமைக்கப்பெற்றதாகக் கருதலாம்.
10. மேலது – மகாசக்தி வாழ்த்து – 3
11. திருவா – தெள்ளேணம் – 1

12. திருவா. சிவபுரா. அடி, மேலது அடி, 7; மேலது– கீர்த்தித் திரு அகவல் அடி

13. தாபாதே சோமயானந்தம் – 15, மேலது ஆகாரபுவனம் – 18.

14. வித்தியேசுவரனில் – உருத்தின், மால், அயன் என மூன்றும் அடங்கும்.

15. இவ்வரலாறு இன்னொரு விதமாகவும் சொல்லப்பெறுவதுண்டு. சனகாதி முனிவர்கட்கு சிவதத்துவத்தை உபதேசிக்கும் பொருட்டு தட்சிணாமூர்த்தியாக எழுந்தருளிய கதை.

16. அமலனாதிபிரான் –10

17. பெரி. திரு. 4.3:3

18. தேசிகப் பிரபந்தம் –80

19. பெரி. திரு. 1.1

20. திருவரங்கத்துமாலை –4

21. அத்வைதம் கூறும் பிறப்பம், தாயுமானவர் அதை மொழி பெயர்த்துக் கூறுவர் பெரிய பொருள் என்று.

22. இந்த வேறுபாட்டிற்குக் காரணம் அவரவர் செய்த வினைப்பயன் என்று சமயங்கள் சாற்றும். தந்தை பெரியார் பேச்சில் எழுத்தில் இதுபற்றிய குறிப்பே இருப்பதாகத் தெரியவில்லை.மோட்சம் நரகம் என்ற அளவில் அவர் சிந்தனை நின்று விடுகின்றது.

23. ஒருவன் உள்ளத்தில் அந்தர்யாமியாக இருக்கும் கடவுளை நினைத்து சுவாமி என்று குறிப்பிடுவதாக ஐதிகம்.

24. மதக்கொலைகள் – சமணர்களைக் கழுவேற்றல், சிலுவைப்போர்கள் போன்றவை. அரசர்தம் கூத்துகள். துரியோதனன் செயல்கள், இராவணன் தீங்குகள், இரணியனின் அடாத செயல்கள் போன்றவை.

25. இராமர் படத்தைச் செருப்பால் அடித்தவர் பெரியார். தன்னையே படர்க்கையில் சுட்டுகின்றார்.

26. இராமய்யா அன்பழகன் ஆனார். நாராயணசாமி – நெடிஞ்செழியன் ஆனார். சோமசுந்தரம் – மதியழகன் ஆனார்.

27. பேராசிரியர் மா. நன்னன் அவர்களின் பெரியார் கணிணி (இரண்டு பகுதிகள்) உபநிடதங்கள் போல் என்றும் நிலைத்து வாழும்.

~

2. சமூகம் பற்றிய சிந்தனைகள்

இரண்டாவது பொழிவு   நாள்: 27.02.2001 முற்பகல்

அன்பு நிறைந்த தலைவர் அவர்களே,
அறிஞர் பெருமக்களே,
மாணாக்கச் செல்வங்களே.

இன்றைய இரண்டாவது சொற்பொழிவு பெரியாரின் சமூகச் சிந்தனைகளைப் பற்றியது. பேச்சில் நுழைவதற்கு முன் சமூகம் பற்றிய சில சொல்ல நினைக்கின்றேன்.

மனிதன் என்ற சீவப்பிராணியும் அசேதனமாகவும், தாவர மாகவும், அசரமாகவும் இருந்த பொருள்களிலிருந்தே படிப்படியாக உருமாறி இன்று மனித உருப்பெற்றிருக்கின்றான். இங்கு,

புல்லாகிப் பூடாய்ப் பறவையாய்ப் பாம்பாகிக்
கல்லா மனிதராய்ப் பேயாய்க் கணங்களாய்
வல்லசுர ராகி முனிவராய்த் தேவராய்ச்
செல்லாஅ நின்றஇத் தாவர சங்கமத்துள்
எல்லாப் பிறப்பும் பிறந்திளைத்தேன்...[1]

என்று மணிவாசகப்பெருமானின் மணியான பாடல் பகுதியை நினைக்கலாம். இது மனிதனைப் பற்றிய ஒருவிதமான விளக்கம்; படிவளர்ச்சிக் கொள்கையை (Theory of Evolution) அடிப்படையாகக் கொண்டது.

மனிதன் யார் என்றால் நன்றி விசுவாசமுடையவன் எவனோ அவன் மாத்திரமே மனிதனாவான்; பாம்பு தேள், கொசு, மூட்டைப்பூச்சி முதலியவை போல் மற்றவர்களை ஏய்த்தும், துன்புறுத்தியும் குருதியை உறிஞ்சியும் வாழும் சீவப்பிராணிகளேயாகும் என்பது தந்தை பெரியாரவர்களின்

கருத்தாகும். "உயர்திணை என்மனார் மக்கட்சுட்டே"[2] என்பது தொல்காப்பியம்.

மனிதவடிவமாக இருப்பவர்கள் அனைவரும் மக்கள் அல்லர்; இவன்தான் மனிதன் என்று சுட்டியுரைக்கப் பெறும் தகுதி உள்ளவர்களே மனிதர்கள், உயர்திணையைச் சார்ந்தவர்கள். மற்றவர்கள் மாக்கள்; அஃறிணையைச் சார்ந்தவர்கள் என்கிறான் அந்த இலக்கணப்புலவன்.

மனிதன் மனித இனத்தின் - மனித சமுதாயத்தின் ஓர் அலகு; சிறிய அளவு கோல். இவனே குடும்பமாக வளர்பவன். மனிதன் பகுத்தறிவுள்ளவன். இதுதான் மனிதனுக்கும் ஏனைய பிராணிகட்கும் உள்ள வேறுபாடு. அறிவுக்கும் அனுபவத்திற்கும் ஒத்து வராததைப் பயத்தால் நம்புகிறவன் பக்குவமடையாத மனிதனாகின்றான். தனக்கென்று ஒரு கருத்து சம்பிரதாயம் என்றில்லாமல் பலர் சொல்வதைக் கேட்டு ஆராய்ச்சி செய்து ஏற்புடையவற்றை ஒப்புக் கொள்வதே, சிந்திக்கும் பகுத்தறிவுடைய மனிதனுக்கு ஏற்புடையது என்பது தந்தை பெரியாரவர்களின் கருத்து, அறிவியலடிப்படையில் அமைந்த கருத்து. மனிதன் என்பதற்கே பொருள், விஷயங்களை பார்த்து நன்மை தீமைகளை உணர்ந்து அனைத்துத் துறைகளிலும் மேலும் மேலும் வளர்ச்சி அடைகிற தன்மையுடையவன் என்று மேலும் விளக்குவார்கள் அய்யா அவர்கள்.

மனிதன் காட்டுமிராண்டித்தனமான வாழ்க்கைக்கு வரும் போது ஒவ்வொரு மனிதனும் சமுதாய வாழ்க்கையில் ஒருவனுக்கொருவன் உதவி செய்து வாழ்க்கை நிலையை மேம்படுத்திக் கொள்ளலாம் என்று கருதி வந்திருப்பானே யொழிய மற்ற மனிதனைக் கொடுமைப்படுத்தி, இழிவுபடுத்தி, கஷ்டப்படுத்தி அதன் பயனாய்த் தான் வாழலாம் என்று கருதி இருக்க மாட்டான். அப்படிக் கருதி இருந்தால் சமூக வாழ்க்கை ஏற்பட்டே இருக்காது.

மனிதன் ஒருபோதும் தனித்து வாழக்கூடியவன் அல்லன்; அப்படி வாழவும் அவனால் முடியாது. அதனால் தான் கூட்டமாகக் கூடி வாழ்கிறான். சமுதாயத்திற்குத் தேவையான ஒவ்வொரு காரியத்தையும் ஒவ்வொருவன் செய்கிறான். ஆகவே அவன் சமுதாயத்தோடு வாழும் சீவன். சமுதாயச் சட்டம் எந்த மனிதனையும் தனக்குள் அடக்கித்தான் தீரும். துறவியோ, மகாத்மாவோ, சாமியாரோ ஆக இல்லாதவனின் உலகநடை,

மனிதாபிமானத்திற்கும் நாணயத்திற்கும் ஒழுக்கத்திற்கும் அடிமைப்பட்டே ஆகவேண்டும்.

இங்ஙனம் வாழ்நாள் முழுவதும் சமூகப்பணிக்கே தன்னை அர்ப்பணித்துக் கொண்ட பெரியார் தம்மைப் பற்றி இவ்வாறு மனித சமூகத்திற்கு அறிமுகம் செய்து கொள்கிறார்கள்.

"நான் ஒரு நாத்திகன் அல்லன். தாராள எண்ணமுடையோன். நான் ஒரு தேசியவாதியும் அல்லன்; தேசாபிமானியும் அல்லன்; ஆனால் தீவிர சீவாதார எண்ணமுடையவன். எனக்குச் சாதி என்பதோ, சாதி என்பதன் பெயரால் கற்பிக்கப்பெறும் உயர்வு தாழ்வுகளோ இல்லை. அத்தகைய எண்ணத்தையே நான் எதிர்ப்பவன்; ஆதரிப்பவன் அல்லன்.

தமிழ்நாட்டில் சாதி சமயச் சண்டைக்கு காரணமாய் நிற்கும் எவ்வியக்கத்தையும் ஒழிக்க வேண்டும் என்று விரதம் பூண்டியிருப்பவன். சுத்தமானவனா அசுத்தமானவனா என்பது பாராமல் ஒருவனைப் பிறவிக்காரணமாகத் தொடக்கூடாது என்பதே வர்ணாசிரமம். பிறவியைக் கவனிக்காமல் சுத்தமாயிருப்பவனைத் தொடலாம் என்பதும், அசுத்தமாயிருப்பவனைச் சுத்தப்படுத்தித் தொடத்தக்கவனாக ஆக்கிக் கொள்ளலாம் என்பதும் எனது கொள்கை.

ஒவ்வொரு மனிதனும் இறந்து போவது உண்மைதான். யாக்கை நிலையாமையை வள்ளுவப் பெருந்தகையும் நமக்கு நினைவுபடுத்தியுள்ளார்.

நெருநல் உளன்ஒருவன் இன்றில்லை என்னும்
பெருமை உடைத்திவ் வுலகு (குறள்-336)

என்பது வள்ளுவம். "இஃது உண்மைதான் என்றாலும் அவனோடு அவன் முயற்சியும் - அவன் தொடங்கிய செயலும் அவனுடைய எண்ணத்தை அவனால் கூடுமான அளவுக்கு அவனைச் சூழ்ந்துள்ள மக்களிடையே பரப்பிவிட்டால் - அந்த எண்ணம் ஒருபோதும் அழியாது; அடக்கி விடவும் முடியாது" என்று கூறுவர் பெரியார். "என்னுடைய முயற்சி எல்லாம் மக்கள் எதையும் சிந்திக்கவேண்டும் என்பதுதான். அவர்கள் எதையும் கண்மூடித்தனமாக நம்பிவிடக்கூடாது என்பது தான். இது போதுமான அளவுக்கு வெற்றி பெற்றுவிட்டது" என்கின்றார்.

இராமகிருஷ்ண பரமஹம்சரின் கொள்கைகளை விவேகானந்தர் பரப்பி வந்தார். அவர்கட்குப்பின் நாடு முழுதும் நிறுவப் பெற்றுள்ள இராமகிருஷ்ண மடங்கள் பொறுப்பேற்றுப் பரப்பி வருகின்றன. இராமலிங்க அடிகளின் கருத்துகளை பொள்ளாச்சி வள்ளல் டாக்டர் நா. மகாலிங்கம் அவர்கள் பரப்பி வருகிறார்கள். வெளிநாடுகளிலும் இப்பணி நடைபெற்று வருகின்றது. இங்ஙனமே மானமிகு கி. வீரமணி அவர்கள் பெரியார் கொள்கைகளைப் பரப்பி வருகின்றார்கள். இன்று பெரியாரைப் பார்க்காதவர்கள்கூட அவர் பெயரைக் கேட்டிராத சிற்றூர்கள் கூட ஏதோ ஒருவகையில் அவர்தம் கொள்கைகளின் தாக்கம் இருந்து வருகின்றது.

பெரியார் கூறுவார்: "நரக வாழ்வாயிருந்தாலும் அங்கு நான் மனிதனாக மதிக்கப்படுவேனாகில் அவ்வாழ்வே இப்பூலோக வாழ்வைவிட மேலென்று கருதுவேன். நரகவாழ்வு மட்டுமல்ல; அதைவிடப் பல கொடிய கஷ்டங்களை அனுபவிக்க நேரும் இடமானாலும் அவ்விடத்தில் நான் மனிதனாக மதிக்கப் பெறுவேன் என்றால் அவ்வாழ்வே இவ்விழிச்சாதி வாழ்வைவிட சுகமான வாழ்வு என்று கருதுவேன்"

சாதி ஒழிய வேண்டும் என்பது என்னுடைய கருத்து. சிறுவயது முதல் சாதி ஒழிய வேண்டும் என்பதில் கருத்துக் கொண்டவன் நான். நாற்பதாண்டுக் காலமாகச் சாதி ஒழிய வேண்டும், மதம் ஒழிய வேண்டும், மனுதர்ம வர்ணாசிரமம் ஒழிய வேண்டும், சாத்திரம் ஒழிய வேண்டும் என்று சொல்லியும் எழுதியும் வந்தவன். முப்பத்தைந்து ஆண்டுக்காலமாக பார்ப்பானும் ஒழிய வேண்டும் என்ற உண்மைக் கருத்தை நன்றாக உணர்ந்து அதற்குமுன்னைவிட இன்னும் அதிகத் தீவிரமான முறையில் பாடுபட்டுக் கொண்டுவருகின்றேன்.

எனது நாற்பதாண்டுக் கால உழைப்பின் பயன் இன்று ஓரளவுக்கும் பலன் அளித்து வருகிறது. எல்லா வாய்ப்புகளும் நன்மைகளும் ஒரு சாதிக்கே ஒரு சாராருக்கே என்ற நிலை மாறி எல்லா நன்மைகளும் எல்லோருக்கும் உண்டு என்ற நிலை ஏற்பட்டுள்ளது.

சாதி ஒழிய வேண்டுமானால் - இந்தக் கடவுள் மதம், சாத்திரம், புராணம் ஒழிய வேண்டும், ஒழிக்கப்பட வேண்டும் என்று கூறினேன். சும்மா வெறுமனே வாயால் சொல்லவில்லை. கடவுள் ஒழிய வேண்டும் என்ற நான் பிள்ளையாரைப் போட்டு

நடுத்தெருவில் உடைத்தேன். இராமர் படத்தைச் செருப்பால் அடித்தேன்; தீயிட்டுக் கொளுத்தினேன். இராமாயணம், கீதை, மனுதர்மம் போன்ற சாத்திரங்களை நெருப்பில் போட்டுப் பொசுக்கினேன்; அரசாங்கம் ஒழிய வேண்டும் என்று கூறிச் சிறை சென்றேன்.

சாதியை ஒழிக்கிறேன் என்றால் அது மேல் சாதிக்காரன் மேல் வெறுப்பு என்றும், வகுப்பு வாதம் என்றும் சொல்கிறான். நான் ஏன் வகுப்புவாதி? எந்த ஒரு பார்ப்பன சேரிக்காவது தீ வைத்து எந்த ஒரு பார்ப்பனக் குஞ்சுக்காவது தீங்கு விளை வித்திருக்கிறோமோ? சாதி இருக்கக் கூடாது என்று கூறினதால் அதை வகுப்பு துவேஷம் என்றால் என்ன நியாயம்?

எனக்கு வந்த மந்திரிப் பதவி ஆளுனர் பதவி எல்லாம் உதறித் தள்ளிவிட்டு நாற்பது ஆண்டுகளாக கடவுள் சாதி ஒழிப்புக்காகப் பாடுபட்டு வருகின்றேன். இதற்கு என்ன பலன் கிடைத்தது என்றால், நான் சொல்வதை மக்கள் கேட்கிறார்கள். அடித்து நொறுக்காமல் மரியாதை செய்கிறார்கள். காலைத் தொட்டுக் கூடக் கும்பிடுகிறார்கள்; அவ்வளவுதான். பார்ப்பான் சொல்கிறான்; கடைசிக் குழவிக் கல் (சாமி) இருக்கிறவரை இந்த இராமசாமி நாயக்கனாகட்டும் வேறு எவனாகட்டும் எங்களை ஒன்றும் அசைக்க முடியாது என்று கூறும் அளவுக்கு நம்பிக்கை இருக்கிறது அவனுக்கு.

எங்களூர் வாய்க்காலில் நான்கு படித்துறைகள்; பார்ப்பானுக்கு ஒன்று, அவனுக்கொன்று இவனுக்கொன்று என்று இருந்தன. அதையெல்லாம் ஒன்றாக்கினேன்.

இந்த அளவில் தந்தை பெரியார் அவர்களைக் காட்டினேன். அவர் உள்ளத்தின் நிலையை அவர் வாக்காலேயே தெளிவாக்கினேன். இனி சமூகம்பற்றிய, அவர் சிந்தனைகளைப் பொருத்தமான பலதலைப்புகளில் உங்கள் முன் வைக்கின்றேன்.

1. ஆட்சி முறை

இதுபற்றித் தந்தை பெரியார் அவர்களின் சிந்தனைகளைக் காண்போம்.

(1) ஆட்சிமுறை என்பது யார் நம்மை ஆள்வது என்கின்ற விஷயமல்ல. நமது மக்களுக்கு எந்த மாதிரி அரசியல் முறை

இருக்க வேண்டும் என்பதுதான் முக்கியமாகக் கருதப்பெற வேண்டியது.

(2) "ஓர் இணைக்செருப்பு 14 ஆண்டுக்காலம் இந்த நாட்டை ஆண்டதாக உள்ள கதையை மிகுந்த விசுவாசத்தோடு படிக்கும் மக்களுக்கு மனிதனே அல்லாமல் இழிவான மிருகம், நாய், கழுதை, ஆண்டால் கூட அஃது அதிகமான அவமானம் என்றோ குறை என்றோ நான் சொல்லவரவில்லை ஆனால் மனிதனானாலும் கழுதையானாலும் எந்தக் கொள்கையோடு எந்த முறையோடு ஆட்சி புரிகின்றது? அதனால் பொது மக்களுக்கு என்ன பலன் என்பதுதான் எனது கவலை" என்கின்றார்.

(3) மக்களை வருணசிரமத் தர்ம முறைக்கும், காட்டு மிராண்டிக் காலத்துக்கும் கொண்டு போகாமல் இருக்கும்படியானதும் அறிவு உலகத்திற்கு இட்டுச் செல்வதுமான ஆட்சி யாருடையதானாலும், அப்படிப் பட்ட ஆட்சி வேண்டுமென்று தான் போராடுகின்றோம்.

(4) உலகத்தில் பாடுபடும் மக்கள் 100க்குத் 90 பேர்கள் உள்ளனர். சோம்பேறிகள், பாடுபடாமல் ஊரார் உழைப்பில் வாழுகின்றவர்கள் 100க்கு பேர்கள்தாம் இருப்பார்கள். ஆதலால் 100க்கு 90 பேர்களுக்கு அனுகூலமான ஆட்சி அவர்களுடைய நலனுக்காக அவர்களாலேயே ஆட்சி புரியக்கூடிய ஆட்சியாக இருக்க வேண்டும்.

(5) எந்த ஆட்சியாயிருப்பினும் நம் நாட்டார்களே ஆன வேண்டும். அந்த ஆட்சியும் மான உணர்வுள்ளதாக, ஏழைகளை வஞ்சிக்காத முறையில் இருக்க வேண்டும். வடநாட்டான் முதல் எந்த வெளிநாட்டானுக்கும் எவ்விதத்திலும் அடிமைப்பட்டதாகவும் இருக்கக்கூடாது. நேசப்பான்மையில் வேண்டுமானால் எல்லா நாடுகளுடன் ஒன்று சேருவோம்.

(6) நகரச் சுகாதாரம் கல்வி தெரு பாதுகாப்பு முதலியவவைகள் அரசாங்கத்தின் முழு சுதந்திரத் துறையாகவே இருந்து நடந்து வருமானால் தான் ஓர் அளவுக்காகவது பொறுப்பும் ஒழுக்கமும் நாணயமும் நல்லாட்சியும் நடைபெற முடியும். அதை ஒரு சனநாயகத் துறையாக ஆக்கி வைத்திருப்பது நிர்வாகக் கேடும், ஒழுக்கம், நாணயம் பொறுப்பற்ற தன்மையும் தாண்டவமாடவே செய்யப் பெற்றிருக்கும் ஒரு சாதனமேயாகும்.

(7) இன்றைய சுதந்திர ஆட்சியில் முழு முட்டாள்களுக்கும் முழுப் பித்தலாட்டக்காரர்களுக்கும் முழுக் கசடர்களுக்கும் தான் இடம் இருந்து வருகின்றது எனவேதான் பெருத்த அறிவாளியானவர்கள் இவ்வாட்சியில் மயங்கி இருக்கக் காண்கின்றோம். நாம் பரம்பரையாக முட்டாள் பட்டத்தை ஏற்றிருப்பதனாலேயே இதனைச் சகித்துக் கொண்டிருக்க வேண்டியுள்ளது.

(8) காவல் துறையினர்களைப் பாதுகாக்க வேண்டியது அரசாங்கத்தின் கடமையாகும். காவல்துறைக் காவலன் ஒருவன் ஏதோ தப்பு செய்திருக்கலாம். அனைத்துத் துறைகளிலும் உள்ளவர்களைப் போல் அவனும் ஒருமனிதன்தானே. அவனை மக்களுக்குக் காட்டிக் கொடுக்காமல் துறை மூலம் கண்டிப்பும் நடவடிக்கையும்தான் எடுத்துக் கொள்ளவேண்டும். காவல் துறைக் காவலன் மீது எல்லோரும் அறிய நடவடிக்கை எடுப்பது விருப்பத்தக்கதன்று. அப்படி எடுத்தால் அவனுக்கு நாளை எவன் - அய்யா பயப்படுவான்? எப்படி அய்யா அவனுக்கு மதிப்பு இருக்கும்? என்று கேட்கிறார் அய்யா. இதனால் தான் காவல்துறைக் காவலர்கட்கு (Police men)ப் பரிந்து கொண்டு பேசவில்லை என்பதையும் தெளிவுபடுத்துகின்றார். இந்த அறிவுரையை அரசு கடைப்பிடிக்குமா? திருக்குறள் கூறும் அறிவுரை போன்றது இது.

(9) மக்களிடம் ஒழுக்கம் நாணயம் நேர்மை வளர வேண்டும். வளரச் செய்ய வேண்டும் என்று ஒருவன் கருதுவானேயானால் இந்த மூன்று பார்ப்பான், வணிகன், வக்கீல் வளர வேண்டும் வளரச் செய்யவே என்று ஒருவன் ஆகிய அமைப்புகளை அடியோடு அழித்தாக வேண்டும். அரசாங்கம் யோக்கியமான பயனுள்ள அரசாங்கமாய் விளங்க வேண்டுமானால் கண்டிப்பாய் இவ்வமைப்புகளைச் சட்டபூர்வமாக ஒழித்தாக வேண்டும்.³

(10) மக்கள் நலத்திற்காக எந்த அரசாங்கத்திற்கும் அடக்கு முறை என்ற ஆயுதம் இருந்தே தீரவேண்டும். அடக்குமுறை இல்லாத ஆட்சி ஆட்சிகவிழ்ப்பு (Anarchism) என்ற குழப்பமும் காலித்தனமும் கொண்ட அநாகரிக ஆட்சியாக முடியும்.

(11) மக்கள் பிரதிநிதிகள் கையூட்டு (Bribery) முதலிய குற்றங்கள் புரிந்து வழக்கு தொடுக்கப்பெற்று நீதிமன்றத்தின் மூலம் தண்டிக்கப்பெறுவார்களேயானால் அவர்களை

நிரந்தரமாகத் தேர்தலில் போட்டியிடும் உரிமையைப் பறித்து விட வேண்டும்.

(அ) இரண்டு ஆண்டு தண்டனை பெற்றால் ஓர் ஆறாண்டுக் காலம் தேர்தலில் நிற்கக்கூடாது என்று யோசனை கூறப்பெறுகிறது. இஃது அறிவுடைமையன்று நிரந்தர உரிமைப் பறிமுதலே உகந்தது. அதன் பிறகு அவர் கட்சியில் தொண்டாற்றட்டும். வேறு ஆட்கள் அரசுக்கு வரவாய்ப்பாக இருக்கட்டும்.

(ஆ) குடியரசுத்தலைவர் தேர்தல் ஆணையப் பொன் விழாவில் (சனவரி 1, 2001) பேசியபோது "பணம், உடல் பலம், தேர்தலில் சட்டப் பகைமையில் இழைக்கப்படும் குற்றம் ஆகிய ஆரோக்கியமற்ற பங்கினைப்பற்றி" மிக்க வருத்தத்துடன் குறிப்பிட்டு அரசியல் கட்சிகள் குற்றப்பின்னணி கொண்டவர்களுக்கு தேர்தலில் நிற்பதைத் தவிர்க்குமாறு கேட்டுக் கொண்டதை நினைவுகூர வேண்டும்.

(இ) இன்று நாடாளுமன்றத்திலும் மாநிலச் சட்டமன்றங்களில் உறுப்பினர்களாக உள்ளவர்களில் 500 முதல் 800 வரை எண்ணிக்கையுள்ளவர்கள் குற்றம் இழைத்தவர்களின் பட்டியலில் இடம்பெற்றிருப்பதாகக் கணக்கிட்டிருப்பதையும் நினைவு கூரத்தக்கது.

இந்நிலை வேலியே பயிரைத் தின்று வருவதற்கொப்பாகும்.

(12) எவன் ஒருவன் பொது மக்கள் ஆதரவுகளைத் திரட்டிக் குற்றங்களை எடுத்துக்காட்டி அரசாங்கத்தை அச்சுறுத்துகிறானோ அவனைக் கண்டுதான் அரசாங்கம் பயப்படும் மற்றும், அரசாங்கம் அவன் பட்டியலிட்டுக் காட்டும் குறைகளைக் கவனிக்கும். சட்டமன்றத்துக்கோ நாடாளுமன்றத்துக்கோ சென்று கூப்பாடு போட்டால் அவனிடம் அரசாங்கம் பயப்படுமா?

(13) மக்கள் எப்படியோ அப்படித்தான் ஆட்சியும் அமையும். மக்கள் புத்திசாலிகளாக அறிவாளிகளாக இருந்தால் நல்லாட்சி ஏற்படும்.

(14) சட்டமன்றம் என்பது மிகமிகக் கண்ணியமான மக்களைக் கொண்டதாகவும் பெரும் கவுரவம் உடையதாகவும் இருக்கும்படி பார்த்துக் கொள்வது அரசாங்கத்தினுடையவும்

அங்கத்தினர்களுடையவும் பொதுமக்களுடையவும் ஆன உயிர்போன்ற கடமையாகும்.

(15) இந்தக் காலத்தில் அரசாங்கம் என்பதற்கெல்லாம் மக்களால் ஆக்கப்படுவதும் அழிக்கப்படுவதுமேயாகும். இதை யாராலும் மறுத்துச் சொல்ல முடியாது. அரசாங்கத்தை, ஆட்சியை அழிக்கப் பொதுமக்களுக்கு அதிகாரம் உண்டு. அதிகாரம் வாக்கின பலத்தால் ஏற்படுவது.

(16) மக்களிடமிருந்து வரி வாங்காமலேயே ஆட்சியை நடத்திக் கொண்டு போக முடியும். எப்படியெனில், இருப்பூர்தி, அஞ்சல் - தந்தி, தொலைபேசி, சாலை விளக்கு முதலியவற்றிற்கு வரி போடுகிறோமோ? செலவுக்கு 'சார்ஜ் - கூலி' பெற்றுக் கொள்கிறோம்; அதிலும் இலாபம் பெறுகின்றோம். ஆனால் வரி என்பதாக ஒன்றும் இல்லாமலே அவை நன்றாக இலாபத்தில் நடைபெறுகின்றன. அவற்றால் மக்களுக்கு வரிச் சுமையே இல்லை.

2. திருமணம்

வழக்கமாக நடைபெறுவது:

(1) திருமணம் என்பது - வாழ்க்கைத் துணை ஒப்பந்தம் என்றால் ஒரு பெண்ணும் ஓர் ஆணும் சேர்ந்து உலக வாழ்வு வாழ்வதற்காக ஏற்படுத்திக் கொள்ளுகிற ஒப்பந்தம் (contract) என்பதாக இருக்க வேண்டுமே தவிரத் திருமணம் என்றால் ஆண் வீட்டாருக்குச் சம்பளம் இல்லாமல் வெறும் சோற்றுச் செலவோடு மட்டுமே ஒரு வேலைக்கு ஆள் (பெண்) சம்பாதிப்பதாக இருக்கக்கூடாது.

(2) ஆணும் பெண்ணும் கூடி வாழ்வதுதான் வாழ்க்கை வாழ்க்கை நடத்த ஆணும் பெண்ணும் உற்ற துணைவர்கள் ஆவார்கள் என்பதைக் குறிப்பதுதான் வாழ்க்கைத் துணை என்பதாகும். வாழ்க்கை என்பது சுதந்திர இன்ப வாழ்க்கையே ஒழியக் கட்டுப்பாட்டுக்கு உட்பட்ட துன்ப வாழ்க்கையல்ல.

(3) திருமணமானவன் என்பதைக் குறிப்பதாகப் பெண்ணுக்குத் தாலி கட்டப் பெறுகின்றது. திருமணம் ஆனவன் என்பதைச் சுட்ட ஆணுக்கு எந்தவித அடையாளமும் இல்லை. இது தவறு. ஆண் பெண் இருவரும் சமம் என்பதற்கு இருவர்

கழுத்திலும் ஒருவருக்கொருவர் தாலி கட்டிக் கொள்ள வேண்டும். இல்லையேல் இருவருக்கும் தாலி இல்லாமல் இருக்க வேண்டும். மோதிரம் மாற்றிக் கொள்ளும் முறையை மேற்கொள்ளலாம்.

(4) தாலி என்பது நாய்க்கு நகராண்மைக்கழகம் கட்டும் பட்டை போன்றது. தாலி பெண்ணை ஆண் அடக்கியாளும் மூர்க்கத்தனத்தின் சின்னம். பெண்களுக்கு அறிவு வந்தாலொழியத் தாலியை நீக்க முடியாது.

(5) சீர்த்திருத்தத் திருமணங்களிலும் 100க்குத் 90 திருமணங்களில் இந்த அடிமைச் சின்னமாகிய தாலி கட்டும் பழக்கம் இருந்து வருகின்றது. இந்நிலை மாற வேண்டும் என்கிறார் பெரியார்.

(6) கல்யாணம் என்பதற்கு 'வாழ்த்து' என்பது பொருள். அது வாழ்க்கைத்துணை என்ற பொருளில் இல்லை. ஏதோ கறுப்பு ஆட்டை வெள்ளாடு' என்பது போலவும், கொடிய நஞ்சுள்ள நாகத்தை நல்ல பாம்பு என்பது போலவும் இப்படித் தப்பான சொற்களை அமைத்துக் கலியாணம், திருமணம் என்றெல்லாம் சொல்லி வருகின்றோம். ஆனால் பார்ப்பனர் மட்டும் சரியான சொற்களையே உபயோகித்து வருகின்றனர். அவை 'தாராமுகூர்த்தம்' கன்னிகாதானம்' என்பவை. 'தானம்' என்பது வடமொழிச்சொல். 'தாராமுகூர்த்தம்' என்பதிலும் இரண்டு சொற்களும் வடமொழிச் சொற்களே. தமிழர்க்கான காரியங்களில் வடமொழிச்சொல்லாக இருந்தால் அஃது தன்றினாலேயே அந்த முறை நமக்கில்லை என்று தெரிந்துவிடும். ஒரு பெண்ணைப் பெற்று வளர்த்து ஒருவனுக்குத் தாரைவார்ப்பது - தானம் தருவது என்பது கருத்து. நம் பழக்கப்படி ஆணும் பெண்ணும் சமஉரிமை கொண்டு இருத்தல் வாழ்க்கைத்துணை. மற்றொருவர் இது தமிழ்ச் சொல். பார்ப்பனன் வந்த பிறகுதான் இதையெல்லாம் அழித்துவிட்டுப் பெண்ணை அடிமையாக ஆக்கி விட்டான்.

(7) ஆண் - பெண் சம்பந்தத்திற்குத் தமிழில் இரண்டு முறைகள் சொல்வார்கள். ஒன்று கற்பு; மற்றொன்று காதல். கற்பிற்கு என்ன பொருள் சொன்னான் என்றால் பெற்றோர்கள் பார்த்து ஆணையும் பெண்ணையும் சேர்த்து வைப்பதாகும். காதல் என்பது ஆணும் பெண்ணும் தாங்களே சம்மதித்துக்

கூடி வாழ்வதாகும். இதுதான் தமிழனுக்கு இழிந்த முறையாகும். இடையில் வரப் பெற்றதுதான் திருமணம் என்பதெல்லாமாகும்.

(அ) காதல் மணம்:

இது பற்றித் தந்தை பெரியாரின் சிந்தனைகள்:

(1) சுதந்திரமான காதலுக்கு இடமிருந்தால் தான் ஒரு நாடோ ஒரு சமூகமோ அறிவு, அன்பு, நாகரிகம், தாட்சண்யம் முதலியவற்றில் பெருக்கமடையும். நிரப்பந்தக் காதல் இருக்குமிடத்தில் மிருகத்தன்மையும் அடிமைத்தன்மையும்தான் பெருகும்.

(2) பழங்காலக் காதல் மணம் இன்று மிருகப் பிராயமணம் என்றே சொல்லவேண்டும். காதல் என்பது மிகமிகச் சாதாரண அற்ப விஷயம். காதலுக்கு அடிமையாவது இன்றைய சமுதாய வாழ்க்கை முறைக்குச் சிறிதும் பொருந்தாது. கண்டதும் காதல் கொண்டு காதல் பசி தீர்ந்ததும் சலிப்படைந்து அதன் பயனைப் பிறகு வேதனையுடன் பொறுத்துக் கொண்டிருப்பதென்றால் அஃது இன்பவாழ்க்கையாக இருக்க முடியாது.

(3) ஒரு குறிப்பிட்ட இச்சையின் பெருக்கம்தான் பெரிதும் காதலின் முழு இடத்தையும் பெற்று விடுகின்றது. மற்ற பல வாழ்க்கை வேறுபாடுகளுக்கு அந்த இச்சைப் பெருக்கம் போதவே போதாது. ஆகையால் அறிவையும் நிகழ்ச்சிப் பயனையும் அலட்சியப்படுத்தும் காதலை மனிதன் அடக்கி, வாழ்க்கைத் தன்மையைக் கொண்ட வாழ்க்கைத் துணையைப் பொருத்திக் கொள்ள வேண்டும்.

(4) காதல் மணம் என்பதற்குப் பலவீனத்தில் - அவசரத்தில் - மாட்டிக் கொண்டு பின்னால் தொல்லை அல்லது அதிர்ப்தி அல்லது சரிப்படுத்திக் கொள்ள வேண்டிய நிர்ப்பந்தம் ஆகியவற்றை அடைவதைத்தான் பொருளாகச் சொல்லலாம்.

(5) உண்மையில் காதல் மணம் என்றால் பெண்களும் ஆண்களும் சமநிலையில் பழகும் ஆண்களும் சம நிலையில் பழகும் வாய்ப்புத் தந்து ஒருவருடைய குணா குணங்களை மற்றவர் அறியும் சமயம் கிடைத்து ஒருவருடைய வாழ்க்கைக்கு மற்றொருவர் இன்றியமையாதவர் என்ற நிலையில் காதல் கொள்வதுதான் உயர்ந்த காதலாகும்.

(6) திடீரென்று காதல் கொள்வது, பிறகு கஷ்டப்படுவது, கேட்டால் காதலுக்காக என்று சொல்வது, என்ன நியாயம்? இது பலமற்ற சபலத்தனம். காதலுக்காகத் துன்பத்தை அடைவது முட்டாள்தனம், காதலும் கடவுளும் ஒன்று என்று சொல்வது இதனால்தான். காதலும் கடவுளும் ஒன்று என்றால் - காதலும் பொய், கடவுளும் பொய் என்றுதான் பொருள்; அர்த்தம்.

(7) ஒரு பெண்ணும் ஆணும் சேர்ந்து பழகி ஒருவரையொருவர் அறிந்து கொண்ட பிறகுதான் கல்யாணம் செய்து கொள்ள வேண்டும். ஆண்களோடு சாதாரணமாகப் பெண்களைப் பழகச் சொல்ல வேண்டும். யோக்கியனா? கோபக் காரனா? பைத்தியக் காரனா? வேடக்காரனா? குடிகாரனா? என்று பெண்ணுக்கு முன்னரே தெரிய வேண்டாமா? பழகினால் தானே தெரியும்? திடீரென்று ஒருவரையொருவர் முடிச்சு போடலாமா? அன்பு, குணம், பழக்கவழக்கம் ஆகியவற்றை உணர்ந்து ஒருவருக்கொருவர் நண்பர்களாகப் பழக வேண்டும். உடல் சேர்க்கை வேண்டும் என்று நான் கூறவில்லை. இதுதான் நான் சொல்லும் காதல் - ஆசை - விருப்பம். (இறையனார் களவியல் கருத்தை ஒட்டியுள்ளது).

(8) காதல் மணத்தைவிட வாழ்க்கை ஒப்பந்த மணமே வாழ்க்கைக்கு மேலானதாக இருந்துவரக் கூடும் என்பது எனது கருத்து.

(9) திருமணம் அல்லது கல்யாணம், கன்னிகாதானம் ஆகியவை போன்ற நிகழ்ச்சிகள் தமிழ்மக்களாகிய நம்மவர்க்குக் கிடையாது. நம்மவர்க்கெல்லாம் மணவாழ்க்கை இல்லை; காதல் வாழ்க்கைதான் இருந்தது.

(ஆ) கலப்பு மணம்:

இது பற்றியும் அய்யா அவர்களின் சிந்தனைகள்:

(1) கலப்பு மணம் என்பது இந்தியத் துணைக் கண்டத்தில் இன்று நேற்று ஏற்பட்டதல்ல. எல்லா மக்களாலும் எல்லா மதங்களாலும் ஒப்புக் கொள்ளப்பட்டும், வேதபுராண காலங்களில் இருந்தும், சுருதி, சுமிருதி ஆகியவற்றால் அனுமதிக்கப் பெற்றும் நடந்து வருகின்ற முறையே ஒழிய சுயமரியாதைக்காரர்கள் மாத்திரம் ஆரம்பித்து நடத்தி வருவதாகச் சொல்லிவிட முடியாது.

(2) உண்மையிலேயே கலப்புத் திருமணம் என்று கூற வேண்டுமானால் பார்ப்பனர், பார்ப்பனர் அல்லாதார் இருவருக்கும் நடைபெறும் திருமணம்தான் கலப்புத் திருமணம் என்று கூறவேண்டும். சாதிகளுக்குள் மிக உன்னத சாதி என்றும் கடவுளுக்கு அடுத்த அந்தஸ்து உடைய சாதி என்றும் கூறப்பெறும் பார்ப்பனர் சாதிதான் தலை தூக்கி நிற்கிறது. பார்ப்பனர் அல்லாத சூத்திரர் சாதி என்று சொல்லப் பெறுகின்ற சாதிதான் சமுதாயத்தில் மிகவும் கீழானது என்றும் நிலைநாட்டப் பெற்றுள்ளது. இந்த வேற்றுமை ஒழிய வேண்டும். இந்த இரண்டு சாதிகளுக்கும் திருமணம் நடைபெறுவதைத்தான் 'கலப்புத் திருமணம்' என்று கூறலாம்.

தம்பதிகளுக்கு அய்யாவின் அறிவுரை:

இதுவும் சமுதாயத்திற்கு அய்யா அவர்கள் ஆற்றிய தொண்டு என்று கருதலாம். இத்திசையில் அவருடைய சிந்தனைகள்:

(1) மணமக்கள் - உயிர் நண்பர்கள். ஒருவருக்கொருவர் பழகும் முறையைப் போல் நடந்து கொள்ள வேண்டும். எதிலும் தான் கணவன் என்ற ஆணவம் மணமகன் கொள்ளக்கூடாது. மணமகளும் தான் கணவனுக்கு அடிமைப் பொருள் - அடுப்பூதுவதற்கே வந்தவள் - என்ற எண்ணமில்லாது பழகவேண்டும்.

(2) மணமக்கள் பிள்ளை பெறுவதில் அவசரப்படக்கூடாது. திருமணம் நடந்து குறைந்தது மூன்று ஆண்டுகளுக்குப் பின்னாவது குழந்தை பெறுவதாயின் மிக நல்லதாகும்.

(3) மணமக்கள் - வாழ்க்கையில் மற்றவர்களுக்காக உதவும் மனப்பான்மையை உடையவராக இருக்க வேண்டும். நம்மால் நன்மை செய்ய இயலாவிட்டாலும் கேடாவது ஏற்படாதமாதிரி நடந்து கொள்ள வேண்டும். நல்வாழ்வும் நாணயமான வாழ்வும் பெறக் குழந்தைப்பேற்றைக் குறைத்துக் கொண்டு வாழ்க்கை வசதிகளை நல்ல வண்ணம் அமைத்துக்கொள்ள வேண்டும்.

(4) மணமக்கள் - தங்கள் வாழ்க்கையில் வரவுக்கேற்ற வகையில் செலவு செய்ய வேண்டும். கடன் வாங்கக் கூடாது. வரவு சிறிதாக இருப்பினும் அதிலும் ஒருகாசாவது மீதப்படுத்த வேண்டும். என்னைப் பொறுத்தவரையில் ஒழுக்கம் என்பது

இதுதான் என்பேன். வரவுக்கு அதிகமாகச் செலவு செய்வது விபசாரித்தனம் என்பேன்.

(5) வாழ்க்கையில் தம்பதிகள் ஒருவருக்கொருவர் விட்டுக் கொடுத்துச் சிக்கனமாக வாழவேண்டும்.

(6) எந்தவிதமான சிரமம் வந்தாலும் மற்றவர்களிடமிருந்து உதவி பெறுவது என்ற எண்ணம் கொள்ளவே கூடாது. வெறுக்க வேண்டும். நாம் வாழ வேண்டுமானால் மற்றவருக்கு உதவ வேண்டுமேயொழிய மற்றவர்களிடமிருந்து உதவியை எதிர் பார்க்கக் கூடாது.

(7) கணவன்-மனைவி என்பது இல்லை. ஒருவருக்கொருவர் துணைவர்கள்; கூட்டாளிகளே என்பதுதான் உண்மை. இதில் ஒருவருக்கொருவர் அடிமை - எசமான் என்பது இல்லை. இருவரும் சம அந்தஸ்துள்ளவர்கள் ஆவார்கள்.

(8) மணமகன் மணமகளைச் சிநேகிதராகவே கருதவேண்டும். அறிவை மழுங்க வைக்கும் கோயிலுக்குப் போவதும் உற்சவத்திற்குப் போவதும் கூடாது. வெளியே போக வேண்டும், உல்லாசமாக இருக்க வேண்டும் என்றால் கண்காட்சிகள், ஆலைத் தொழிற்சாலைகள், அணைக்கட்டுகள், அருங்காட்சியகங்கள் முதலிய இடங்களைச் சென்று பார்க்க வேண்டும்.

(9) அறிவோடு சிக்கனமாக வாழவேண்டும். வரவிற்குமேல் செலவிட்டும் பிறர் கையை எதிர்ப்பார்ப்பதும், ஒழுக்கக்கேடான காரியங்களுக்கு இடங்கொடுப்பதுமான காரியங்கள் இன்றி வரவிற்குள் செலவிட்டுக் கவலையற்ற வாழ்வு வாழ வேண்டும்.

(10) மணமக்கள் இருவரும் நண்பர்களாக நடந்து கொள்ள வேண்டும். வாழ்க்கை அன்புருவாக இருக்க வேண்டும். மணமக்கள் தங்களுக்காகவே என்று இராமல் மற்றவர்க்காகவே வாழ்கின்றோம் என்று எண்ண வேண்டும்.

(இ) சீர்த்திருத்தத் திருமணம்:

இதுபற்றியும் அய்யாவின் சிந்தனைகளை உங்கள் முன்வைக்கிறேன்:

(1) கல்யாணம் என்றால் சுதந்திர வாழ்க்கை, சமத்துவ வாழ்க்கை என்று இருக்க வேண்டுமேயொழிய அடிமை

வாழ்க்கை, மேல் கீழ் வாழ்க்கை என்று இருக்கக்கூடாது என்பதே எங்களது ஆசை.

(2) ஆணும் பெண்ணும் பதிவு அலுவலகத்திற்குச் சென்று வாழ்க்கைத் துணையாகிவிட்டோம் என்று சொல்லிக் கையெழுத்தும் போட்டுவிட்டால் போதும். அந்த வெறும் கையெழுத்துத் திருமணத்துக்கு இதைவிட (சுயமரியாதைத் திருமணத்தைவிட) அதிக மதிப்பும் நன்மையும் சுதந்திரமும் உண்டு.

(3) பெண்கள் உலகம் முன்னேற்றம் அடைய வேண்டுமானால், அவர்களுக்கும் மனிதத்தன்மை ஏற்பட வேண்டுமானால், ஆண்களுக்கும் திருப்தியும், இன்பமும்; உண்மையான காதலும், ஒழுக்கமும் ஏற்படவேண்டுமானால் சீர்திருத்தக் கல்யாணத்துக்கு இடம் அளிக்கப்பெற வேண்டியது முக்கியமான காரியமாகும்.

(4) வேறு எந்தக் காரியங்களில் மாறுதல் இல்லாவிட்டாலும் இந்த வாழ்க்கைச் சுதந்திரத்தில் சம சுதந்திரம் ஏற்பட்டுத்தான் ஆகவேண்டும். சுயமரியாதை இயக்கத்தின், முதல் இலட்சியம் அதுவாகும். ஆதலால் அது விஷயத்தில் ஏற்படப்போகும் மாறுதலை மக்கள் வரவேற்றுத்தான் ஆகவேண்டும்.

(5) திருமணம் என்பது வயது வந்த அறிவு வந்த ஓர் ஆணுக்கும் பெண்ணுக்கும் சம்பந்தப்பட்ட காரியமேயொழிய மற்ற யாருக்கும் - வேறு எந்தக் கட்டுப்பாட்டுக்கும் சம்பந்தப்பட்டதல்ல.

(6) இந்துமதப்பேரால், இந்துக்கடவுளர்களின் பேரால், அடிமையாக இருக்கும் இந்தப் பெண்களுடைய நன்மைக்குத் தான் அவர்களுடைய சவுரியம் உண்டாகத்தான், அவர்களுடைய அடிமைதன்மையை ஒழிக்கத்தான் - இந்த மாதிரியான புரட்சிக்கரமான திருமணங்களை நாம் நடத்துகிறோம் என்பதை நமது பெண்கள் உணர வேண்டும்.

(7) நமக்கு மேலான மேல் சாதிக்காரன் என்பவனைப் (பார்ப்பானை) புரோகிதனை வைத்து நடத்தாத திருமணம் சுயமரியாதைத் திருமணம் ஆகும்.

(8) நமக்குப் புரியாததும், இன்ன அவசியத்திற்கு இன்ன காரியம் செய்கின்றோம் என்று அறிந்து கொள்ளாமலும் அறிய முடியாமலும் இருக்கும்படியானதுமான காரியங்களை

(சடங்குகளைச் செய்யாமல் நடத்தும் திருமணம் பகுத்தறிவுத் திருமணம் ஆகும்.

(9) திருமணத்தில் சங்கீதம், நாட்டியம், காலட்சேபம் முதலியவைகளை மட்டும் ஏற்பாடு செய்யாமல் பல அறிஞர்களை அழைத்துக் கருத்துரை நிகழ்த்தவும், மக்கள் கேட்டுப் பயன் அடையவும் செய்து இருக்கிறார்கள். இதற்காக நாம் பாராட்ட வேண்டும்.

(10) மாறுதல் திருமணம் என்பது அடியோடு மூட நம்பிக்கையையும் தேவையற்றவைகளையும் விடுத்துப் பகுத்தறிவு அடிப்படையில் நிகழ்த்துவது என்பதாகும். திருமணம் என்பது மனிதனுக்குக் கவலையினை மாற்றத்தக்கதாக ஆகவேண்டும்.

(11) வாழ்க்கைத்துணை விஷயத்தில் காதல் போதாது. அறிவு, அன்பு, பொருத்தம், அனுபவம் ஆகிய பல காரியங்களே முக்கியமானவையாகும்.

(12) நமது திருமணம் திராவிடர் திருமணம்தான். ஆனால் இந்த முறையில்தான் திராவிடரின் பழங்காலத் திருமணம் நடந்ததென்றோ, அல்லது இப்படித்தான் திராவிடர் எதிர்காலத்திலும் திருமணங்கள் நடத்த வேண்டும் என்றோ நான் முடிவு கட்டவில்லை.

(ஈ) மறுமணம்:

மனிதன் எப்பொழுது மறுமணம் செய்து கொள்ளலாம் என்பது பற்றியும் அய்யா அவர்கள் சிந்தித்துத்துள்ளார்கள். அவருடைய சிந்தனைகள்:

(1) அவனுடைய முதல் மனைவி இறந்து போன காலத்திலும்

(2) தன் மனைவி மற்றொரு 'சோர நாயகனிடம்' விருப்பங்கொண்டு வீட்டைவிட்டு வெளியேறிய காலத்திலும் மறுமணம் செய்து கொள்வதை யாரும் குறை சொல்வதில்லை.

(3) தீராத கொடிய நோய் தன் மனைவியை பிடித்த காலத்தில் மறுமணம் செய்து கொள்வதை எவரும் ஆட்சேபம் செய்வதில்லை.

(4) மனைவி புத்தி சுவாதீனம் இல்லாமல் போய் விட்ட காலத்தில் மறுமணம் செய்து கொள்வதை எவரும் எதிர்ப்பதில்லை.

ஆகவே பகுத்தறிவுக்காரரும் அநுபவக்கொள்கையினரும் மேற்கண்ட சந்தர்ப்பங்களில் மறுமணம் செய்து கொள்வதை ஆட்சேயிக்கமாட்டார்கள்.

(உ) விதவை மணம்:

விதவை மணம் பற்றி அய்யா அவர்களின் சிந்தனைகள் இந்து சமூகத்தில் புரையோடிப்போன கீழான நிலையைக் காட்டுகின்றன.

(1) உலக இன்பத்தை நுகர்ந்து அலுத்துப் போயிருக்கும் பழுத்த கிழவனேயாயினும் தன் துணைவி இறந்துபட்டவுடன் மறுமணம் புரிந்து கொள்ள முயலுகின்றான் அதுவும். வனப்பு மிகுந்த - எழில் கொழிக்கும் - இளம் நங்கையொருத்தியைத் தேர்ந்தெடுக்கின்றான்.

ஆயின், ஓர் இளம்பெண் தன் கொழுநன் இறந்துவிட்டால் அவள் உலக இன்பத்தையே துய்க்காதவளாயிருப்பினும் - அவள் தன் ஆயுட்காலம் முழுவதும் இயற்கைக்கு கட்புலனை இறுக்க மூடி, மனம் நொந்து, வருந்தி மடிய நிபந்தனை ஏற்பட்டு விடுகின்றது. இஃது என்ன அநியாயம் என்று மனம் நொந்து அய்யா அவர்கள் வருந்துகிறார்கள்.

(2) விதவைத்தன்மை நிலைத்திருக்கும் காரணத்தினாலேயே இந்து சமூகமும் இந்து மதமும் ஒரு காலத்தில் அழிந்து போனாலும் போகும் என்பது தந்தையின் கருத்து.

(3) கணவனிழந்த காரிகையை எப்படி 'விதவை' என்கிறோமோ அது போலவே மனைவியை இழந்த கணவனை 'விதவன்' என்று வழங்க வேண்டும்.

(4) "மனித சமூகத்தில் மகளிர் விஷயத்தில் ஒரு பெரும் மாறுதல் ஏற்பட வேண்டியது அவசியம். இது தீண்டாமையை ஒழிப்பதைவிட அவசரமாய்ச் செய்ய வேண்டிய காரியம் என்பது என் அபிப்ராயம்". அதிலும் விதவைக் கொடுமை அடியோடு ஒழிக்கப் பெற வேண்டும். அது மனித தர்மத்துக்கு மாத்திரமல்ல, சீவதர்மத்துக்குப் விரோதமாகும் என்கின்றார்.

(5) "எதற்காக ஒரு பெண் விதவை" யாக இருப்பது என்பது எனக்கு விளங்கவில்லை; "விதவைத்தன்மை என்பதைத் தண்டனைக்குள்ளாக்க வேண்டும் என்பது வெகுநாளைய அபிப்பிராயமாகும்" என்கின்றார்.

(6) விதவைத்தன்மையை அனுமதிக்கும் சமூகம் மற்றொரு விதத்தில் விபசாரிதன்மையை தூண்டவும் அனுமதிக்கவும் செய்கின்ற சமூகம் என்றுதான் சொல்ல வேண்டும்.

(7) விதவைத்தன்மைதான் விபச்சாரம் என்கின்ற பிள்ளையைப் பெறுகின்றது. பிறகு, ஆண் எப்படி வேண்டுமானாலும் திரியலாம் - எவ்வளவு மனைவிமார்களை வேண்டுமானாலும் மணக்கலாம் - என்கிற முறையே விபச்சாரம் என்னும் பிள்ளையை வளர்க்கிறது. கலியாண ரத்து இல்லை என்கிற முறை விபச்சாரத்தை நீடூழி வாழச் செய்கின்றது.

(8) விதவைத் தன்மை என்பது கடவுள் செயலாக இருந்தால் ஊர்தோறும் குப்பைத் தொட்டிகளும் ஓடைப்புறம் போக்குகளும், கள்ளிமேடும் ஊருணிகளும் எப்படிப் பிள்ளைகளைப் பெற முடியும்?

(9) பெண்களில் விதவைகள் என்ற ஒரு நிலைமை ஏன் இருக்க வேண்டும்? கல்யாணம் செய்துகொண்டால் தானே இந்தக் கொடுமை? கலியாணம் செய்து கொள்ளாவிட்டால் பெண் எப்படி விதவையாக முடியும்? கலியாணம் செய்து கொள்ளாமல் இருப்பதில் பெண்களுக்கு இரண்டுவித நன்மை உண்டு.

(அ) குழந்தை பிறக்காது என்பதுடன் விதவையும் ஆக முடியாது

(ஆ) அடிமை நிலையும் சொத்து வைத்திருக்க உரிமையற்ற நிலையும் இருக்க முடியாது.

உலகிலுள்ள சகல கொடுமைகளிலும் விதவைக்கொடுமையே அதிகமானது.

(10) 'விதவைத் திருமணம்' என்கிற தொடர் நம்முடைய பெண்கள் விஷயத்தில்தான் சொல்லப்படுகிறது; ஆண்கள் விஷயத்தில் சொல்லப் பெறுவதில்லை. எப்படி இந்த அம்மை (திருமதி சொர்ணம்) ஒரு கணவனை மணந்து அவர் காலமான பின்பு எப்படி ஒருவரை மணந்து கொள்கிறார்களோ அது போலவே ஆண்மகன் ஒருவரும் ஒரு மனைவி தவறி இரண்டாவதாக ஒரு பெண்ணை மணந்து கொள்கிறார். இதனை 'விதவன் திருமணம்' என்று தானே போட வேண்டும்? ஏன் அப்படிச் செய்வதில்லை?

(11) இந்த உலகில் கணவனை இழந்த பெண்கள்தாம் அதிகம். மனைவியை இழந்த ஆண்கள் அதிகம் இல்லை. காரணம் மனைவியை இழந்தவன் மறுமணம் செய்து கொள்கிறான். ஆனால் கணவனை இழந்த பெண்களை மணக்க யாரும் முன்வருவதில்லை.

(12) விதவைத் தன்மை என்பது நமது நாட்டில் மிகக் கொடுமையான முறையில் இருந்து வருகிறது. இதனை எந்தச் சீர்திருத்தவாதியும் கவனிப்பது இல்லை. விதவைகளின் வாழ்க்கை ஒரு சிறைக்கூட வாழ்க்கையை ஒக்கும். ஒரு கைதிக்குள்ள நிர்பந்தம் ஒவ்வொரு விதவைக்கும் இருந்து வருகிறது. எப்படிக் கைதியானவன் சிறைக்கூட விதியை மீறவேண்டும் என்கிற ஆசைக்கும் அவசியத்திற்கும் உள்ளாகிறானோ அதுபோலவேதான் ஒவ்வொரு விதவையும் விதவைச் சட்டத்தை மீறவேண்டிய நிர்பந்தத்துக்கு ஆளாகிச் சிரமப்படுகிறாள். இந்தக் கொடுமை நிரபராதியான ஒரு பெண்ணுக்கு ஏன் ஏற்பட வேண்டும் என்று கேட்டால் இதற்கு என்ன மறுமொழி உள்ளது? இந்த 20ஆம் நூற்றாண்டில் 'தலைவிதி' என்றும் 'கடவுள் செயல்' என்றும் சொல்லி மக்களை எப்படி ஏய்க்க முடியும்?

(ஊ) குழந்தை மணம்:

இதைப்பற்றியும் பெரியார் சிந்தித்துள்ளார். அவர் சிந்தனைகள்:

(1) குடும்ப வாழ்க்கையை நடத்துவதற்குத் தகுதியற்ற பருவத்தில் உள்ள சிறுமியர்களை மணம் என்னும் கயிற்றினால் பிணித்துக் குடும்பம் என்னும் குழியில் வீழ்த்திக் கணவன் என்னும் விலங்கனைய காவலாளி கையில் ஒப்புவிக்கும்படி எந்த அறநூலும் போதிக்கவில்லை.

(2) சட்டத்தை மீறி நடக்கும் கல்யாணங்களில் சம்பந்தப்பட்டவர்கள்மேல் வழக்குத் தொடுக்கும் உரிமை காவல் துறையினருக்கும் பொதுமக்களுக்கும் தாராளமாக இருக்க வேண்டும். 'குடி குடியைக் கெடுக்கும்' என்ற ஏட்டுச் சுரைக்காயைப் போல் 'பெண்ணின் திருமண வயது 21' என்று எல்லா இடங்களில் எழுதிவைப்பது நகைச்சுவை விருந்தேயன்றி வேறு என்ன?

(3) சாரதா சட்டத்தை மீறுவதான முறையில் மணம் நடைபெறப்போவதாகத் தெரிந்தால் அதைத் தடுக்கும் அதிகாரமும் அவ்வழக்கை விசாரிக்கும் அதிகாரமும் நீதிமன்றத்துக்கு இருக்க வேண்டும்.

(4) பெண்களுக்கும் ஆண்களுக்கும் திருமணம் செய்து வைத்து விடுவதால் சிறுவயதிலேயே அவர்கள் தலைமீது குடும்பப் பொறுப்பு விழுந்து விடுகின்ற காரணத்தால் சுதந்திரம் அற்றுக் கவலை, தொல்லை இவற்றிற்கு ஆளாகிப் போதிய வளர்ச்சியற்றவர்களாக ஆகி விடுகிறார்கள்.

திருமண அடையாளம்:

திருமணத்தில் தாலிகட்டப் பெறுகின்றது. இது பற்றிப் பெரியார் சிந்தனைகள்:

(1) தாலி கட்டுவது என்பது பெண்களுக்கு மட்டும் ஆண்கள் தாலி கட்டுவதால் அதில் ஏதோ காரணம் இருக்க வேண்டும். தாலிகட்டினவன் அப்பெண்ணுக்கு எசமான் என்றும் தாலி அடிமைச்சின்னம் என்றும் விளங்குகிறது. ஆண் பெண் இருவரும் சம அந்தஸ்து உள்ளவர்கள் என்பதற்கு இருவர் கழுத்திலும் தாலி கட்டிக்கொள்ளவேண்டும். இல்லையேல் இருவருக்கும் இல்லாமல் இருக்க வேண்டும். (மோதிரத்தை மாற்றிக் கொள்ளும் ஏற்பாடு செய்யலாம்.)

(ii) தாலி என்பது நாய்க்கு நகராண்மைக்கழகம் கட்டும் பட்டை போன்றது. தாலி பெண்ணை அடக்கி ஆளும் மூர்க்கத் தனத்தின் சின்னம். தாலிபற்றிப் புலவர்கள் பேசும்போது காளையை அடக்குதல், புலிவேட்டையாடுதல் போன்ற பொருத்தமற்ற இலக்கிய ஆதாரங்களை அள்ளி வீசுவார்கள். பெண்களுக்கு அறிவு வந்தாலொழியத் தாலியை நீக்க முடியாது.

(II) தாலி கட்டுவது எதற்காக? அஃது எதற்காகப் பயன் படுவது என்றால் பெண்களை முண்டச்சியாக்கப் பயன்படுகின்றது. அறுப்பதற்காகவே பயன்படுகின்றது.

(iv) தாலி என்ற அடிமைச்சின்னம் சீர்த்திருத்தத் திருமணங்களிலும் - நூற்றுக்குத் தொண்ணூறு திருமணங்களில் - கட்டப் பெறுகின்றது. இது மாற வேண்டும்.

(v) மணமானவள் என்று தெரிந்து கொள்வதற்காகத் தாலி கட்டுவது என்று கூறுகின்றனர். ஆனால் ஆண்கள்

திருமணமானவர் என்று தெரிந்து கொள்ள அவர்கள் கழுத்திலும் தாலி கட்ட வேண்டாமா? இதில் ஆண்களுக்கும் மட்டிலும் விதிவிலக்கு ஏன்?

அய்யா வாழ்க்கையில்: 19 வயதில் திருமணம். அப்போது தாலிகட்டிதான் திருமணம் நடைபெற்று (1898) வந்தது. அந்த வயதில் தாலியைப் பற்றி எதிர்ப்பு செய்யவே இல்லை.[4] ஒருநாள் இரவு அய்யா தாலியைக் கழற்றும்படி கூறினார். அம்மையார் மறுத்தார். "நானே பக்கத்தில் இருக்கும் போது தாலி இருந்தால் என்ன? இல்லாவிட்டால் என்ன? நான் ஊரில் இல்லாதபோது தான் அது இல்லாமல் இருக்கக்கூடாது" என்ற அளந்த அளப்பில் நாதன் சொல் உண்மை என நம்பி தாலியைக் கழற்றிக்கொடுத்தார். ஈவேரா, அதனைத் தம் சட்டைப்பையில் போட்டுக் கொண்டு உறங்கிவிட்டார். விடிந்தவுடன் அம்மையாரும் தாலியைக் கேட்க மறந்துவிட்டார். கணவரும் அதனைத்தர மறந்தார். அவரும் தாலியின் நினைவில்லாமலேயே சட்டையை மாட்டிக் கொண்டு வெளியில் சென்றுவிட்டார்.

இப்போது நாகம்மையாருக்கு தாலியின் நினைப்பு வந்துவிட்டது. கழுத்தில் தாலியில்லாமலிருப்பதை யாரேனும் கண்டால் ஏளனம் செய்வார்களே என்று நாணப்பட்டுக் கூடியவரை தம் கழுத்தைப் பிறர் காணாதபடி மறைத்துக் கொண்டே வேலை பார்த்து வந்தார். தம் கழுத்து வெளியில் தெரியாதபடி அடிக்கடித் துணியை இழுத்து இழுத்து மூடிக் கொண்டு வேலை செய்வதை மாமியார் கவனித்து விட்டார். உடனே தாலி எங்கே?' என்று வினவ மருமகள் விடைகூற முடியாமல் ஏதேதோ சொல்லி மழுப்பிக் கொண்டிருந்தார். இதற்குள் இன்னும் சில பெண்கள் கூடிவிட்டனர். அவர்கள் நாகம்மையாரை நக்கல் செய்யத் தொடங்கிவிட்டனர். அம்மையாருக்குச் சினம் பொங்கி எழுந்தது. "உங்களுக்கு என்ன தெரியும்? கணவர் ஊரில் இருக்கும்போது தாலி இருந்தால் என்ன? இல்லாவிட்டால் என்ன?" என்று ஒரு போடு போடவே. நக்கல் பண்ணிய பெண்கள் மறுமொழிகூற முடியாமல் வாயடைத்துப் போனார்கள். "கணவனுக்கேற்ற மனைவி; நாம் என்ன சொல்வது?" என்று சொல்லிக்கொண்டே நழுவி விட்டனர். இந்த நிகழ்ச்சியை,

தாலி என்னும் சங்கிலிதான், பெண்ணினத்தைப்
பிணித்திருக்கும் தளைஎன் றெண்ணித்

தாலிதனைக் கழற்றென்னத் தன்மனைவி
　　　மறுத்துரைக்க, 'நானி ருக்கத்
தாலிகட்டிக் கொள்ளுவதன் பொருளென்ன?
　　　எனக்கேட்டு வாங்கிக் கொண்டார்.
'தாலிஎங்கே?' எனக்கேலி செய்த பெண்கள்
　　　தமைக்கண்டு சினந்தார் அம்மை!

- ஈரோட்டுத்தாத்தா-பக்.

என்ற பாட்டாக வடித்துக் காட்டுவார் கவிஞர் நாச்சியப்பன்.

மூடநம்பிக்கை:

திருமணம் பற்றிய சில மூடநம்பிக்கைகள் உள்ளன. அவைபற்றிய பெரியாரின் சிந்தனைகள்.

(i) சாத்திரப்படி பெண் சுதந்திரமற்றவள். அவள் காவலில் வைக்கப் பெறவேண்டியவள் என்பது. இஃது ஒருபுறம் இருக்க மனிதன் 'புத்' என்னும் நரகத்திற்குப் போகாமல் இருப்பதற்காகவும் பெற்றோர்கட்கு இறுதிக்கடன், திதி முதலியவை செய். ஒரு பிள்ளையைப் பெறவும் என்பதாகவும் திருமணம் செய்து கொள்ள வேண்டியது அவசியம் என்று கூறுகிறது.

(ii) பொருத்தம் பார்ப்பது, சகுனம் பார்ப்பது என்பது மிக மிக முட்டாள்தனம். பொருத்தம் பார்க்கும் சோதிடனுக்கு ஆணையோ பெண்ணையோ தெரியாது. இருந்தாலும் பொருத்தம் பார்க்கிறார்கள். இரண்டு ஆண்களின் சாதகத்தையோ இரண்டு பெண்களின் சாதகத்தையோ கொடுத்தால் இவை பொருத்தமற்றவை என்று எவனாவது கூறமுடியுமா?

(iii) தாரைவார்த்து வாங்கினவன் வாங்கின பெண்ணை யாருக்கு வேண்டுமானாலும் கொடுத்து விடலாம். வாடகைக்கு விடலாம். அடகுவைக்கலாம். அவனுக்கு உரிமை உள்ளது. ஏன் என்று கேட்க முடியாது. இங்ஙனம் புராண இதிகாசங்களில் நடந்துள்ளது. தருமன் திரௌபதியை பணயம் வைத்துச் சூதாடினான். அரிச்சந்திரன் தன் மனைவியை வேறு ஒருவனிடம் விற்றான். இயற்பகை நாயனார் தன் மனைவியை சிவனடியார் ஒருவருக்கு கூட்டிக் கொடுத்தார். அவமானம் உள்ள கதைகள்!

(iv) இன்றைக்குப் பொருத்தம் சோதிடனைக் கொண்டுதான் பார்க்கப்பெறுகின்றதே ஒழிய வயதுப் பொருத்தம், உடற்கட்டு, குருதிக்குழுப்பொருத்தம், அழகு, பண்பு, படிப்புப் பொருத்தம் முதலியவற்றை எவன் பார்க்கின்றான்? இன்றைக்கு இப்படிப் பட்ட முட்டாள்தனமான பொருத்தம் படித்தவன் - பணக்காரன் இடத்தில்தான் குடி கொண்டுள்ளது.

நாகம்மையின் மூடப்பழக்கத்தைக் களைதல்:

இரண்டு நிகழ்ச்சிகளை ஈண்டுக் காட்டுவேன்.

(1) விரத ஒழிப்பு:

இராமசாமியாரைப்போல் நாகம்மை யாரையும் ஆசாரமில்லாதவராக விடக்கூடாது என்பது மாமனார் மாமியார் கருத்து. கணவருக்கு வேண்டிய புலால் உணவைத் தன்னிச்சையாகச் சமைப்பார். பரிமாறுவார். பிறகு நீராடிவிட்டுதான் சமையல் அறைக்குள் போவார். கணவர் வெளியில் அமர்ந்துதான் உணவு உண்ண வேண்டும். சமையல் அறைக்குள் எப்போதும் நுழையக்கூடாது.

நாகம்மையார் வெள்ளிக்கிழமை தோறும் நோன்பிருந்து வந்தார். இது மாமியார் இட்ட கட்டளை. மக்கட்பேறு இல்லை என்பதற்காகவே இந்த நோன்பு ஏற்பாடு. என்றைக்கு விரத நாளோ அன்றுதான் தவறாமல் இராமசாமியாருக்குப் புலால் உணவு சமைக்கவேண்டும். நாகம்மாள் தான் பரிமாற வேண்டும். இஃது இராமசாமியாரின் பிடிவாதம். நாகம்மையாரும் கணவன் முகம் கோணாமல் அவர் விருப்பப்படி புலால் உணவு சமைப்பார். பரிமாறுவார். உடனே நீராடச் சென்றுவிடுவார்.

இச்சமயத்தில் இராமசாமியார் சமையலறைக்குள் புகுந்து அம்மையார் அருந்துவதற்கெனத் தனியாக மூடிவைத்திருக்கும் விரதச் சோற்றைத் திறந்து அதற்குள் எலும்புத்துண்டைப் புதைத்துவிட்டுப் போய்விடுவார். அம்மையார் சாப்பிடும்போது சோற்றுக்குள்ளிருந்த எலும்புத்துண்டு தலை நீட்டும். இது கணவரின் திருவிளையாடல் என்பதை அவர் உணர்ந்து கொள்வார். அவ்வளவுதான்; நோன்புக்கு முற்றுப்புள்ளி. அம்மை யார் பட்டினி. இக்குறும்புத்தனம் ஈ.வே.ரா பெற்றோர்கட்கு தெரிந்தது. அவர்களும் கண்டித்தனர். ஆயினும் நிற்கவில்லை. இறுதியில் மாமியார் மருமகளை அழைத்து ‘இந்தக் கணவனைக்

கட்டிக்கொண்டு நீ வாழ்ந்தது போதும். நிறுத்திவிடு!' என்று சொல்லிவிட்டார். இவ்வளவோடு நாகம்மையாரின் வெள்ளிக் கிழமை விரதத்திற்கு முற்றுப்புள்ளி வைக்கப்பெற்றது. மற்ற விரதங்களும் நாளடைவில் பறந்தன. இந்த நிகழ்ச்சியை கவிஞர் நாச்சியப்பன்,

தன்மனைவி தனைத்தொட்டால் தீட்டென்று
தலைமுழுகிப் பிள்ளைப் பேற்றிற்கு
என்று வெள்ளிக் கிழமை தொறும் நோன்பிருக்கும்
நிலைபோக்க எண்ணி, ஆய்ந்து
சின்னவோர் எலும்பெடுத்துச் சோற்றுக்குள்
புதைத்திடுவார்! சென்ற வம்மை
தன்னுணவை உண்ணுங்கால் தலைநீட்டும்
எலும்புக்கண்டு நோன் பிழப்பார்!

- ஈரோட்டுத்தாத்தா- பக்.7.

என்ற பாடலால் வார்த்துக் காட்டுவார்.

(2) கோயில் செல்லல் ஒழிப்பு:

நாகம்மையார் விழாக் காலங்களில் எப்பொழுதாவது கோயிலுக்குச் செல்வதுண்டு இவ்வழக்கத்தை நிறுத்த வேண்டும் என்பது ஈவேராவின் திட்டம். இதற்காக இவர் செய்த குறும்பு மிக வேடிக்கையானது. ஒருநாள் ஏதோ ஒரு திருவிழாவை முன்னிட்டு நாகம்மையார் சில பெண்களுடன் கோயிலுக்குச் சென்றிருந்தார். ஈ.வே.ரா. தம் கூட்டாளிகள் சிலருடன் கோயிலுக்குச் சென்றார். தாம் மைனர் கோலம் பூண்டு அம்மையார் தம்மை நன்கு பார்க்க முடியாதபடி ஓர் ஒதுக்கிடத்தில் நின்று கொண்டார். நாகம்மையாரைத் தம் கூட்டாளிகளுக்குக் காட்டி 'இவள் யாரோ ஒரு புதியதாசி. நமது ஊருக்கு வந்திருக்கிறாள். இவளை நம் வசப்படுத்த வேண்டும்; நீங்கள் அவள் நோக்கத்தை அறிந்து கொள்ள வேண்டிய முயற்சியைச் செய்யுங்கள்' என்றார். அவர்களும் அவ்வம்மையார் நின்றிருந்த இடத்திற்குச் சென்று அவரைப் பார்த்து ஏளனம் செய்யத் தொடங்கினர். நாகம்மையார் இக்கூட்டத்தின் செய்கைகளைப் பார்த்துவிட்டார். அவருக்குச் செய்வது இன்னது என்று தோன்றவில்லை. கால்கள் வெலவெலத்துவிட்டன. உடம்பு நடுநடுங்கியது. தாங்கயமுடியாத அச்சத்தால் நெஞ்சம் துடிதுடிக்கின்றது. வியர்வையால்

அப்படியே நனைந்தது போய் விட்டார். ஆயினும் ஒருவாறு சமாளித்துக்கொண்டு அக்காலிகளிடமிருந்து தப்பி வீடு வந்து சேர்ந்துவிட்டார். திருக்கோயில்களின் நிலைமையையும் தெரிந்து கொண்டர் மறுநாளே கோயிலில் நடைபெற்ற நிகழ்ச்சி தம் கணவரின் சூழ்ச்சி மிக்க திருவிளையாடல் தான் என்று உணர்ந்து கொண்டார்.

(3) சாதிக் கொள்கை

தமிழர் வாழ்வில் எப்படியோ புகுந்தவிட்ட 'சாதிக்கொள்கை'யைச் சாடுவதை ஆய்வு செய்வதற்கு முன்பு பண்டைய தமிழ் இலக்கணங்களில் இக்கொள்கைகளைபற்றி வரும் குறிப்புகளை முதலில் தெரிந்து கொள்வது இன்றியமையாதது என்று கருதி அவற்றை முதலில் காட்டுவேன்.

களவுக்காலத்தில் தலைவன் பிரிவு வகைகளைக் கூறும் இறையனார் களவியல்,

ஓதல் காவல் பகைதணி வினையே
வேந்தர்க் குற்றுழி பொருப்பிணி
ஆங்க ஆறே அவ்வுயிற் பிரிவே[5]

என்ற நூற்பாவில் அப்பிரிவுகள் தொகுத்துக் கூறப்பெற்றுள்ளன. அவை: ஓதற்பிரிவு, காவல் பிரிவு, பகை தணிவினைப் பிரிவு, வேந்தர்க்குற்றுழிப்பிரிவு, பொருட்பிணிப்பிரிவு, பரத்தையர் பிரிவு என்ற ஆறு ஆகும். இந்த ஆறுபிரிவுக்கம் காலவரையறையும் தொல்காப்பியத்தில் கூறப்பெற்றுள்ளது. கல்வியின் பொருட்டுப் பிரியும் பிரிவு மூன்றாண்டுகாலம் எனவும் ஏனைய பிரிவுகட்கு ஓராண்டுக் காலம் எனவும் கூறப்பெற்றுள்ளன.[6] தொல்காப்பியத்திலேயே அந்தணர், அரசர், வணிகர்,[7] வேளாளர் என்ற சாதி வேறுபாடு கூறப்பெற்றுள்ளமையால், அவர்களில் இன்னின்னாருக்கு இன்னின்ன பிரிவுகள் உள்ளன என்றும் கூறிச் செல்லுவர்.

ஆசிரியர் இப்பிரிவு இவர்க்குரியது என்று நூற்பா செய்து காட்டவில்லை. எனவே, பிறப்பு காரணமாகத் தொல்காப்பியர் உயர்ந்தோர், தாழ்ந்தோர் என்ற கொள்கையைக் கூறினார் அல்லர் என்பது ஈண்டுச் சிந்திக்கத்தக்கது. தமிழ்மறை அருளிய வள்ளுவர் பெருமானும்,

பிறப்பொக்கும் எல்லா உயிர்க்கும் சிறப்பொவ்வா
செய்தொழில் வேற்றுமை யான். (குறள் 672)

என்று கூறியுள்ளதை நாம் நன்கு அறிவோம். தவிர, உலகியலில் இன்னார்தான் போர்க் காரணமாகப் பிரிய வேண்டும். இன்னார்தான் பொருளீட்டுவதற்குப் பிரியவேண்டும் என்ற நியதியும் ஒன்று இருந்ததாகத் தெரியவில்லை

இன்று எல்லாச் சாதியினரும் எல்லாத் தொழில்களையும் செய்து வருவது கண்கூடு. பார்ப்பனர் போரில் ஈடுபடுகின்றனர்,[8] அரசு அலுவல் பார்க்கின்றனர்; வாணிகம் செய்கின்றனர்; உழவுத்தொழில் செய்கின்றனர். அங்ஙனமே, வேளாளர் மறையோதுகின்றனர்; அரசு அலுவல்களில் அமர்ந்துள்ளனர்; வாணிகத்தில் ஈடுபடுகின்றனர். ஏனைய சாதியினரும் எல்லாவிதத் தொழில்களிலும் ஈடுபடுகின்றனர். எனவே, மக்கள் தொழில் செய்யும் பொழுது, செய்யும் தொழில் காரணமாக அந்தந்தச் சாதியினராகின்றனர் என்று கோடலே பொருந்தும்.[9] பண்டும் இந்த நிலையே வழக்கில் இருந்திருத்தல் வேண்டும். நான் ஆசிரியத்தொழிலிலிருப்பதால் நான் பார்ப்பனன். என் மைந்தருள் ஒருவன் வணிகன் செய்தால் அவன் வாணிகன்; இன்னொருவன் உழவுத்தொழிலில் ஈடுபடல் அவன் வேளாளன்[10] ஓதல், பகை, தூது என்ற பிரிவிற்கு நிமித்தம் கூறும் தொல்காப்பியம்.

அவற்றுள்,

ஓதலும் தூதும் உயிர்ந்தோர் மேன[11]

என்று கூறும் பொழுது 'உயிர்ந்தோர்' என்று பொதுப்படையாக இருப்பது சிந்திக்கத்தக்கது. பிறப்பினால் உயர்வு உண்டு என்ற கொள்கையில் அழுந்திய உரையாசிரியகள் 'உயிர்ந்தோர்' என்பதற்குத் தத்தமக்குத் தோன்றியவாறு பொருளுரைத்தனர். இளம்பூரணர், 'நால்வகை வருணத்தினும் உயர்ந்த அந்தணர் அரசர்' என்றும், நச்சினார்க்கினியர் 'அந்தணர் முதலிய மூவர்' என்றும் பொருளுரைத்தனர். ஒவ்வொருவரும் தத்தம் மனப்பான்மைக்கேற்றவாறு ஒவ்வோர் அளவுகோல் *(Norms)* கொண்டனர். இங்ஙனம் உரையாசிரியர்கள் சாதிப்பிரிவை யொட்டி 'உயர்ந்தோர்' என்று கூறியிருப்பது இக்காலத்திற்குச் சிறிதும் ஏற்காது; எக்காலத்திற்கும் ஏற்காது; ஏற்கவும் முடியாது. எனவே, 'உயர்ந்தோர்' என்பதற்கு அறிவினாலும் ஒழுக்கத்தினாலும் சீலத்தினாலும், பண்பாட்டினாலும்

'உயர்ந்தோர்' எனது கோடலே பொருந்தும்; அஃதே அறிவுடைமையுமாகும். மேற்குறிப்பிட்ட நூற்பாவினை அடுத்து வரும் நூற்பாக்களிலும் பிரிவுகளைப் பற்றிப் பொதுப்படையாகவே கூறியிருப்பது இதனை வலியுறுத்தச் செய்யும்.

சாதிப்பற்றிய பெயர்கள்:

இனி, நால்வகைச்சாதி பற்றிய மரபுகளை நோக்குவோம். தொல்காப்பியத்தில் அகத்திணையொழுகலாற்றுக்குரிய மக்களை வதைப்படுத்திக்கூறிய நிலையிலும், புறத்திணையொழு கலாற்றில் வாகைத்திணைப் பகுதிகளை விரித்துரைத்த நிலையிலும் மக்களை ஆசிரியர் தொல்காப்பியனார் அவர்கள் வாழும் நிலத்தாலும்[12] அவர்கள் மேற்கொண்ட தொழில்வகையாலும் பகுத்துரைத்தனரேயன்றிப் பிறப்பு வகையால் அன்று என்பது பெறப்படும். திருவள்ளுவரின் கருத்தும் இதுவே என்று மேலே காட்டப்பெற்றது.

(1) சாதி:

சாதிப்பற்றிய பெரியார் சிந்தனைகளைக் காண்போம்:

(i) மனிதன் திருடுகிறான்; பொய்பேசுகிறான்; பாடுபடாமல் வயிறு வளர்க்கப் பார்க்கிறான். இவனை மக்கள் இகழ்வதில்லை; சாதியைவிட்டுத் தள்ளுவதில்லை; ஆனால் சாதியை விட்டுச் சாதி சாப்பிட்டால், கல்யாணம் செய்தால் சாதியை விட்டுத் தள்ளப் பெறுகிறான். இந்த மக்களின் ஒழுக்கம், நாணயம் எப்படிப்பட்டது என்று பாருங்கள்.

பெரியார் காலத்தில் இருந்த இந்த நிலை இன்று இல்லை. கிராமங்களில் கூட இல்லை என்பது சிந்திக்கத்தக்கது.

(ii) கோயிலைச் கட்டிவைத்துக் கல்தச்சருக்குச் காசு கொடுத்துச் சிலை செய்யச் செய்து பூசைக்கு மானியம் விட்ட நம்மக்கள் தொட்டால் சாமி தீட்டாகி விடும் என்று பார்ப்பனர் கூறுகிறார்களே! காரணம் இழிசாதி என்கிறான். இவ்வளவையும் பொறுத்துக் கொண்டு சாமி கும்பிடுகிறார்களே, மானம் ஈனம் இருந்தால் செய்வார்களா?

வடநாட்டில், குறிப்பாகக் காசியில் இந்த நிலை இல்லை; காசி விசுவநாதர் கோயிலில் எவரும் இலிங்கத்தைத் தொட்டு வழிபடலாம். (1958இல் நான் வாரணாசியில் தங்கியிருந்தேன்.)

(iii) நீங்கள் என்னைப் பெரியார் என்று கூறலாம். பண்டார சந்நிதிகள், இராஜாசர், அண்ணாமலைச் செட்டியார் கோடீசுவரராயும் இருக்கலாம். இருந்தாலும் அவர்கள் உட்பட நாம் சூத்திரர்களாக இந்தக் கடவுள்களால் தான் ஆக்கப் பெற்றிருக்கிறோம். சிந்தியுங்கள்; பத்துத்தடவை சிந்தியுங்கள்;

இன்று இந்நிலை இல்லை. எவரையும் பொது இடத்தில் இப்பெயரிட்டு வழங்குவதில்லை. பார்ப்பனக் குடும்பத்திற்குள் இத்தகைய பேச்சு ஒருவேளை அடிபடலாம். அது பற்றி நமக்குக் கவலை வேண்டா.

(iv) சாதி வகை என்பது பிறவியால் வருவது இல்லை. யாருக்குப் பிறக்கிறதோ அவரது சாதியைச் சொல்லுகிறார்களே ஒழியப் பிறக்கும்போது சாதிமுத்திரையோடு எந்தக் குழந்தையும் பிறப்பது இல்லை.

(v) சாதி மாடுகளை அடையாளம் காட்டலாம்; சாதி நாய்களை அடையாளம் காட்டலாம். சாதிப்பெண்களை எவ்வித அடையாளமுமின்றி அம்மணமாக நிறுத்தினால் இவர்களை இந்த சாதிப் பெண் என்று அடையாளம் காட்டமுடியுமா? - என்பது அய்யா அவர்களின் சவால் வினா.

தாழ்த்தப்பட்டோர்:

இந்த வகையினரைப்பற்றி அய்யா அவர்களின் சிந்தனைகளைக் காண்போம்:

(1) உங்களை யாராவது கிராமவாசிகள் இழிவாக நடத்தினால் எதிர்த்து நிற்க வேண்டும். முடியாவிட்டால் நகர்ப்புறங்களுக்குச் சென்று அங்கு குடியேற வேண்டும். அங்குப் பிழைப்புக்கு வழி இல்லாவிட்டால் இம்மாதிரியான கொடுமையான மதத்தை உதறித் தள்ளிவிட்டு சமத்துவமுள்ள மதத்திற்குப் போய்விடவேண்டும். அதுவும் முடியாவிட்டால் வெளிநாடுகளுக்காவது கூலிகளாய்ப் போய் உயிரையாவது விடவேண்டும். இம்மாதிரியான உறுதியான முறைகளைக் கையாளத் துணிவு இல்லா விட்டால் உங்கள் மீது சுமத்தப் பெற்ற இழிவு எளிதில் ஒழியாது என்றே சொல்லுவேன்.

(2) தாழ்த்தப்பட்டுக் கொடுமை செய்யப்பெற்ற மக்களை விடுதலை செய்ய வேண்டுமானால் அவர்களுக்கு

அதிகாரங்களில் உயர் பதவி கொடுப்பதன் மூலம்தான் சீக்கிரத்தில் செய்யக்கூடுமே தவிர வேறு செயல்களால் அல்ல.

இன்று ST/SC சாதியினர் பெரிய வேலைகளில் அமர்த்தப் பெற்று வருகின்றனர். காலப்போக்கில் மெதுவாக சாதி பற்றிய கொடுமை ஒழியும். ஆனால் சாதிப்பெயர்கள் மாறாமலேயே அப்படியே இருக்கும். அரசும் இதைப்பற்றிச் சிந்திப்பதாகத் தெரியவில்லை.

(3) தாழ்த்தப்பெற்றவர்களாகிய நீங்கள் காங்கிரசு, மதம், கோவில், சாமி ஆகியவற்றையெல்லாம் உடைக்க ஆரம்பித்தீர்களேயானால் உங்களுக்கு யாருடைய தயவும் இல்லாமல் சகல சுதந்திரமும் சகல உரிமையும் தாமாக உங்களைத் தேடிக்கொண்டு வரும் என்பார் பெரியார்.

நடைமுறையில் இது சாத்தியமல்ல. இதனால் அராஜகம் தலையெடுக்குமாதலால் அரசு வேடிக்கை பார்த்துக் கொண்டு இராது. இந்த யோசனை வெறும் ஏட்டுச்சுரைக்காய் என்பது என் கருத்து.

(4) தாழ்த்தப்பட்ட மக்களை அவர்களுக்கு மற்றவர்கள் இழைத்துவரும் கொடுமையில் இருந்து விடுதலை செய்ய வேண்டும் என்பதை உண்மையான கருத்துடன் பார்த்தால் அஃது ஒரு புரட்சி வேலையேயாகும். ஏனெனில் தாழ்த்தப்பட்ட மக்களின் நிலை ஒரு பெரிய அஸ்திவாரத்தின் மீது கட்டப் பெற்றுள்ளது.

பெரியாரின் இத்தகைய சிந்தனையின் பலத்தால் அத்திவாரம் ஆட்டம் கொடுத்து விட்டது. தாழ்த்தப்பட்டவர்கள் முன்னுக்கு வந்து கொண்டுள்ளனர்.

(5) 'பறையர்கள்' என்ற பட்டம் மாறி 'ஆதி திராவிடர்கள்' ஆகி இப்போது 'அரிசனங்கள்' என்கிற பட்டம் வந்தது போல் வேறு ஏதாவது ஒரு பெயர் ஏற்படலாமெயொழிய இழிவு நீங்கிவிடாது. விபசாரிகளுக்கும் குச்சுக்காரிகளுக்கும் 'தேவதாசி' 'தேவர் அடியாள்' என்ற பெயர்கள் இருப்பதால் அவர்களுக்குச் சமூகத்தில் இழிவு இல்லாமல் போய்விடவில்லை.

இது கடுமையான சிந்தனைதான். பெயர்கள் இருந்தால் தான் விகிதாச்சாரப்படி அலுவல்கள் கிடைக்கும். பெயர்களும் மாறவேண்டும். மக்களின் மனநிலை மாற வேண்டும். காலப்போக்கில் மாறலாம்; மாறாமலும் இருக்கலாம்.

மக்களாட்சியில் எதுவும் விரைவாக நடைபெறாது. சட்டமன்றம், நாடாளுமன்றம் இவற்றின் உறுப்பினர்களில் மூன்றில் ஒருபாகம் மகளிர் இருக்கவேண்டும் என்ற நல்லெண்ணப்படி தயாரிக்க பெற்ற சட்ட வரைவு (Bill) இன்னும் நிறைவேற்றப்பெறாமல் தடைக் கற்கள் எழுப்பியவண்ணம் இருத்தலே இதற்குச் சான்றாகும். மகளிர் மன்றம் ஏறினால் தங்கள் குற்றங்களை எடுத்துச் சந்தி சிரிக்க வைக்கலாம் என்ற அச்சமும் இதற்குக் காரணமாகலாம்.

(6) எவனாவது உங்களைப் பார்த்து 'ஒதுங்கிப் போ' என்று சொன்னால் 'ஏனப்பா, நான் ஒதுங்க வேண்டும்? என் காற்றுப்பட்டால் உனக்கு என்ன வாந்தி பேதியா வந்து விடும்?' என்று கேளுங்கள். அவன் தானாகவே ஒதுங்கிப்போய்விடுவான். "எவனாவது உங்களைக் கண்டு ஒதுங்கிப்போனால் அவனையும் விடாதீர்கள். 'என்னப்பா, என்னைப் பார்த்துத் தவளைப்போல் குதிக்கிறாயே? நான் என்ன மலமா? தொட்டால் நாற்றமடிக்க; அல்லது நான் என்ன நெருப்பா? தொட்டால் சுடும் என்று கூற; ஏனப்பா, இப்படிப் பித்தலாட்டம் செய்கிறாய்? மலத்தைத் தொட்டால் கூடக் கைகழுவிவிட்டால் சரியாய்ப் போகிறது என்கிறாய்; என்னைத் தொட்டால் உடுத்தியிருக்கிற வேட்டியோடு குளிக்க வேண்டுமென்று சொல்லுகிறாயே; இதற்கு என்னப்பா அர்த்தம்?' என்று கேளுங்கள்!

பெரியார் காலத்தில் இருந்த இந்நிலை இன்று இல்லை. எவ்வளவோ மாற்றம் அடைந்துவிட்டது. இந்த யோசனைக்கு இன்று வேலை இல்லை.

(2) தீண்டாமை:

தீண்டாமை பற்றிக் காந்தியடிகளும் சிந்தித்துள்ளனர்; அது பதமான வெறும் மழுப்பல் போல் தோன்றுகின்றது. அரிஜன் (Harijan) என்ற பருவ வெளியீட்டில் எவ்வளவோ எழுதியுள்ளார். பெரியாரும் இதனைத் தம் வாழ்நாள் பணியாக மேற்கொண்டு 'குடியரசு' 'விடுதலை' என்ற இதழ்களில் எவ்வளவோ எழுதியும் பெருங்கூட்டங்களில் 'முழங்கியும்' பணி செய்துள்ளார். இப்பணியே பட்டி தொட்டியெல்லாம் பரவியுள்ளது. 'நாத்திகர்' என்று பெரியாரை வெறுத்த உள்ளங்களில் பெரியாரின் எழுத்தும் பேச்சும்'பூச்சி மருந்து' அடித்தது போல் வேலை செய்துள்ளது. தம்மை அறியாமலேயே மனமாற்றம் செய்துள்ளது.

பெரியாரின் இத்தகைய சிந்தனைகளில் ஈண்டு சிலவற்றைக் காட்டுவோம்.

(i) ‘தீண்டாமை விலக்கு’ என்பது பிறருக்குச் செய்யப் பெறும் பரோபகரமான செய்கை எனக்கருதுவது அறிவீனம். அது மனிதத்தன்மையை நிலைநாட்டச் சுயமரியாதையைக் காக்க நாட்டின் விடுதலைக்காக என்று கருதவேண்டும்.

(ii) கூறுவார்கள்: ‘பார்ப்பான் சிவப்பாக இருக்கிறான், பறையன் கறுப்பாக இருக்கிறான் என்று’; “ஒரு கறுப்புப் பார்ப்பானையும் ஒரு சிவப்புப்பறையனையும் நிறுத்தி எவன் பறையன்? எவன் பார்ப்பான்? என்று காட்டு” என்றால் காட்டமுடியுமா? எனவே சாதி என்பது இல்லாத ஒன்றாகும்.

அது கற்பனையே.

(iii) மலத்தைத் தீண்டினால் அசிங்கம் (அசஂயம்) மின்சாரத்தைத் தீண்டினால் உயிருக்கு ஆபத்து. இவையெல்லாம் இயற்கையிலேயே தீண்டமுடியாத பொருள்களாயிருப்பதால் தீண்ட அஞ்சுகின்றோம். ஆனால் மனிதனில் தீண்டாதவன் என்று சொல்லும்படியாக ஏதாவது அமைப்போ வேறுபாடோ காட்டமுடியுமா அதற்கு? இதற்கு ஆதாரம்தான் ஏதாவது சொல்ல முடியுமா? ஒன்றும் இல்லையே!

(iv) சாதியை வைத்துக் கொண்டு தீண்டாமை ஒழிய வேண்டும் என்பதும், இந்து மதத்தை வைத்துக்கொண்டு “தீண்டாமை போகவேண்டும் என்பதும் மாபெரும் முட்டாள்தனமாகுமே தவிர, சிறிதும் அறிவுடைமையாகாது என்பது என் கருத்து” என்கின்றார் அய்யா.

(v) காவலர் பணியைத் தாழ்த்தப்பட்டவர்க்கே தர வேண்டும். அவர்களைப் பார்ப்பனர் சேரியில் குடியிருக்கச் செய்ய வேண்டும். தீண்டாமையைப் பாராட்டாத சிறந்த சிற்றூர்களுக்குப் பரிசளிக்கவேண்டும். தாழ்த்தப் பெற்ற மக்களுக்கென்று தனியாகச் சேரி கட்டி அங்கே அவர்கள் குடியேறுவதை மாற்ற வேண்டும். தாழ்த்தப் பெற்றவர்களுக்கென்று தனியாகச் சேரிகள் இருக்கக் கூடாது (இன்று கலைஞரின் சமத்துவபுரக் கருத்து இத்திசையில் சிறந்த பணியாற்றுகிறது)

இன்று தீண்டாமை குறைந்துவிட்டது. இக்கருத்தை வலியுறுத்துவதற்காக எண்ணற்ற கட்டுரைகள் வெளிவந்துள்ளன.

சிறுகதைகளும் புதினங்களும் தோன்றியுள்ளன. தீண்டாமை குறித்து ஒன்றிரண்டு புதுக்கவிதைகளும் உள்ளன. “வள்ளி சிரித்தாள்” என்ற தலைப்பில் உள்ள ஒரு கவிதை.

சப்பரத்தில் வள்ளியும் முருகனும்
காஷ்லைட் தூக்கியவாறு
நான்முன்னால் சென்று கொண்டிருந்தேன்
அபிஷேகத்திற்காக
பன்னீர் பாட்டலுடன் வந்த பட்டர்
என்மீது மோதிவிட்டார்.
“டேய் மடப்பயலே தீட்டாச் சோடா
நான்குளிச்சிகிட்டில்லேடா சாமி கிட்டே போகனும்”
நான் சப்பரத்தைப் பார்த்தேன்
வள்ளியின் உருவம்
சிரித்துக் கொண்டிருந்தது.[13]

நல்ல கிண்டல். தீட்டைப் பொருட்படுத்தாது இறைவனே வேடர் குலப்பெண்ணை மணந்து கொண்டதை நினையாமலே, அந்த இறைவனுக்குப் பூசை செய்யும் பட்டர் தீட்டைப்பற்றிப் பேசுகின்றார். நல்ல நகைச்சுவைக் கவிதை இது!

இன்னொரு கவிதை. ஒரு பக்தன் தன் அருகே வந்த நாயை அடித்துத் துரத்தி ஆண்டவனைத் தரிசிக்க ஆலயத்துள் புகுகின்றான். அவனைப் பார்த்துக் கவிஞர் பேசுகின்றார்.

……………………………………
நாயும் கடவுளும்
ஒரே பிரம்மம்தான்
என்பதை அறிவாயா நீ?
வேண்டுமானால்
அந்த இரண்டுக்குமுரிய
ஆங்கிலச் சொல்லின்
எழுத்துக்களை[14]
மாறிப் போட்டுப்பார்.[15]

ஆன்மாநுபவம் பெற்ற கைவல்யார்த்திக்கே இரண்டும் ஒன்றாகத் தெரியும். இறையனுபவம் பெற்ற உண்மை பக்தனுக்கு இந்தத் தத்துவ உண்மை கட்டாயம் தட்டுப்படும். வேதாந்த இரகசியம் இது.

இத்தகையவற்றைப் படிக்கும் மக்களிடம் இவை நல்ல மனமாற்றத்தை விளைவித்துள்ளன என்று கருதலாம்.

(3) சாதித்தொழில்:

இது நம்நாட்டில் நடைமுறையில் இருப்பது. இதனைக் கடியும் பாங்கில் பெரியாரின் சிந்தனைகள் உருவாகியுள்ளன. அவற்றுள் சிலவற்றைக் காண்போம்!

(i) தொழில் பாகுபாட்டைக் கொண்டே சாதி வகுக்கப்பட்டதே ஒழியப் பிறவியைக் கொண்டு அல்ல என்கின்றனர் ஒரு சிலர்; ஒரு மனிதன் காலையில் தச்சனாகவும், நண்பகலில் வியாபாரியாகவும், இரவில் ஆசிரியனாகவும், மறுநாள் காலையில் உழுவோனாகவும், பகலில் நெய்வோனாகவும், காவல்காரனாகவும், ஏன் இருக்கக் கூடாதென நான் அவர்களைக் கேட்கிறேன்.

தஞ்சைப்பக்கம் நாயுடுமார்களும் பிள்ளைமார்களும் வாணிகம் செய்தால் செட்டியார் என்றே வழங்கப்பெறுகின்றனர். என் நண்பர் ஒரு தெலுங்கு பேசும் நாயுடு வகுப்பைச் சேர்ந்த வர். ஒரு சமயம் (1950 -60) அவர் எனக்கு ஒரு திருமண அழைப்பு அனுப்பிவைத்தார். அதில் செட்டியார் மகன் ஒருவருக்கு நாயுடு மகள் ஒருத்தியைத் திருமணம் புரிவதாக இருந்தது. நான் கலப்புத் திருமணமா? என்று வினவ, அவர் செய்யும் தொழிலால் ஏற்பட்டது என்று நிலைமையை விளக்கினார்.

(ii) இந்த நாட்டில் பறையன், சக்கிலி, வண்ணான், நாவிதன் இருக்கின்றனர். இவர்களெல்லாம் நடைமுறையில் ஒவ்வொரு சாதியாக அல்லவா இருக்கின்றனர்? இந்த நிலையெல்லாம் ஒழிய வேண்டும் என்று நான் (பெரியார்) சொல்லவில்லை. இந்தத் தொழில்கள் உலகத்தில் எல்லா நாட்டிலும் தான் இருக்கின்றன. ஆனால் இந்தத் தொழிலை இன்னின்ன சாதி மக்கள் தாம் செய்ய வேண்டும். அம்முறையில் செய்கின்ற அவர்கள் எல்லாம் "கீழ்ச்சாதி மக்கள்" என்று சொல்லுகின்றாயோ? இது சரியா? என்று கேட்கிறார் அய்யா.

இன்று சென்னையில் ஒரு முதலியார் தச்சுவேலையையும், ஒரு போயன் கொத்து வேலையையும், ஒரு நாயுடு இரும்பு வேலையையும் செய்து கொண்டிருப்பதை நான் அறிவேன். நகர்ப்புறங்களில் இந்தச் சாதிமுறை மெதுவாக ஒழிந்து வருகின்றது. ஆயினும் அவர்கள் தம்மை 'முதலியார்', 'போயன்'

'நாயுடு' என்றே சொல்லி வருகின்றனர். 'பிறவிக்குணம்' இன்னும் மறையவில்லை.

(iii) உண்மையில் சாதியின் பெயரால் இந்தத் தொழிலாளி வர்க்கம் என்பது சிருட்டிக்கப்பெறவில்லை என்று சொல்லப் பெறுவது உண்மையானால் 'மலம்' எடுக்கின்ற தொழிலாளி மக்களிலும் நாலு பார்ப்பனர்கள் இருக்க வேண்டுமே. எந்தப் பார்ப்பானாவது மலம் எடுத்ததாக யாராவது கேள்வியுற்றீர்களா? தாழ்த்தப்பெற்ற மக்கள் தாமே அந்தத் தொழிலைச் செய்து வருகின்றனர்?

பெரியாரின் இந்த வினாவைப் பார்ப்பனர் ஒத்துக் கொள்வ தில்லை. மலம் எடுக்கும் தொழிலை ஒரு முதலியார், ஒரு நாயுடு, ஒரு பிள்ளை செய்கின்றாரா? என்று எதிர்வினா தொடுத்தால், வாயடைத்துப் போயவிடுகின்றது. பேச்சு எழமுடியவில்லை.

(iv) சாதி இருக்கும் வரையில் தானே சாதித்தொழில்? சாதித்தொழில் இன்று இல்லாவிட்டால் பிழைப்புக்கு வழி இருக்காது எல்லா மக்களும் படித்துவிட்டால் அவரவர் சாதித் தொழில் செய்ய முற்படுவார்களா? பேனா எடுக்கத் தானே நினைப்பார்கள்? நம் பெண்கள் எல்லாம் பள்ளியிறுதிப் படிப்பு வரை படித்து முடித்துவிடுவார்களேயானால் களை எடுக்கச் செல்வார்களா? படித்துவிட்டால் வயிற்றுக்கொடுமை ஒருபுறம் இருந்தாலும் பட்டினி கிடக்க முற்பட்டாலும் முற்படுவார்களே ஒழிய ஒருபோதும் சாதித்தொழில் செய்ய முன்வரமாட்டான். வெள்ளைச் சட்டை வேலையைத் *(White Collar job)* தான் அனைவரும் நாடுவார்கள்.

(v) நம் நாட்டில் சாதி என்று எடுத்துக் கொண்டால் பார்ப்பான், சூத்திரன் என்கின்ற இரண்டுதான். செட்டி, முதலி, பறையன், நாவிதன், வண்ணான் என்பவன் எல்லாம் அவனவன் செய்கிற தொழிலால் பிரிந்திருந்தவனே தவிர - பிரிக்கப் பெற்ற வனே தவிர - மற்றபடி அவர்களுக்குள் எந்தப் பேதமும் இல்லை.

(vi) சாதியின் காரணமாகத் தொழில் என்கின்ற நிலைமை அடியோடு தொலைந்தால் தான் நாட்டில் உயர்வு தாழ்வு மனப்பான்மை ஒழியும். ஆனால் அந்த நிலைமை உருவாகிறவரை அந்தந்த வகுப்பினர்க்குரிய உரிமைகள் காக்கப் பெற்றாக வேண்டும்.

(4) சட்டத்தின் மூலம்:

சட்டத்தின் மூலம் சாதியை ஒழிக்க முடியும் என்ற திசையில் கூட பெரியாரின் சிந்தனைகள் செல்லுகின்றன. அவற்றைக் காண்போம்.

(i) சாதிபேதங்கள் ஒழிவது சட்டத்தினால் தான் முடிய வேண்டுமேயொழிய பொதுமக்கள் இசைவில் என்றால் ஒருநாளும் முடியவே முடியாது. (சனநாயக நாட்டில் இது எப்போதும் சாத்தியம் இல்லை).

(ii) சாதி ஒழிப்பது என்பது இன்று சட்டத்தின் மூலம் முடியாது என்று ஆகிவிட்டது. கிளர்ச்சி மூலத்தான் முடியும். வெள்ளைக்காரனிடமிருந்து பார்ப்பான் கைக்கு அதிகாரம் வந்ததும் முதலில் அரசியல் சட்டத்தின் மூலதார உரிமையாக மதத்தையும் சாதியையும் காப்பாற்றுவது என்று போட்டு விட்டான்.

(iii) சாதி ஒழிப்புக்கு இன்றைய அரசியல் சட்டம் இடம் தரவில்லை. அது அடிப்படை உரிமைக்கு விரோதம் என்கிறது. அதேபோல்தான் வகுப்புவாத விகிதம் பேச்சும் பேசாதே. அது வகுப்பு துவேஷம் என்கிறது. சாதி இருப்பது தவறல்லவாம். சாதிப்படி உரிமை கேட்டால் மட்டும் தவறு என்றால் இதைவிடப் பித்தலாட்டம் வேறு இருக்கமுடியுமா?

(iv) சாதி உள்ளவரையிலும் எதையும் சாதிவெறி என்று சொல்ல முடியாது. சாதிவெறி ஒழிப்பதற்குச் சட்டம் வருமானால் வெறியை உண்டாக்க வேறு சாதனம் தேவையே இல்லை. அதுசாதிப்புரட்சியை உண்டாக்கியே தீரும். இஃது என்தீர்க்கதரிசனம்.

(v) உத்தியோகத்தினால் ஒருவன் மேல் சாதியானால் கீழ்ச்சாதிக்காரனுக்கும் மேல் சாதியான் பெற்றிருக்கும் அளவுப்படியே உத்தியோகம் கொடுத்துக் கீழ்சாதித் தன்மையை ஒழி என்கிறேன். தகுதியால் ஒருவன் மேல்சாதியானால், மேல்சாதியான் பெற்றிருக்கும் தகுதிமுறையைக் கீழ்ச்சாதியானும் பெறும் அளவுக்குத் தகுதியைக் கொடுத்துக் கீழ் சாதித் தன்மையை ஒழி என்றுதான் நான் கூறுகிறேன் என்கிறார்.

(vi) சாதி ஒழிய வேண்டுமென்றால் அரசாங்கம் என்ன செய்தால் ஒழியுமோ அதைத் துணிச்சலோடு செய்ய வேண்டும். கோயில் - பூசாரி வேலையைக்கூடப் பறையனுக்குக் கொடுக்க

வேண்டும்; எவனாவது சாமி கும்பிடமாட்டேன் என்றால் கும்பிடாமல் போகட்டுமே. இன்றைக்குப் பார்ப்பான் எல்லா வேலைக்குப் போயும் மணியடிக்கும் வேலையைக்கூட விடமாட்டேன் என்கிறான். இன்று என்னைக் கேட்டால் புரோகிதர்கள் வேலைக்குக்கூட உரிமம் (License) கொடுக்கச் சொல்லுவேன். அதற்கும் யோக்கியதாம்சம் ஏற்படுத்த வேண்டும்.

(5) பார்ப்பனர்:

இவர்களைப் பற்றியும் பெரியார் சிந்தனைகள் உள்ளன. அவற்றையும் காண்போம்:

(1) தெருவில் மலம், மூத்திரம், எச்சில் இவற்றை மிதித்துக் கொண்டு நடந்து நமது வீட்டுக்குப் பிச்சைக்கு வந்த பார்ப்பான் நமது பட்டுப்பாயைக் கண்டால் தாண்டிக் குதிக்கிறான், அதனைத் தொட்டால் தீட்டு என்கின்றான்.

(ii) சாதியை ஒழிக்கிறவருக்குப் (இராசகோபாலாசாரி யாருக்குப்) பூணூல் எதற்காக? என்ன அடையாளம் அந்தப் பூணூல் போட்டால்? என்ன அர்த்தம்? சாதி வேறுபாடு காண்பவன் ஒரு குறிப்பிட்ட சாதியைச் சேர்ந்தவன் என்பதைக் காட்டுவதற்குத்தானே தவிர வேறு எதற்காக?

(iii) பார்ப்பானை அழைத்துத் திருமணம் நடத்துகிறவர்கள் அவன் மேல்சாதி, அவன் வந்து தான் நடத்த வேண்டும் என்ற எண்ணத்தில் தானே அவனைக் கூப்பிடுகிறார்கள். இப்படிக் கூப்பிடுவதன் மூலம் பார்ப்பான் மேல்சாதி என்றும் தாங்கள் கீழ்ச்சாதி என்னும் ஒப்புக் கொள்வதாகத்தானே அர்த்தம். இதை ஒழியவேண்டும் என்று விரும்புகிறவர்கள் இப்படிச் செய்வார்களா?

(iv) இந்த நாட்டில் இருப்பது போல் சாதிக்கொடுமை உலகில் வேறு எங்கும் காணமுடியாது. காரணம், சாதியை அழிய வொட்டாமல் பாதுகாக்கும் பார்ப்பான் இந்த நாட்டில் மட்டுமே உள்ளான்.

(v) மலம் எடுப்பவன் இல்லாவிட்டால் ஊர் நாறிவிடும். துணி வெளுப்பவன் இல்லாவிட்டால் சுத்தமான துணிகட்ட முடியாது. சிரைப்பவன் இல்லாவிட்டால் முகம் தெரியாது. வீடு கட்டுபவன் இல்லாவிட்டால் வீடு இருக்காது. நெசவாளிகள்

இல்லாவிட்டால் நிர்வாணம்தான். குடியானவன் இல்லாவிட்டால் மக்கள் பட்டினி கிடக்க வேண்டும். இந்த இன்றியமையாத தொழிலாளிகள் இழிசாதிகளாம்; நாட்டுக்குப் பயனற்ற பார்ப்பான் மேல் சாதியாம், இது நியாயம்தானா?

(vi) பார்ப்பான் வந்து நமக்குத் திருமணம் செய்து வைப்பது சாத்திர விரோதமாகுமென்று சாத்திரமே கூறுகின்றது. இப்படித் திருமணம் மட்டுமல்ல, சாவுக்கும் வரக்கூடாது. இன்று நல்ல காரியமானாலும் கெட்ட காரியமானாலும் பார்ப்பான் வந்து சடங்கு நடத்திதான் வைக்கிறான். சாத்திரவிரோதத்தை நிவர்த்திக்கச் சிறிது நேரம் பூணூல் போட்டு மேல் சாதியாக்கிச் சில மந்திரத்தையும் சொல்லி நடத்தி வைத்து ஏமாற்றுகின்றனர்.

இன்று நடைபெற்றுவரும் செயல்கள் அனைத்திற்கும் பார்ப்பனர்கள் மட்டுமே காரணம் அன்று. அவர்கள் சூழ்ச்சியால் அனைத்தும் நடைபெறுகின்றன என்று கருதுவதும் நியாயம் அன்று. காலவெள்ளத்தில் எத்தனையோ செயல்கள் நடைபெற்று வழக்கங்களாகிவிட்டன. பார்ப்பனர் சாதிமீது அனைத்தையும் பழி சுமத்துவது நியாயம் அன்று என்று எனக்குத் தோன்றுகின்றது. தம் மனத்தில் பட்டவற்றை எல்லாம் மனத்தில் சிறிதும் களங்கமற்று எடுத்துரைக்கின்றார் பெரியார். இதனால் பெரியார் அவர்களை நாம் வெறுப்பதற்கு நியாயமில்லை. அவர் எடுத்துக்காட்டுபவை அனைத்திலும் உண்மை இல்லாமல் இல்லை அந்த உண்மையை உணரவேண்டும்; சிந்திக்க வேண்டும்.

இங்ஙனமே ஒரு குறிப்பிட்ட சாதியாரைக் கடுமையாகக் கடிவதற்கு உளவியல் கோட்பாட்டின்படி இரண்டு காரணங்கள் எனக்குப் புலப்படுகின்றன. அவற்றை ஈண்டு உங்கள் முன் வைக்கின்றேன்.

(1) தந்தை பெரியார் எழுதிய ஒரு சிறு கட்டுரையில் - சுயசரிதையில் - குறிப்பிட்ட ஒரு சம்பவப் பொறி பெருந்தீயாக கிளம்புவதற்கு வித்திட்ட வரலாறு: அவர் வாக்கிலேயே தருவது.

"எங்கள் வீடு அந்தக்காலத்தில் அதாவது 1890இல் சிறிய பணக்கார வீடு" வைணவமத விசுவாசமுள்ள பாகவதர் வீடு. சதா சந்நியாசிகள், பக்தர்கள், பாகவதர்கள், புராணீகர்கள், வித்துவான்கள் ஆகியோர் தங்கிப் போகவுமான வீடாகிவிட்டதால் இவர்களிடம் வம்பளத்தல், தர்க்கம் பேசுதல் ஆகிய வசதி அதிகமாகிவிட்டது. இவர்களிடம் பேசுவது மத எதிர்ப்பு, சாத்திர எதிர்ப்பு, புராண எதிர்ப்பு, கடவுள் எதிர்ப்பு

என்கிற அளவுக்குப் போய்விட்டது. இதுவே எனக்குச் சாதி, மதம், கடவுள் என்கிற விஷயங்களில் நல்ல முடிவு ஏற்படும்படிச் செய்துவிட்டது. இதன்காரணமாக எனக்குப் பார்ப்பனீயத்தில் ஒரு வெறுப்பு ஏற்பட்டுவிட்டது.

ஒரு தடவை எங்கள் ஊருக்கு நெருஞ்சிப்பேட்டை சாமியார் (சங்கராச்சாரி போன்றவர்) அவர்களுக்கு எங்கள் ஊர் நகரத்து செட்டியார் வகுப்பு வியாபாரிகள் தடபுடலாய்ப் பிச்சை நடத்துவார்கள். எங்கள் தகப்பனாரும் 50 ரூபாய் கொடுத்தார். அந்தச் சாமியார் தம்பி ஒரு மைனர்; கடன்காரன். அவனும் கூட வந்திருந்தான். ஈரோட்டில் ஒரு வியாபாரிக்கு அவன் வாங்கிய கடன் திருப்பித்தர வேண்டும். அது கோர்ட்டில் டிக்ரி ஆகியிருந்தது. அந்தச் சமயம் வியாபாரி அக்கடனை வசூல் செய்ய என்னிடம் யோசனை கேட்டார். நான் ‘வாரண்டு கொண்டுவா’ என்றேன். மறுநாள் பகல் 12 மணிக்கு வாரண்டு எடுத்துக் கொண்டு சேவகனுடன் அந்த வியாபாரி என்னிடம் வந்தார். நான் அவர்களைக் கூட்டிக்கொண்டு சரோட்டில் சாமி யார் இறங்கியிருந்த ‘எல்லயர் சத்திரம்’ சென்றேன். உள்ளே சுமார் 200 பேர்கள் சாப்பிட்டுக் கொண்டிருந்தார்கள். சாமி யார் தம்பியை வரவழைத்தோம். வாரண்டு என்று தெரிந்ததும் ஓடினான். சட்டென்று பார்ப்பனர்கள் உண்டு கொண்டிருந்த வீட்டில் புகுந்து கதவைத் தாளிட்டுக் கொண்டான். நான் தூணைத் தாவிப்பிடித்து வீட்டின் மீது ஏறி, ஓடுகள் உடையப் புறக்கடைப்பக்கம் வீட்டுக்குள் குதித்து சாப்பாடு இருக்கும் இடத்தையும் பார்ப்பனர்கள் சாப்பிடும் இடத்தையும் தாண்டி வந்து, வீதிக்கதவைத் திறந்து சாயுபு சேவகனைக் கூப்பிட்டு, ஓர் அறைக்குள் ஒளிந்து கொண்ட சாமியாரின் தம்பி கையைப் பிடித்து ஒப்புவித்தேன்.

வீட்டுக்குப் போய்ச் சாப்பிட்டு வீட்டுக்கடைக்குச் சென்றேன். நகரத்துச் செட்டியார், குமஸ்தாசுகள், பார்ப்பனப்பிள்ளைகள் எங்கள் கடைக்கு வந்து எனது தந்தையாரிடம் நடந்ததைச் சொன்னார்கள். “சாப்பாட்டுப் பண்டம் தீட்டுப்பட்டுவிட்டது. 200, 300பேர் பட்டினி. எல்லாம் உங்கள் மகன் ராமுவால்” என்று செய்திகளைச் சொன்னார்கள். நான் நடந்ததைச் சொன்னேன். என் தகப்பனாருக்கு ஏற்பட்ட கோபத்துக்கும், ஆத்திரத்துக்கும் அளவே இல்லை. “அடத்... மகனே உனக்கென்ன அங்கு வேலை?” என்று ஆத்திரத்தோடு கூறினார். வந்தவர்கள் மேலும் மேலும் சொன்னார்கள்.

“என்ன முழுகிப் போய்விட்டது? அந்தத் திருட்டுப் பார்ப்பான் பண்ணினதைப் பத்திச் சிந்திக்க மாட்டேன் என்கிறீர்கள். இவர்கள் கொழுத்துப் போய் சோற்றைக் கொட்டிவிட்டால் அதற்கு யார் என்ன பண்ணுவார்கள்?” என்றேன். என் தகப்பனாருக்கு மேலும் ஆத்திரத்தைக் கிளப்பிவிட்டது. “சாமி, நீங்க சும்மா இருங்க” என்று சொல்லிக்கொண்டு அவரது செருப்புகளில் ஒன்றை எடுத்துக்கொண்டு என் மீது வெற்றிலைப் பாக்கு எச்சிலைத் துப்பி, முகம், முதுகு என்று பார்க்காமல் 7/8 அடி பலமாக அடித்தார்.

“இந்தச் செய்கையால் கடைவீதியில் நான் ஒரு வீரனாகி விட்டேன். பார்ப்பான் சாப்பிடுவதை நாம் பார்த்தால் குற்றம், தோஷம் என்று சொல்வது நமக்கு அவமானம் என்றும், கடை வியாபாரிகள், குமஸ்தாக்கள் மனத்தில் படும்படியாக ஏற்பட்டுவிட்டது. இந்தப் பிரஸ்தாபம் ஜாதி பேதத்தைப் பற்றிய பேச்சாகிக் கடைசியில் சாய்பு வீட்டில் சாப்பிட்டால் தான் என்ன கெடுதி?’ என்று ஏற்பட்டு, அப்போது முதலே சமபந்தி வருஷா வருஷம் சித்ராபௌர்ணமியன்று - என் தலைமை ஆதிக்கத்தில் நடப்பதென்றும், எல்லாச்சாதியார், மதத்தார் வந்து சாப்பிடுவது என்றும் வழக்கமாகிவிட்டது. “சாப்பிடுவதைக் கண்களால் பார்த்தால் குற்றம் என்பதில் ஆரம்பித்த விவகாரம் - “சாப்பாட்டில் சாதி பேதம் காட்டுவது அறியாமை” என்கிற முடிவு உண்மையாகவே மக்களுக்கு ஏற்படும்படி அந்தச் சம்பவம் செய்துவிட்டது” என்று தந்தை பெரியார் அவர்கள் அந்தக் கட்டுரையில் குறிப்பிட்டுள்ளார்கள்.

(ii) பிற்காலத்தில் இவர் காங்கிரசில் தீவிரமாக ஈடுபட்டிருந்த காலத்தில் நெல்லைப் பகுதியில் ஏதோ ஓர் ஊரில் நடைபெற்ற காங்கிரசு மாநாட்டில் வ.வே.சு அய்யர் தலைமையில் பார்ப்பனர்களுக்குத் தனியாக உணவு படைக்க ஏற்பாடு செய்யப்பட்டது. இதனைப் பொறுக்கமுடியாமல் தந்தை பெரியார் காங்கிரசை விட்டு வெளியேறி சுயமரியாதைக் கட்சியைத் தொடங்கி அதனை நடத்திவரலானார்.

இன்றைய நிலை வேறு. இப்பொழுது பார்ப்பனர்களிடம் எவ்வளவோ மாற்றம் நிகழ்ந்து விட்டது. ஒரு சிலரைத் தவிர பெரும்பாலோர் நம்மிடம் கலந்து பழகத்தொடங்கிவிட்டனர். இனியும் அவர்களிடம் வெறுப்புக் காட்டி ஒதுக்குவது -

ஒதுங்கிப்போவது - அறிவுடைமையாகாது என்பது அடியேனின் கருத்து. பண்டைய நிகழ்ச்சிகள் இன்று வரலாறு போல் ஆகிவிட்டது. அந்த வரலாற்றைப் படிக்கின்றோம் என்பதாக நினைத்துக் கொள்வோம்.

(6) அரசியல்:

அரசியல் மூலம் சாதி ஒழிப்பு செய்யமுடியுமா என்பது பற்றியும் தந்தை பெரியார் சிந்தித்துள்ளார். அந்தச் சிந்தனைகள் சிலவற்றை ஈண்டுக் காண்போம்.

(i) இந்திய ஏழை மக்களுக்கும், பாமர மக்களக்கும் தாழ்த்தப்பட்ட மக்களுக்கும் போதிய உணர்வும் சொரணையும் இல்லாததால் இன்று அரசியல் வேறாகவும் சமூக இயல் வேறாகவும் இந்நாட்டில் இருந்து வர முடிகின்றது.

(ii) ஒரு பெருங்கூட்ட மக்கள் இன்று சமூக வாழ்வில் தீண்டப் பெறாதவர்களாகவும், மற்றொரு பெருங்கூட்ட மக்கள் சமூக வாழ்வில் சூத்திரர்கள், அடிமைகள், கூலிகள், தாசிமக்கள், இழிமக்கள் என்கின்ற பெயருடனும் இருந்து வருகிறார்கள் என்றால் இது மாறுவதற்கு அருகதை இல்லாத சுயராச்சியம் யாருக்கு வேண்டும்? இது மாறுவதற்கு இல்லாத மதமும் சாத்திரமும் கடவுளும் யாருக்கு வேண்டும்?

(iii) நமக்கு இன்று வேண்டிய சுய ஆட்சி என்பதானது - சாதிக் கொடுமைகளையும், சாதிப் பிரிவுகளையும் சாதிச் சலுகைகளையும் அழிக்கும்படியாகவும் ஒழிக்கும்படியாகவும் இருக்கத்தக்கதாயிருந்தால் நமக்கு அதில் எவ்வித ஆட்சேபனையும் இல்லை என்பதோடு மனப்பூர்வமாய் வரவேற்கவும் ஆசைப்படுகின்றோம்.

(iv) பாரதமாதாப் புத்திரர்களுக்கு ஏன் நாலு சாதி? ஒரு பாரதமாதாவுக்கு எப்படி நாலு சாதிப்பிள்ளைகள் பிறந்தன? அப்படியானால் பாரதமாதாவுக்கு எத்தனைக் கணவர்கள்? நானும் முதலியார் சாதி, என் மனைவியும் முதலியார் சாதியானால் எங்களுக்குப் பிறக்கும் பிள்ளைகளில் எப்படி ஒன்று செட்டியாராக, ஒன்று எப்படி நாயுடுவாக இருக்க முடியும்? அப்படியிருக்குமானால் எனக்குத் தெரியாமல் என் மனைவிக்கு எதனைப் புதுப்புருடர்கள் இருந்தார்கள் என்பதுதானே இதன் அர்த்தம்? உடன் பிறந்தாருக்குள் ஏன் இந்தப்பிரிவினை?

உருவகத்தில் ஒருவித மாய தேசபக்தியை உண்டாக்கும் அரசின் செயலுக்கு அதே உருவகத்தையே ஆயுதமாகக் கொண்டு அந்த அமைப்பைச் சாடுகிறார்கள் அய்யா அவர்கள். இன்றைய அரசியலில் சாதிகள் குழுக்களாக மாறியுள்ளன. ஒவ்வொரு சாதியாரும் சாதிச்சங்கங்கள் அமைத்துக்கொண்டு ஒரு குழுவிலிருந்து மிகவும் தாழ்ந்த குழுவுக்கு மாற்றுமாறு தீர்மானங்கள் நிறைவேற்றி அரசை மிரட்டித் தங்கள் கோரிக்கையை முற்றுவித்துக் கொள்ளுகிறார்கள். இன்னும் ஒரு விநோதனமான முயற்சி ஒரு குறிப்பிட்ட சாதியாருள் பல கிளைகள் இருக்குமானால் அவர்கள் மாநாடு போட்டு "நாங்கள் எல்லாம் ஒரு குடைக்கீழ் வரவேண்டும்" என்று தீர்மானம் போடுகிறார்கள். கட்சி அரசியலாதலால் அரசும் பணிந்து அவர்கள் கோரிக்கையை நிறைவேற்றுகின்றது. வாக்கு வங்கியை நினைத்துக் கொள்கின்றது அரசு. இது 'ஜனநாயகம்' என்று நாம் நினைத்துக் கொள்ளுகின்றோம். இஃது ஒருவித உரிமம் போல் *(License)* செயற் படுகின்றது. அறிவியல் நோக்கு மனப்பான்மையுள்ளவர்கள் தமக்குள் நகைத்துக் கொள்ளுகின்றார்கள். புராண நம்பிக்கையுள்ளவர்கள் "யுகதர்மம்" என்று நினைந்து மனத்தைத் தேற்றிக் கொள்ளுகின்றார்கள்.

(v) சாதிவேற்றுமையை ஒழிக்கும் அரசாயின் காவல்துறையினரிடம் கத்திரிக்கோலைக் கொடுத்துப் பூணூலையும் உச்சிக்குடுமியையும் நறுக்கச் சொல்லியிருக்க வேண்டாமா? மதவகுப்பு சார்பற்ற அரசு என்று சொல்லிக்கொண்டு மந்திரம் ஓத, பூணூல் போட, விரதம் இருக்க, கிருட்டிணன் பிறந்த ஒவ்வொருநாள் விடுமுறை என்றால் இதனை ஆரிய வகுப்பு வாதப் பிரச்சார ஆட்சி என்றுதானே கூற வேண்டும்?

இது பெரியாரின் கடுமையான சிந்தனை. மடங்களும் சங்கராச்சாரியார்கள் போன்றவர்களின் யோசனைகளை வைதிகர்கள் நிறைவேற்றிக் கொள்வது போலவே, பெரியார் சார்புள்ளவர்கள் அதனை நிறைவேற்றத் தொடங்குகின்றனர். முன்னவர் செயல் திட்டம் நிறைவேற்றப்பெறும் போது அமைதியாக நடைபெறுகின்றது. பின்னவர் செயல் திட்டம் நிறைவேற்றப்பெறும் போது கலகமாகிறது; சட்டம் ஒழுங்குப் பிரச்சனையாக வடிவங்கொள்ளுகின்றது.

பல்லாண்டுகட்கு முன் (1950-60)களில் என்பதாக நினைவு. திருச்சியில் பெரியாரின் "அருள்வாக்கை" கேட்ட ஒரு சுயமரியாதைக் கட்சியைச் சார்ந்த ஒரு சிறு கும்பல் ஓர் அமாவாசையன்று திருச்சி காவிரிக்கரையில் தர்ப்பணம் செய்து வைக்கும் சாத்திரிகளின் உச்சிக்குடுமியையும் பூணூலையும் கத்திரித்த செய்தி நாளிதழ்களின் வெளியானதைப் படித்தேன்; வருந்தினேன். இது நாகரிகமற்ற செயல் என்று நினைத்துக்கொண்டேன். நான் துறையூரில் பணியாற்றிய போது (1941-50). ஏதோ ஓர் ஆண்டு (1948 என்பதாக நினைவு) பாரதி தாசன் ஒருவார காலம் என் இல்லத்தில் தங்கியிருந்த பொழுது "பூணூல் உச்சிக் குடுமியை வெட்டும் திட்டத்தை" கடுமையாக ஆதரித்துப் பேசியதும் நினைவிற்கு வருகின்றது. பாவேந்தர் பெரியார் கொள்கையினர் என்பதை நாம் அறிவோம்.

(vi) சமுதாயத்தில் நலம் ஏற்பட வேண்டுமானால் சாதி ஒழிக்கப் பெறவேண்டும். சாதியை ஒழிக்கக்கூடிய ஆட்சி வரவேண்டும். இன்றைய ஆட்சி சாதிகள் ஒழிக்கப்பெற வேண்டும் என்று சொல்லத் துணிவுள்ள ஆட்சியே தவிர, சாதிகளை ஒழிக்கத் துணிவுள்ள ஆட்சி அல்ல.

தேர்ந்தெடுக்கபெற்ற எந்த அரசும் தன்னிச்சையாகவோ, சட்டம் நிறைவேற்றவோ ஒன்றும் செய்யமுடியாது. மனிதச் சமுதாயத்தில் ஆத்திகர்கள் அதிகம். ஏதாவது துணிவாகச் செய்யத் தொடங்கினால் ஆட்சி கவிழும். எந்தவித சீர்த்திருத்தங்களையும் சங்கங்கள் போன்ற அமைப்புகள் மூலம் பிரச்சாரத்தால்தான் செய்யவேண்டும். ஆத்திகர்கள், நாத்திகர்களின் சங்கங்கள் இவற்றைச் செய்து வருகின்றன. அனைத்தையும், மக்கள் கேட்டுக் கொண்டுதான் உள்ளார்கள். காலந்தோறும் இது நடைபெற்றுக் கொண்டுதான் இருக்கும்.

(7) சாதி வேற்றுமையை வளர்ப்பவை:

இவை பற்றியும் தந்தை பெரியார் அவர்கள் சிந்தித்துள்ளார்கள். சில சிந்தனைகளை உங்கள் முன்வைக்கிறேன்:

(i) வருணாசிரமதர்மத்தின் மூலமாக நமது நாட்டில் தீண்டாமைக் கொள்கை அமுலில் இருந்து வருகின்றதேயொழிய, வருணாசிரமம் இல்லாவிட்டால் தீண்டாமைக் கொள்கை பரவ மார்க்கமே இல்லை. வருணாசிரமதர்மம் என்கிற உடல் இல்லா விட்டால் தீண்டாமை என்கிற உயிருக்கு ஆட்டம் இல்லை.

(ii) இன்றைய சாதி வேற்றுமைக்கு ஆதாரமாயுள்ள சாலை, கிணறு, சாவடி, பள்ளிக்கூடம் முதலியவைகள் எல்லாம் ஒருவித மாக மாற்றப்பட்டு வந்து கொண்டிருந்தாலும், இந்தக் கோயில்கள் தாம் சிறிதும் மாற்றுவதற்கு இடம் தராமல் சாதிவேற்றுமையை நிலைநிறுத்தப் பயன்படுத்தப் பெற்று வருகின்றன. ஆதலால் தான் நான் தீண்டத்தகாத மக்கள் என்போர் கண்டிப்பாய்க் கோயிலுக்குள் போய்த்தீர வேண்டும் என்கின்றேனே ஒழிய, பக்திக்காகவோ, மோட்சத்திற்காகவோ, பாவமன்னிப்புக்காவோ, அல்லவே அல்ல. கோயில் சமத்துவம் அடைந்துவிட்டால் மற்ற காரியங்களில் வேற்றுமை இருக்கமுடியவே முடியாது. கோயிலில் பிரவேசித்து நாம் செய்யும் ஒவ்வொரு முயற்சியும் சாதி வேற்றுமையை ஒழிக்கச் செய்யும் முயற்சியே ஒழிய வேறில்லை.

இன்றைய தினம் எல்லோரும் கோயிலுக்குள் சாதி வேற்றுமையின்றி விடப்பட்டார்கள் என்று ஏற்பட்டுவிட்டால் நாளையே தினமே நான் அங்கு எதற்காகப் போகிறீர்கள்? என்று சொல்லித் தடுக்கவே முயற்சி செய்வேன்.

(iii) எந்த மதமும், கடவுளும், அரசாங்கமும் ஏழைகள் முதுகின் மீது சவாரி செய்கின்றனவேயொழிய முதலாளிமார்களை ஏன் என்றே கேட்பதில்லை. அவர்களுடைய முன்னேற்றத்திற்கு உதவி செய்தே வருகின்றன. கேவலம் தீண்டாமை என்கின்ற ஒரு காரியம் எவ்வளவு அக்கிரமம் என்றும், அயோக்கியத்தனமானதென்றும் ஆதாரமற்றதென்றும் எல்லா மனிதனுடைய அறிவுக்குட்பட்டிருந்தும் இன்று அதை அழிப்பது என்றால் எவ்வளவு கஷ்டமாய் இருக்கிறதென்று யோசித்துப் பாருங்கள்.

(iv) இன்று தீண்டாமை விலக்கு வேலையிலும் சாதி வேற்றுமை ஒழிப்பு வேலையிலும் ஈடுபட்டிருப்பவர்களில் 100க்கு 100 பேரும் கீதை மனுதர்மம், சாத்திரம் ஆகியவற்றை நம்பும், ஆதரிக்கும் சோணகிரிகளேயாவார்கள். இவர்கள் எவ்வளவு நாளைக்குப் பாடுபட்டாலும் அடியற்ற ஓட்டைக்குடத்தில் தண்ணீர் இறைக்கும் மூடர்களுக்கு ஒப்பானவர்களேயாவார்கள் ஆகவே தீண்டாமை ஒழிப்புக்கோ சாதி ஒழிப்புக்கோ நீங்கள் முதலில் உங்கள் மதத்தை ஒழித்தாக வேண்டும். மதத்தை ஒழிக்க உங்களால் முடியவில்லையானால் மதத்தை விட்டு நீங்களாவது விலகியாக வேண்டும். உங்கள் மதம் போகாமல் ஒருநாளும்

உங்களது தீண்டாமைத் தன்மையோ பறைத்தன்மையோ ஒழியவே ஒழியாது என்பது உறுதி. ஆகவே மதத்தைக் காப்பாற்றிக்கொண்டு தீண்டாமையை விலக்கிவிடலாம் என்று நினைத்து ஏமாற்றமடையாதீர்கள்.

கிறித்துவ மதத்திற்குப் போனால் கழுவாய் ஏற்படலாம் என்று நினைப்பது தவறு. 1970-75களில் பெருந்தலைவர் காமராஜர் இறந்த ஆண்டு புரசவாக்க கிறித்துவ சங்கத்தில் மூன்று நாள் கருத்தரங்கம் ஒன்று நடைபெற்றது. கருத்தரங்கப் பொருள் "தந்தை பெரியார் கொள்கை" (Periyarism) என்பது. தாய் ஆசிரியர் வார்த்தை சித்தர் வலம்புரிஜான் என்பவர் கூட அதில் கலந்து கொண்டார். திருப்பதியிலிருந்து அடியேனும் என் மேற்பார்வையில் பிஎச்டி பட்டத்திற்கு ஆய்வு செய்து கொண்டிருந்த என். கடிகாசலம் என்ற மாணவரும் கலந்து கொள்ள வந்திருந்தோம். பெங்களூரிலிருந்து வந்திருந்த சமயத்தலைவர் (Bishop) ஒருவர் கிறித்துவ மதம் மாறினும் சாதி வேறுபாடு ஒழியவில்லையே என்று மிக்க ஆத்திரத்துடன் பேசினார். நாடார் கிறித்தவர், அய்யர் கிறித்தவர், அரிசனக் கிறித்தவர் என்றெல்லாம் வேறுபாடுகள் இருப்பதாகவும், இதனால் இந்துமதத்தில் திருமால் பத்து அவதாரங்கள் எடுத்து வந்து திருத்தியது போல் தந்தை பெரியார் பத்து முறை கிறித்துவ அவதாரம் எடுத்துவந்து கிறித்தவ சமூகத்தைத் திருத்த வேண்டும் என்று ஆவேசமாகப் பேசினார்.

(v) மனிதனுக்கு இழிவு சாதியால் தானே வருகிறது? சாதியோ மதத்தினால் உண்டாகிவருகின்றது. மதமோ கடவுளால் தானே உண்டாகி வருகின்றது. இவற்றுள் ஒன்றைவைத்துக் கொண்டு ஒன்றை அழிக்கமுடியுமா? ஒன்றுக்கொன்று எவ்வளவு கட்டுப்பாடும் பந்தமும் உடையதாக உள்ளன என்று யோசித்துப் பாருங்கள் - என்கின்றார் தந்தை.

(vi) நம்நாட்டில் எம்.ஏ. படிக்கிறான்; பி.ஏ. படிக்கிறான்; டாக்டராக இருக்கிறான்; வக்கீலாக இருக்கிறான்; சட்டமன்ற உறுப்பினராக இருக்கின்றான்; முதல் அமைச்சராக இருக்கிறான்; இன்னும் வெங்காயமாக இருக்கின்றானேயொழிய இதில் எவனும் தான் ஏன் இழிமகனாக இருக்க வேண்டுமென்று கருதுவதில்லை என்பதோடு மண்ணையும் (திருமண்) சாம்பலையும் திருநீறு நெற்றியில் பூசிக்கொண்டும் கோயிலுக்குப் போய்க் கொண்டும் மேலும் மேலும் தன்னை இழிமகனாக்கிக்

கொண்டிருக்கின்றானேயொழிய ஒருவன் கூட தான் ஏன் தாழ்ந்த சதிக்காரன்? பார்ப்பான் மட்டும் ஏன் உயர்ந்த சாதிக்காரன்? என்று கேட்பதில்லையே!

(vii) மனிதன் மேலும் தெளிவு பெறவேண்டும். ஒருவன் உயர்வு, ஒருவன் தாழ்வு; ஒருவன் காலை ஒருவன் கழுவிக் குடிப்பது என்பது முட்டாள்தனம், அறியாமை. அவனுக்கும் இவனுக்கும் எவனுக்கும் பிறவித் தத்துவத்தில் எவ்வித பேதமும் இல்லை. இருவருக்கும் நெருப்பு சுடத்தான் செய்யும். இருவருக்கும் உப்புகரிக்கத்தான் செய்யும். இருவருக்கும் வேம்பு கசக்கத்ததான் செய்யும். இப்படியிருந்தும், பிறவியின் பெயரால் சாதி வேற்றுமை இருந்து வரக்காரணம் என்ன என்பதை உங்கள் சொந்த புத்தியைக் கொண்டு சிந்தித்துப் பார்க்க வேண்டும்.

(viii) இந்தச் சாதி இழிவிற்குக் காரணம் கடவுள்தான் என்று உங்களுக்குத் தோன்றினால் அந்தக் கடவுளுக்கு முன்னறிவிப்பு *(Notice)* தாருங்கள். "நாங்கள் தாம் உனக்கும் உன்னைக் குளிப்பாட்டி வரும் உன் அர்ச்சகனுக்கும் அன்றாடம் படி அளந்து வருகிறோம். பாடுபடாத உன்னையும், பாடுபடுகிற எங்களையும் ஏமாற்றுகிற அவனை உயர்சாதியாகிவிட்டாய்". ஆகவே ஒன்று இனி மக்களில் உயர்வு தாழ்வு இல்லை என்றாவது கூறு; அல்லது நீயல்ல அதற்குக் காரணம் என்றாவது ஒப்புக் கொண்டு விடு. இந்த அறிவிப்பு விண்ணப்பத்தை அறிந்து இரண்டு வாரத்திற்குள் நீ ஏதாவது ஒரு முடிவான பதில் தெரிவிக்காவிட்டால் உன் கோயிலை இடித்துவிடுவோம்" என்று எச்சரிக்கை செய்யுங்கள். கடவுள் என்று ஒன்று அந்தக் குழவிக் கல்லில் அடைந்திருக்குமானால் அது வாய்திறந்து பேசட்டும். இன்றேல் அதனை உதறித்தள்ளுங்கள்.

இங்ஙனம் தந்தை பெரியவர்கள் தம் கருத்தைக் கேட்போர் மனத்தில் ஆணித்தரமாகப் பதியும்படிப் பேசுவார்கள். அவரிடம் அலங்காரப்பேச்சு இராது. தெளிவான நடையில் தம் சிந்தனைகளை மக்கள் மனத்தில் கொட்டுவார்கள்.

(8) சாதி ஒழிப்பு:

இது பற்றித் தந்தை பெரியாரவர்கள் ஆழ்ந்து சிந்தித்துள்ளார்கள். அவர்களின் சிந்தனைகள் சிலவற்றை உங்கள் முன் வைக்கின்றேன்.

(i) ஒவ்வொரு சமூகத்தாரும் தங்களுக்கு மேலானவர்கள் இல்லை என்று சொல்லிவருவதுபோல் தங்களுக்குக் கீழானவர்களும் இல்லை என்பதையும் ஒத்துக்கொள்ள வேண்டும்; அப்பொழுதுதான் ஒற்றுமையை நிலைநிறுத்த முடியும்.

(ii) மனிதனை மனிதன் தொடக்கூடாது; பார்க்கக்கூடாது; தெருவில் நடக்கக்கூடாது என்கின்ற கொள்கையோடு ஒரு மதத்தை இன்னமும் உலகத்தில் வைத்துக் கொண்டிருப்பது அந்த மதமக்களுக்கு மாத்திரமேயல்லாமல் உலக மக்களுக்கே அவமானமாக காரியமாகும்.

(iii) சாதியை ஒழிப்பதற்குப் பல அடிப்படையான முறைகள் உள்ளன. சாதிப்பட்டங்கள் (அய்யர், முதலியார், பிள்ளை, அய்யங்கார், செட்டியார், நாயுடு, நாயக்கர், ரெட்டியார், நாடார் முதலியன) சட்டப்பூர்வமாகத் தடுக்கப்பெற வேண்டும். புதிதாக மணம் புரிவோர் அத்தனை பேரும் கலப்புமணம் செய்யுமாறு தூண்டக்கூடிய சட்டங்கள் இயற்றப்பெறல் வேண்டும். ஒரே வகுப்பில் ஒரே சாதிப்பிரிவில் திருமணம் செய்பவர்களுக்குப் பல கஷ்டமான நிபந்தனைகளையும் சட்டத்திட்டங்களையும் விதித்து அத்தகைய திருமணம் புரிபவர்களுக்குச் சமுதாயத்தில் செல்வாக்கு இல்லாமல் செய்ய வேண்டும். சமயங்களைக் குறிக்கும் நெற்றிக்குறி, உடை, சாதியைக் குறிக்கும் பூணூல் சின்னங்களையும் சட்டபூர்வமாகத் தடுக்கவேண்டும். இவ்வாறு செய்தால் தான் சாதிகள் அடியோடு ஒழியும்.

சட்டங்களை இயற்றுவது நடைமுறைக்கு ஒவ்வாது. இன்று கலப்புத்திருமணங்கள் பரவலாக நடை பெறுகின்றன. இது மக்களின் மனமாற்றத்தை ஒருவாறு காட்டி நிற்கின்றது. நெற்றிக்குறி, பூணூல் முதலிய சின்னங்களை அணிதல் கூடாது என்று கூறுவது சரியல்ல. இதனால் யாருக்கும் தீங்கில்லை. இவற்றை எவரும் பொருட்படுத்துவதில்லை.

(iv) தங்களுக்குள் சாதிபேதம் இல்லை என்று வாயில் சொல்லுவார்கள். கபிலர் சொன்ன வாக்கும் சித்தர்கள் - ஞானிகள் சொன்னவாக்குகளும் பேச்சளவில் மாத்திரம் போற்றப் பெறுகின்றன. ஆனால் காரியத்தில் சிறிது கூட பொருட்படுத்துவதில்லை. இந்நிலையில் எப்படிச் சாதி ஒழியும்? என்பதைச் சிந்தித்துப் பாருங்கள்.

எல்லாம் மெதுவாக மனமாற்றத்தால் தான் முடியும். பிரச்சாரத்தாலும் நூல்களைப் படிப்பதாலும் நடைபெறும்.

(v) தான் உயர்ந்த சாதி, மற்றவன் தாழ்ந்த சாதி என்று பார்ப்பான் மட்டுமல்ல; வேறு எவர் நினைத்தாலும் அவர்கள் பார்ப்பனீய வெறிபிடித்த நாசக்காரர்கள்; கொடுமைக்காரர்கள் என்றே மதித்தல் வேண்டும். அப்பேர்ப்பட்டவர்கள் யாராயிருப்பினும் அவர்களைச் சமுதாய துரோகிகளாகப் பாவித்தல் வேண்டும்.

(vi) உயர்சாதி ஆணவமும் அதைத் தாங்கி நிற்கும் பழக்க வழக்கமென்னும் தூண்களும் என்று சரிந்து விழுந்து தரைமட்டமாகின்றதோ அன்றுதான் நம் நாடும் மக்களும், நம் நாட்டு நாகரிகமும் தழைத்தோங்க முடியும்.

(vii) சாதிகள் கடவுளால் உண்டாக்கப் பெறாமல் எப்படி உண்டாயிற்று என்று எந்த ஆத்திகர்களாவது ஆதாரத்துடன் பதில் சொல்லட்டும். கீதை, இராமாயணம், மனுதர்மசாத்திரம், பராசர சுமிருதி வேதம் ஆகியவைகளை நெருப்பில் பொசுக்கத் துணிவதுதான் சாதி ஒழிப்பு.

(viii) 'சாதி' என்னும் சொல்லே வடமொழி. தமிழில் 'சாதி' என்ற சொல் நீர்வாழ் பிராணிகளையே குறிக்கும் (தொல்காப்பியம்). தமிழில் என்ன இனம்? என்ன வகுப்பு? என்று மட்டிலும் சொல்லுவார்கள். பிறக்கும் போது சாதி வேற்றுமையை, அடையாளத்தைக் கொண்டு பிறப்பதில்லை. மனிதரில் சாதி இல்லை. ஒரு நாட்டில் பிறந்த நமக்குள் சாதி சொல்லுதல் குறுப்புத் தனம்; அயோக்கியத்தனம்.

(ix) மனிதனுக்குள்ள இழிவு சமுதாயத்துக்குள்ள இழிவாகும். சமுதாயத்துக்குள்ள இழிவு நாட்டுக்கே இழிவாகும். இந்த இழிவு சாதி முறையினால் ஏற்படுவதேயாகும். இந்தச் சாதி இழிவு நீங்கவில்லையானால் நமக்கு எந்த முன்னேற்றமும் இல்லை; சுதந்திரமும் இல்லை. திராவிடர் கழகம் இதை நீக்கவே பாடுபடுகின்றது.

(x) உண்மையான எனது தொண்டு சாதி ஒழிப்புத் தொண்டுதான் என்றாலும், அது நமது நாட்டைப் பொறுத்த வரையில் கடவுள், மதம், சாத்திரம், பார்ப்பனர் ஒழிப்புப் பிரசாரமாகத்தான் முடியும். இந்த நான்கும் ஒழிந்த இடந்தான்

சாதி ஒழிந்த இடமாகும். இவற்றில் எது மீதி இருந்தாலும் சாதி உண்மையிலேயே ஒழித்ததாக ஆகாது.

4. பொதுவானவை

சமூகம் பற்றிய சிந்தனைகளில் பொதுவான சிலவற்றை உங்கள் முன் வைக்கின்றேன்

(1) மதுவிலக்கு:

(i) மதுபானத்தால் பொருளாதாரக் கேடு ஏற்படுவதும், அறிவுக்கேடு ஏற்படுவதும் செயற்கையேயொழிய இயற்கையால் அல்ல.

(ii) பொதுவாக மது அருந்துவதையே குற்றம் என்று சொல்லிவிடமுடியாது. கெடுதி உண்டாகும் படியானதும் பொருளாதாரத்திலும் அரசியலிலும் கேடுவிளைவிக்கும் படியானதுமான மதுபானமே இன்று விலக்கப்பட வேண்டியதாகும். அதைத்தான் நாம் 'மதுவிலக்கு' என்பதேயொழிய மதுவையே அடியோடு எப்போதும் யாரும் வெறுக்கவில்லை.

(iii) ஓர் இடத்தில் கடைகளை மூடிவிட்டு மற்ற இடத்திற்கு ஓடவிட்டு அவர்களை நாசமாக்குவதும், அத்தொழிலில் இருந்த இலட்சக்கணக்கான மக்களுக்கு வேறு தொழில் இல்லாமல் செய்வதும் ஒரு நாளும் கள்ளை நிறுத்திவிடாது. வெளிப்படையாய்ப் பிழைக்க வழி இல்லாதவர்கள் திருட்டுத்தனமாய்ப் பிழைத்துத் தீரவேண்டியது இயற்கை விதி.

(iv) மதுவிலக்குத் திட்டம் என்பது மக்களை மயக்கும் அரசியல் பித்தலாட்டமேயாகும். மது விஷயத்தில் மக்கள் நலம் கருதினால் அதற்கு மதுவிலக்கு என்ற பேரே இருத்தல் கூடாது. 'மதுக்கெடுதி ஒழிதல்' என்ற பேர் இருத்தல் வேண்டும். அதற்குச் செயற்கையாக அரசு மது வியாபாரம் செய்யக்கூடாது என்பது தான் இருக்க வேண்டும்.

(v) மதுவிலக்கு என்பதே சக்கரவர்த்தி இராசகோபாலாசாரியர் மூளையின் அதிசயக் கண்டுபிடிப்பு. வெள்ளையர் ஆட்சியில் கல்விக்கு ஆகும் செலவுக்கு மதுத்துறை வரும்படியை ஒதுக்கிவைத்தனர். மதுத்துறை வரும்படி குறைந்தால் கல்விக்குச் செலவிடப் பணம் குறைந்துவிடும்.

ஆதலால் மக்களுக்குக் கல்வி அளிப்பதைக் குறைத்து விடலாம் என்று கருதியே இந்த மதுவிலக்குத்திட்டம் சூழ்ச்சிகரமாக நிர்மாணத்திட்டத்தில் சேர்க்கப்பெற்றது.

(vi) இந்த முட்டாள்தனமாக கொள்கையால் (மதுவிலக்குக் கொள்கையால்) அரசாங்கத்துக்குக் கிடைக்கும் சுமார் இருபது கோடி ரூபாய் இழப்பாகிறது. இந்தப் பணத்தை நல்ல காரியங்களுக்குப் பயன்படுத்தலாம்.

இவை பெரியார் காலத்து அரசியல் நிலையை அனுசரித்துச் சிந்திக்கப் பெற்றவை. இன்றைய நிலையில் இவை ஏட்டுச்சுரைக்காயாகிவிட்டது.

(2) புதுமைவேட்கை:

இது பற்றியும் பெரியாரின் சிந்தனைகள்:

(i) முன்னோர்கள் செய்து வைத்தவற்றை மாற்றக்கூடாது என்று கவலைப்படுகிறவர்கள் கோழைகளேயாவார்கள். முன்னோர்களைவிடக் கண்டிப்பாக நாம் அதிக அனுபவசாலிகள் ஆவோம். நம்மைவிட நமக்குப் பின்னால் வருகிறவர்கள் இன்னும் மிக்க அனுபவசாலிகளேயாவார்கள்.

(ii) முன்னோர்கள் கூறியது என்றோ, முன்னோர் செய்தது என்றோ எதையும் அப்படியே ஏற்றுக்கொள்ளாதீர்கள்! நெருப்பென்பதே என்னவென்று தெரியாத காலத்தில் சிக்கிமுக்கிக் கற்களால் நெருப்பை உண்டாக்கியவன் - அந்தக்காலத்துக் கடவுள் தான், அந்தக் காலத்து எடிசன் தான்; அதைவிட மேலான வத்திப்பெட்டி வந்த பிறகு எவனாவது சிக்கிமுக்கிக் கல்லைத் தேடிக்கொண்டு திரிவானா நெருப்பு உண்டாக்க? அப்படித் திரிந்தால் அவனைப் பைத்தியக்காரன் என்றல்லவா உலகம் மதிக்கும்?

(iii) பழமையை யார் அலட்சியம் செய்யாமல் இருக்கிறார்கள்? பழமை என்பதற்காக எதை விடாமல் அப்படியே கையாண்டு வருகிறார்கள்? பழமை என்பதால் இன்னும் கட்டைவண்டியில் பயணம் செய்கிறோமா? இல்லையே?

(iv) நம்மக்கள் வேட்டி, சட்டை முதலியவை கொஞ்சம் பழசானாலும் வேறு புதியவைகளை மாற்றிக்கொள்ளுகிறார்கள். உணவு, உடை வீடு இவற்றையெல்லாம் நமது வசதிக்கேற்ப

மாற்றிக்கொள்ளுகிறோம். இப்படி மற்றவைகளின் புதுமையைக் கருதும் நாம் நமது தன்மானத்தில் பழமையை நோக்கியே சென்று கொண்டுள்ளோம்.

(v) மருத்துவச் சிகிச்சையில் நோய்க்குத்தக்க மருந்தை வயிற்றுக்கு அனுப்பி அங்கு அது செரிமானக்கருவி மூலம் செரிக்கச் செய்து சக்கை மலத்தின் மூலம் கழித்துச் சத்தைக் குருதியோடு கலக்கும்படிச் செய்து நோயை குணமாக்க முயற்சி செய்வதைவிட மருந்தில் உண்மையான சத்தை எடுத்து நேரே குருதியில் சேர்த்து வேலை செய்யும்படி (ஊசிமூலம் செலுத்தி) செய்வதுபோல் ஒழுக்கத்தையே நேரடியாகக் கற்பிப்பதால் என்ன இழப்பு?

மூடநம்பிக்கைகள்:

இவற்றைப்பற்றி அதிகமாகச் சிந்தித்தவர் நம் அய்யா அவர்களே.

(i) மூடநம்பிக்கை என்பது ஒரு பெருநோயேயாகும். இதனால் சிலருக்கு மேல் சாதித் தன்மையும், வயிற்றுப் பிழைப்புக்கு வழியும் இருந்து வருவதால், இருகூட்டத்தினரும் தங்கள் சுயநலத்திற்காகவே மக்களை மூடநம்பிக்கையில் ஆழ்த்தி நீண்ட நாட்களாகப் பயன் பெற்று வந்திருக்க வேண்டும்.

(ii) தனது புத்திக்கும் பிரதியட்ச அனுபவத்திற்கும் தோன்றுவதை நம்பாமல் எவனோ ஒருவன் எப்போதே சொன்னதை நம்பி வாழ்வை நடத்துபவன் மூடன்.

(iii) புதிய சங்கதி எதுவானாலும் காதை மூடிக்கொள்ளவே நமது மக்கள் கற்பிக்கப்பெற்றுள்ளனர். சிறுகுழந்தைப் பருவத்தில் நமக்குப் புகுத்தப்பெற்ற விஷயங்களையே ஆராய்ச்சியின் மூலம் அறிவின் மூலம் கண்டமுடிவு என்று கருதி அதற்குத் தலை கொடுத்துக் கொண்டுள்ளோம்.

(iv) நம் மக்கள் மாறுதலில் அறிவு செலுத்த முற்பட்டாலும், சமுதாயப் பழக்கவழக்கங்கள் எனப்படுபவைகளில் முட்டுக்கட்டை போன்று இடையூறுகள் விளைவிக்கப் பெறுகின்றன. நாம் அறிவை, உணர்ச்சியை, ஊக்கத்தை இழந்து ஆயிரமாயிரம் ஆண்டுகளாக ஏமாற்றப் பெற்று மிரட்டப் பெற்று, அடக்கப்பெற்று வந்துள்ளோம்.

(v) கடவுள்: மக்களுக்குள் சிலருக்குப் பேராசையும், பொறாமையும் சோம்பேறித்தனமும் வலுக்க வலுக்க அவற்றிலிருந்து செல்வவானும் அரசனுக்குக் குருவும் ஏற்பட்ட பிறகு அவற்றை நிலைநிறுத்த ஆத்மா கடவுள்[16] வேதம், மதம், முனிவர்கள், மகாத்மாக்கள் ஆகியவைகளைக் கற்பித்தும் பிறகு அவை மூலம் கடவுள் செயல், முற்பிறப்பு, பிற்பிறப்பு, கர்மம் (வினை) பாவம், புண்ணியம், மேல் உலகம், கீழ் உலகம், தீர்ப்பு நாள், மோட்சம், நரகம் ஆகியவையும் கற்பிக்க வேண்டியதாய் விட்டன. கடவுள், மதம் இவைபற்றி நேற்றைய பொழிவில் விளக்கப்பெற்றன. விட்டுப்போன சிலவற்றை ஈண்டுக் காட்டுவேன்.

(அ) ஆத்மா:

இதுப்பற்றி தந்தை பெரியார் சிந்தனைகளைக் காண்போம்:

(i) ஆத்மா என்பது ஒரு பொருளல்ல; அது சுதந்திரம், அறிவு, உணர்ச்சி முதலியவற்றை உடையதல்ல என்பதோடு அது பெரிதும் பொருள் என்றே நமக்குக் காரணப்பெறுகின்றது.[17]

(ii) ஆத்மா என்பது கண்ணுக்குத் தெரியாதது என்றும், உடல், உருவம், குணம் இல்லாதது என்றும் சொல்லப்பெற்றுள்ளதே உடல் உருவம் இல்லாத ஒன்றுக்கு நாம் பார்ப்பனரிடம் தரும் அரிசி, பருப்பு, செருப்பு, துடப்பம் ஆகியவை எப்படிப் போய்ச் சேரும்? அவற்றை ஆத்மா எப்படி அனுபவிக்க முடியும்.

(iii) இறந்தவர்கட்குத் திதி கொடுக்க வேண்டுமென்றால் இறந்தவர்களின் ஆத்மாவைப்பற்றி மூன்றுவிதமாகச் சொல்லப் பெற்றுள்ளது. (1) இறந்த சீவனின் ஆத்மா மற்றொரு உடலைப் பற்றிக்கொண்டு விடுவதாக; (ii) இறந்த சீவனின் ஆத்மா இறந்தவுடன் பிதிரலோகத்தை அடைந்து அங்கு இருப்பதாக (பிதிரலோகத்தில் இல்லாத ஆதமா எங்கிருக்குமோ?) (ii) இறந்த சீவனின் ஆத்மா அதனதன் செய்கைக்குத் தக்கபடி மோட்சத்திலோ நரகத்திலோ பலன் அனுபவித்துக் கொண்டிருப்பதாக. ஆகவே இந்த மூன்றில் (மூன்று விஷயத்தில்) எது உண்மை ? எதனை உத்தேசித்துத் திதி கொடுப்பது?

(iv) மனிதன் மரித்த பிறகு ஆத்மா என்பது ஒன்று பிரிந்து சென்று தண்டனை பெறுகின்றது என்பது பெரும் பித்தலாட்டம். ஆத்மா என்பது பார்ப்பனார்கள் கட்டிவிட்டது. பொதுவாக இந்தச் சொல்லே தமிழ்ச்சொல் அல்ல. ஆத்மா என்பது

வடமொழிச்சொல். இதற்குத் தமிழில் சொல்லே இல்லை. அதுமட்டுமல்ல; வேறு மொழியில் கூட ஆத்மா என்பதற்குச் சொல் இல்லை.[18] எனவே பார்ப்பனர்களால் ஏற்பட்டதாதலால் வடமொழியில் மட்டும் இச்சொல் உள்ளது.[19]

(v) ஆத்மா என்பது பொய். மதக்கற்பனைக்கு ஒரு பொய் பாதுகாப்பே அல்லாமல் வேறல்ல. ஒரு பொய்யை நிலைநாட்ட பல பொய் பேச வேண்டியிருப்பது போல, மதத் தத்துவம் என்ற பொய்யை நிலை நிறுத்தவோ ஆத்மா, தர்மம் என்பதாக பொய்க்களஞ்சியங்களை உற்பத்தி செய்ய வேண்டியதாயிற்று.

(vi) ஆத்மாவைப்பற்றிப் பேசவேண்டுமானால் அறிவையும் அனுபவத்தையும் தூரவைத்துவிட்டு வெறும் நம்பிக்கை மீதே ஒப்புக்கொண்டு பேசவேண்டியதாக உள்ளது.

(ஆ) சோதிடம்:

சோதிடம் பற்றியும் தந்னதயவர்கள் சிந்தித்துச் சிந்தனைகளை வடித்துள்ளார்கள். அவற்றுள் சிலவற்றை உங்கள் முன் வைப்பேன்:

(i) பொதுவாக ஒரு பகுத்தறிவுவாதி சோதிடத்தின் தன்மையை ஊடுருவிப் பார்த்தால் அதனை ஒரு மதசம்பந்தமான கொள்கை என்றே சொல்ல வேண்டும். ஏனெனில் மத சம்பந்தமான கொள்கைகள் அநேகமாக மூடநம்பிக்கைகளை அத்திவாரமாகக் கொண்டிருக்கின்றன. அதுபோலவே சோதிடமும் மூடநம்பிக்கையாகவே உள்ளது.

(ii) முட்டாள்தனமும் பித்தலாட்டமும் (அயோக்கியத் தனமும்) சரிபாதியாகக் கலந்ததே சோதிடம் என்பது.

(iii) மனிதன் செய்யும் காரியங்கள் எல்லாம் சாதகப்படியும் சாதகப்பலன்கள் எல்லாம் விதிப்படியும் விதியெல்லாம் முற்பிறவி பலன்படியும் நடப்பதாயிருந்தால் பாவம், புண்ணியம் என்ற பாகுபாடும் நற்செய்கை, துர்ச்செய்கை என்ற பெயரும் எப்படிப் பொருந்தும்?

(iv) பெண்ணுக்கும் மாப்பிள்ளைக்கும் "சாதகம் பார்க்கிறேன்" என்கிறான். அந்தச் சாதகம் பார்ப்பவனிடம் ஒரு குதிரையின் சாதகத்தையும் கழுதையின் சாதகத்தையும் கொடுத்துப் பொருத்தம் பார்க்கச் சொன்னால் இது 'குதிரைச் சாதகம்' இது 'கழுதைச் சாதகம்' என்று கூறமாட்டானே!

உடனே பொருத்தம் பார்த்துச் சரியாக இருக்கிறது என்றுதானே கூறுவான்? குதிரை, கழுதைச் சாதகத்திற்கு வேறுபாடு தெரியாத இவன் எப்படி மனிதனுக்குப் பொருத்தம் கூறமுடியும்? என்று நம் மக்கள் கொஞ்சம்கூட சிந்திப்பதில்லையே!

(v) நாள், கிழமை, மாதம், ஆண்டு, நேரம், காலம், சோதிடம், சகுனம் முதலிய மற்றும் எத்தனையோ துர்நாற்றங்கள் மக்களைக் கவ்விக்கொண்டுள்ளன. இவற்றிலிருந்து மக்களை விலகச் சொல்ல வேண்டுமானால் பூகம்பம், வெள்ளம், புயல், விஷநோய் முதலிய சாதனங்களால் தான் முடியுமே அல்லாமல் அறிவைப் புகட்டித் திருத்துவது என்றால் நினைக்கும் போதே பயமாக உள்ளது.

(vi) சோதிடம் என்பது வடமொழிச்சொல். தமிழ் மொழியில் அதற்குப் பழஞ்சொல்லே இல்லை. கிரகங்களின் பெயர்களும் வடமொழிச் சொற்களேயாகும். அவற்றிற்குத் தமிழில் பழஞ்சொற்கள் இல்லை வருடங்கள் கூட வடமொழிச்சொற்கள் தாம். சாதகம் முதலிய சொற்களும் வடசொற்களே. சோதிடக்கலை என்பது தமிழனுக்கு இல்லாத கலையேயாகும். மற்றும், சகுனம், இராகுகாலம், குளிகை, எமகண்டம், முதலிய சொற்களும் பஞ்சபட்சி சாத்திரம் என்ற சொற்களும் வடமொழிச் சொற்கள் தாம். தமிழர்களில் வடவர்கள் கலாச்சாரங்களைப் பின்பற்றித் தங்களைச் சூத்திரர்களிலேயே கொஞ்சம் பெரிய சாதி என்று கருதிய, ஆக்கிக்கொண்ட சிலரால் தமிழர்களுக்கு வந்த நோய்கள் தாம் இவை.

(vii) இன்ன இன்ன கிரகம் இன்ன இன்ன வீட்டில் இருப்பதாலும், இன்ன இன்ன காலத்தில் இன்ன இன்ன கிரகங்கள் இன்ன இன்னகிரங்களைப் பார்ப்பதாலும் இந்தச் சாதகன் இன்ன இன்ன காரியம் செய்து இத்தனை தடவை சிறைக்குப் போவான் என்பதாக ஒரு சரியான பிறந்தகாலம் கண்டுபிடிக்கப்பட்ட சாதகன் ஒருவனுக்குச் சரியான கெட்டிக்காரச் சோதிடன் ஒருவன் பலன் சொல்வதாக வைத்துக்கொள்வோம். இவற்றுள் சாதகன் இன்ன வேளையில் இன்னாரைக் கொன்று சிறைக்குப் போவான் என்று இருந்தால், அந்தக் கொல்லப்பட்டவன் சாதகத்திலும் இன்ன வேளையில் இன்னாரால் கொல்லப் பெற்றுச் சாவான் என்று

இருந்தாலொழிய ஒருகாலமும் பலன் சரியாகவே இருக்க முடியாது என்பது உறுதியானதாகும்.[20]

(viii) சோதிடம் மெய்யென்றோ, அது மனிதச் சமூகத்துக்குப் பயன்படக்கூடியதென்றோ இருக்குமானால் காற்று அலைகளில் இருக்கும் ஒலியையும் அசைவையும் கண்டுபிடித்த அறிவியலறிஞர்களும் கம்பியில்லாத் தந்தியில் ஒலி, கம்பியில்லாத் தந்தியில் உருவம், கம்பில்லாத்தந்தியில் அசைவு ஆகியவற்றைக் கண்டுபிடித்த வல்லுநர்களும், விண்வெளியில் மேலாகப் பலகோடி மைல் தூரமும் கீழாகப் பல இலட்ச மைல் தூரமும் கண்டுபிடித்தவர்களான வான நூல் வல்லுநர்களும் பெரும் பெரும் அரசாங்கமும் இப்படிப்பட்ட பெரும் இலாபகரமான விஷயத்துக்குப் பெருத்ததொரு ஆய்வுக்கூடம் வைத்துப் பரிசீலனை செய்து, சோதிடச்சாத்திரத்தை மக்களுக்குப் பயிற்சி தந்து, மனிதருடைய வாழ்க்கையில் உள்ள கஷ்டங்களை அடியோடு ஒழித்திருக்கமாட்டார்களா என்பது மிகவும் யோசிக்கத்தக்க விஷயமாகும்.

(ix) சோதிடர்கள் கிரகங்கள் ஒன்பது என்று சொல்லு கிறார்கள். மனிதன் பிறந்த நேரத்தில் வானத்தில் இருக்கும் கிரகங்களின் நிலையை வைத்துச் சோதிடம் கணிக்கின்றனர் என்று கூறப்பெறுகின்றது. இப்பொழுது யுரேனஸ், நெப்டியூன், புளூட்டோ போன்ற புதிய கிரங்களை அறிவியலறிஞர்கள் கண்டறிந்துள்ளனர். இவற்றிற்குச் சோதிடர்களின் சாதகத்தில் என்ன பலன்?

(இ) விழாக்கள்:

விழாக்கள் பற்றியும் அய்யா அவர்களின் சிந்தனைகள் உள்ளன. அவற்றைக் காட்டுவேன்:

(i) இது நாகரிகக் காலம் என்பதைக்கூட உணராது காவடி என்றும், கரகம் என்றும் சிறிதும் கூட வெட்கம் இன்றி நடுத்தெருவில் கூத்தாடுகிறாய் என்றால், உன்னை எவ்வளவு திருத்த முடியாத நிலையில் உன்னிடம் பார்ப்பனன் கடவுளையும் சாத்திரத்தையும் புகுத்தி விட்டான்? எந்தப்பார்ப்பானாவது காவடி எடுத்தும் கரகம் தூக்கியும் நடுத்தெருவில் ஆடுகிறானா? இல்லையே.[21] நீ இன்றைய தினம் திருவிழாவும் அபிஷேகமும் காவடியும் எடுத்தால் அவனுக்கு அதனால் நன்மை உண்டு; வரும்படியும் உண்டு; இதை உணராத

நம் மக்கள் இவ்வளவு மோசமான நிலைமையில் நாகரிகத்தையும் கொள்கையும் கொண்டுள்ளவர்களாக இருக்கும் தற்காலத்தில் கூட வசிக்கிறார்கள் என்றால் இதைவிட முட்டாள்தனமும் மூடநம்பிக்கையும் என்ன இருக்கிறது?

(ii) மகாமகக்குளத்தில் யார் வந்து குறித்தாலும் பாவம் எல்லாம் தீர்ந்து போகுமாம். இக்கற்பனைக் கதையை நம்பி இலட்சக்கணக்கில் கூட தம் மடமையைத் தாமே காட்டிக் கொள்கிறார்கள். இது மக்களை ஏய்த்துப் பிழைக்கும் கூட்டாத்தாருக்கே இலாபமாகும்.

(iii) முட்டாள்தனமும் மூடநம்பிக்கையும் உள்ள நிகழ்ச்சிகளில் தலைசிறந்தது மகாமகம் என்னும் மதக்கற்பனை விழாவே நம்மைப் பச்சைக் காட்டுமிராண்டிகளாக அந்நியர் கருதச் செய்யும் விழா. இதுபற்றி இந்துக்களுக்கு மானமோ வெட்கமோ சிறிதும் ஏற்படவில்லையே.

(iv) கார்த்திகை என்கின்றான்; குடம் குடமாகப் பீப்பாய் பீப்பாயாக நெய், வெண்ணெய், எண்ணெய் பாழாகிறது. இலட்சத்தியம் என்கிறான்; டின் டின்னாக எண்ணெய் பாழாகிறது. அபிஷேகம் என்கிறான்; நெய், எண்ணெய், பால், தயிர், வெண்ணெய் படிப்படியாகச் சலதாரைக்குப் போகிறது. இப்படிப்பட்ட வழக்கமோ பழக்கமோ வேறு எந்த நாட்டிலாவது உள்ளனவோ? நம்நாட்டில் தான் இவை போன்றவற்றிற்குக் கேள்வி கேட்பாரே இல்லை.

சில விழாக்களைப்பற்றி அய்யா அவர்களின் சிந்தனைகள்.

(1) பொங்கல்:

(i) பொங்கல் நாள் ஒன்றுதான் தமிழர் நாள்; மற்ற பண்டிகைகளெல்லாம் பெரிதும் தமிழருக்கு அவமானம், கேடு. தமிழர்களைக் கொலை செய்த, செய்யும் நாள்.

(ii) தமிழர்களுக்கென்று தமிழர்களின் பண்பு, நாகரிகம், கலாச்சாரம், பழக்கவழக்கம் இவற்றைக் கொண்டதாக ஒரு பண்டிகை இருக்குமானால் அதற்குத் தமிழிலேயே பெயர் இருக்கவேண்டும். ஆனால் வடமொழியில் இருக்குமானால் அது எப்படித் தமிழர்க்குண்டான பண்டிகை என்று கூறமுடியும்? பொங்கல் பண்டிகை என்று கூறும் முறையில்

அது தமிழ்ப் பெயராக இருப்பதும் அன்றி நம்மக்களுக்கு ஏற்ற பண்டிகையாகவும் உள்ளது.[22]

(iii) தமிழர்கள் கொண்டாடும் மற்ற பண்டிகைகட்கு எல்லாம் தமிழனுடையவை என்று சொல்ல ஆதாரம் இல்லை; பார்ப்பானுடையவை என்று கதைகள் எழுதிவைத்துள்ளனர். ஆனால் பொங்கல் பண்டிகைக்கு இப்படி ஒன்றும் கூறவழி இல்லை; என்றாலும் இதற்கும் மற்ற பண்டிகை போலக் கதை கட்டிவிட முனைந்து விட்டார்கள்.

(iv) நான் பொங்கல் பண்டிகை ஒன்றுதான் மூடநம்பிக்கையற்ற, முட்டாள் தனமற்ற அறிவிற்குப் பொருத்தமான விழாவாகும் என்று சொல்லி வருகிறேன்.

(v) பொங்கல் பண்டிகை என்பது நாள் நட்சத்திரம், மதக்கதை ஆதாரம் முதலியன எதுவுமே இல்லாமல் தைமாதம் முதல் நாள் என்பதாக, தைத்திங்களையும் முதல் நாளையுமே ஆதாரமாகக் கொண்டதாகும்.

(vi) தமிழ் மக்களுக்குப் பாராட்டத் தகுந்த ஓர் உண்மையான திருநாள் உண்டு என்றால் அது தமிழர் திருநாளாகிய பொங்கல் திருநாள் தான். மற்றத் திருநாள் எல்லாம் வைதிக சம்பந்தமானவை. இந்தத்திருநாள் ஒன்றுதான் பகுத்தறிவை அடிப்படையாகக் கொண்டது; அறிவியலையும் அடிப்படையாகக் கொண்டது.[23]

(2) தீபாவளி:

(i) தீபாவளி உலகச் சேமத்திற்கு என்று ஆரியர்களால் உற்பத்தி செய்யப்பெற்ற ஐந்தாம் படைக்கதை. திராவிடர்களை (தமிழர்களை) இழிவுபடுத்தித் திராவிட ஆதிக்கத்தை அழித்த கதை

(ii) தீபாவளிக் கொண்டாட்டமானது தமிழ் மக்களுடைய இழிவையும் முட்டாள்தனத்தையும் காட்டுவதுமாத்திரமல்லாமல் தமிழர் (திராவிடர்) இன்னமும் ஆரிய இனத்தானுக்கு அடிமை, அவனது கலைக்கு அடிமை, மீட்சி பெறவிருப்பமில்லாத மானங்கெட்ட ஈனப்பிறவி என்பதைக் காட்டிக் கொள்ளப் போட்டிப் போடுகின்றனர் என்பதேயாகின்றது.

(iii) தீபாவளியன்று கறுப்புடைத் தரித்து நரகாசுரனுக்கு (திராவிடத்தலைவனுக்கு வாழ்த்துக்கூறி வலம் வருவதுடன்

ஆங்காங்குக் கூட்டம் கூடி அவனது கொலைக்காகத் துக்கப்பட வேண்டியதை விளக்கி "துக்கநாளாக" கொள்ள வேண்டும்.

(iv) தீபாவளி நாளன்று நாம் (திராவிடர்கள் - தமிழர்கள்) இரணியனையும் இராவணனையும் எப்படிப் புகழ்ந்து மரியாதை செய்கிறோமோ அது போலவே. நரகாசுரனும் நம் மரியாதைக்கு உரியவனாவான். ஆதலால் அப்படிப்பட்ட நம் தலைவனைத் தேவர் கூட்டம் கொன்றதற்காக நாம் துக்கப்படவேண்டுமே யொழிய மகிழ்ச்சியடைவது மடமையும் இழிவுமான ஈனச்செயலாகும்.

(v) தீபாவளி என்கிறார்கள்; கடவுள் பன்றி அவதாரம் எடுத்துப் பூமியை மீட்டது என்கிறார்கள். பூமிக்கும் பன்றிக்கும் பிள்ளை பிறந்தது என்கின்றார்கள். இவற்றை நம்புகிறீர்களா? கடவுள் என்கிறவனுக்கு ஒரு யோக்கியதை வேண்டாமா? போயும் போயும் மலம் தின்கின்ற பன்றியாகவா கடவுள் அவதாரம் எடுக்க வேண்டும்?

(vi) எவனாவது போரில் கொல்லப்படுகிறவன் "நான் அயோக்கியன்; நான் சாகப்போகிறதை மகிழ்ச்சியாகக் கொண்டாடுங்கள் என்று கூறுவானா?" நம்மை இழிவுபடுத்த நம்மவனையே கொன்ற எதிரிகளின் செயலை நாம் மகிழ்ச்சியாகக் கொண்டாடுகிறோம் என்றால் என்னப் பொருள்? இந்த அக்கிரமம் ஒழிய, மனிதர்கள் மான உணர்ச்சி பெறவேண்டும். எனவே, இந்த நாளை நாம் மகிழ்ச்சியாகக் கொண்டாடாமல் இழிவுபடுத்த எதிரிகள் ஏற்படுத்தி துக்க நாளாகக் கொண்டாடவேண்டும்.

(3) சரசுவதி பூசை:

(i) இது ஓர் அர்த்தமற்ற பூசை. கல்வியையும் தொழிலையும் ஒரு பெண் தெய்வமாக்கி அதற்குச் 'சரசுவதி' என்று பெயர் கொடுத்து அதைப்பூசை செய்தால் கல்வி வரும், வித்தை வரும் என்றும் சொல்லி நம்மைப் பார்ப்பனர்கள் ஏமாற்றிக் கல்விகற்கச் சொந்த முயற்சி இல்லாமல் சாமியையே நம்பிக் கொண்டு இருக்கும்படி செய்துவிட்டு நாம் அந்தச் சாமிக்கு பூசை செய்வதன் பேரால் கொடுக்கும் பணத்தைக் கொண்டே பார்ப்பனர்கள் மட்டும் படித்துப் பெரிய படிப்பாளிகளாக ஆகி கொண்டு[24] நம்மைப் படிப்பு வரமுடியாத மக்குகள் என்றும் சொல்லிக்கொண்டும் உள்ளனர்.

(ii) சரசுவதி பூசை என்கிறான்; 'தசரா' என்கிறார்கள். தராசை வைத்துக் கும்பிடுகிறார்கள். கணக்குப் புத்தகங்களை வைத்துப் படைக்கிறார்கள். உண்மையிலேயே இப்படிக் கும்பிடுகிறவர்கள் பொய்க் கணக்கு எழுதாமல் இருக்கிறார்களா? தராசை வைத்துக் கும்பிடுகிறவர்கள். ஒழுங்காக வியாபாரத்தில் நிறைவை செய்கிறார்களா? எல்லாப் பித்தலாட்டங்களையும் செய்வதைச் செய்துவிட்டு அதற்குப்பூசை என்றால் என்ன பொருள்?

(iii) சரசுவதியைக் கொலுவிருத்திப் பெரிய உற்சவங்களை செய்யும் நமது நாட்டில் ஆயிரத்துக்கு ஐம்பது பேர்க்கு கூட கல்வி இல்லை. சரசுவதியே இல்லாத நாட்டில் ஆயிரத்திற்கு 996 பேர்கள் கல்விகற்றவர்களாக இருக்கிறார்கள்.

(iv) ஆயுதத்தை வைத்துப் பூசை செய்து வந்த நம் நாட்டு அரசர்கள் கதி என்னவாயிற்று? ஆயுதத்தை வைத்துப்பூசை செய்வதையே அறியாத வெள்ளையன் துப்பாக்கி முனைக்கு மண்டியிடவில்லையா? சரசுவதி பூசை செய்யும் வணிகர்களில் ஒரு வியாபாரியாவது சரசுவதிக்குப் பயந்து பொய்கணக்கு எழுதாமலோ, தப்பு நிறை நிறுக்காமலோ, குறை அளவு அளக்காமலோ இருக்கிறார்கள் என்று சொல்லமுடியும்? அதுபோலவே புத்தகங்களையும் பேனா - பென்சில்களையும் வைத்துச் சந்தனப்பொட்டிட்டு பூசை செய்கிறார்களே அல்லாமல் காலோ, கையோ பட்டுவிட்டால் தொட்டுக் கண்ணில் ஒற்றிக் கும்பிடுகிறார்களே அல்லாமல் நமது நாட்டு மக்களில் படித்தவர்கள் 100க்கு 25 பேர்களுக்குள்ளாகத்தானே இருந்து வருகிறார்கள்?

இவ்வளவு ஆயுதப்பூசை செய்தும் சரசுவதி பூசை செய்தும் இவ்வளவு விரதங்கள் இருந்தும் நமது அரசர்கள் கதி என்னவாயிற்று? நமது வணிகர்களின் நிலை என்ன? எவ்வளவு இழப்பு அடைந்து வருகிறார்கள்? நமது தொழிலாளர்கள் தொழிலில்லாமல் பிழைப்புக்காக வேறுநாட்டிற்குப் போகிறார்களே இதன் காரணமென்ன? நாம் செய்யும் பூசைகளைச் சரசுவதி தெய்வம் அங்கீகரிக்கவில்லையா? அல்லது சரசுவதி தெய்வத்துக்கும் இந்த விஷயத்துக்கும் ஒன்றும் சம்பந்தம் இல்லையா? அல்லது சரசுவதி என்கிற ஒரு தெய்வம் பொய்க்கற்பனையா? என்பவையாகிய இம்மூன்றில் ஒரு காரணமாகத்தானே இருக்க வேண்டும்?

டாக்டர். ந. சுப்புரெட்டியார் | 131

(v) இங்ஙனமே இராமநவமி கிருட்டிணன் பிறப்பு போன்ற வழிபாடுகளையும் சாடுகிறார்.

இவ்விடத்தில் நம் நாட்டு மக்கள் பாரதமாதா, தமிழ்த்தாய், தெலுங்குத்தல்லி என்றெல்லாம் கொண்டாடி வருகிறார்களே இவற்றையெல்லாம் நோக்கும் போது நம் நாட்டின் மரபு தெய்வமரபாகி வருவதைக் காணமுடிகிறது. மக்கள் மரபு நம்பிக்கையின் அடிப்படையில் அமைகிறது. அய்யா அவர்கள் குறிப்பிடும் மரபு காரணகாரியத்தை ஒட்டி அமைகின்றது. மக்களில் பலரோ சிலரோ அவரவர் மனப்பான்மைக்குத் தக்கவாறு மனப்பக்குவத்திற்கு தகுந்தவாறு அவற்றைத் தழுவிக்கொண்டு வாழ்கிறார்கள்.

5. தலைவர்கள்

தலைவர்களின் தகுதிகளைப் பற்றி அய்யா அவர்கள் சிந்தித்துள்ளார்கள். அவர்தம் சிந்தனைகள்.

(1) ஒரு தலைவன் வேண்டும் அவன் நடத்துபவனாய் இருக்கவேண்டுமேயொழிய நடத்தப்படுபவனாய் இருக்கக் கூடாது. அடுத்தாற்போல பின்பற்றுபவர்கள் இருக்கவேண்டும். அவர்கள் தலைவர் அபிப்பிராயத்துக்கு உழைக்கிறவர்களாக இருக்கவேண்டும். அதற்குத்தான் ஒத்துழைப்பு என்று பெயர்.

(2) மக்களை நடத்துகிறவன் தலைவனேயொழிய மக்களின் பின்னால் செல்லுகிறவன், மக்களை அடக்க முடியாதவன் தலைவன் அல்லன்; தலைவன் ஆகவும் மாட்டான்.[25]

(3) தலைவனாக வருபவன் பொதுமக்கள் அத்தனை பேர்களின் விருப்பத்தையும் சம்பாதிக்க வேண்டும் என்று ஆசைப்படக்கூடாது. அது முடியாத காரியம் என்பதோடு அது தேவையற்றதும் ஆகும். மற்றவர்கள் குறை கூறுகிறார்கள் என்பதற்காக இலட்சியம் செய்ய வேண்டியதில்லை. தனக்குச் சரியென்று பட்டதைத் துணிவுடன் செய்ய வேண்டியதே முறையாகும்.

(4) தற்சமயம் நாட்டில் நல்ல தலைவர் பஞ்சம் ஏற்பட்டு வருகிறது. மக்களிடம் நன்மதிப்புப் பெற்ற எந்தத் தலைவனும் இப்பொழுது நாட்டில் இல்லை.

சில தலைவர்களைப்பற்றி அய்யா அவர்கள் கருத்து தெரிவித்துள்ளார்கள். அத்தகைவர்களுள் சிலரை ஈண்டுக் குறிப்பிடுகிறேன்.

(1) அறிஞர் அண்ணா:

அறிஞர் அண்ணாவைப் போன்று இது வரையில் நாம் கண்டதில்லை. தூய்மையான நெஞ்சம் கொண்டவர்; ஏழைகள் மீது இரக்கத்துடன் நெஞ்சு நெகிழ்பவர். இவரைப் பற்றிப் பெரியாரின் சிந்தனைகளில் சில.

(i) சுமார் 40 ஆண்டுக்காலமாக தந்தை பெரியார் நடத்திவைத்த ஆயிரக்கணக்கான திருமணங்கள் சட்டப்படி செல்லுபடி அற்ற திருமணமாக இருந்தது. அவற்றை எல்லாம் செல்லுபடியாகும்படி சட்டம் நிறைவேற்றிவிட்டார் தம் ஆட்சிக்காலத்தில்.

(ii) வரலாற்றில் சமுதாய சீர்திருத்த வீரர் என்று பொறிக்கப்படுவார் என்பது உறுதி.

(iii) அண்ணா நம் நாட்டின் ஆட்சிப் பொறுப்பேற்றதும் பகுத்தறிவுக் கொள்கைப்படித் துணிந்து ஆட்சி செய்து வருகின்றார். ஒவ்வொரு மன்றங்களிலும் இல்லத்திலும் அண்ணா படம் இருக்க வேண்டும்.

(M) தமிழர் சமுதாயத்தினரின் அன்பை இதுகாறும் எவரும் பெறொதவரை பெற்றுவிட்டார். எப்பக்கம் திரும்பினாலும் அண்ணா வாழ்க! அண்ணா வாழ்க! என்ற ஒலிதான்.

(v) அண்ணாவின் பகுத்தறிவு ஆட்சியைக் காப்பாற்ற வேண்டியது நமது கடமை. இவரைப்போல் இன்னொருவர் இல்லை என்று சொல்லும் அளவுக்கு இவர்தம் புகழேனி உயர்ந்து விட்டது.

(vi) அண்ணாவைப்போல் ஒருவரைச் சொல்ல வேண்டு மானால் இரஷ்ய நாட்டு லெனினைத்தான் சொல்லலாம்.

ஒன்று நினைவிற்கு வருகிறது. சிறிது கருத்து மாறுபாடு இருப்பதாகத் தெரிந்தாலும் அண்ணா அவர்கள் இராஜாஜியையும் பெரியாரையும் ஒப்ப மதித்தவர். பெரியாரும் இராஜாஜியும் கருத்து மாறுபட்டவர்களாக இருப்பினும் இரட்டையர்கள் போல் அன்புடன் வாழ்ந்தவர்கள். இருவர் அறிவுரைகளையும் கேட்டவர் அண்ணா.

நான் திருப்பதியில் பணியாற்றி வந்த காலத்தில் ஏதோ ஓர் அலுவல் நிமித்தம் சென்னை வந்திருந்தேன். பாரிமுனை பக்கம் இருந்த இராஜா அண்ணாமலை மன்றத்தில் ஒரு கூட்டம். அண்ணா அதில் பேசுகிறார். திரளான கூட்டம். முன்வரிசையில் பெரியாரும் இராஜாஜியும் வீற்றிருக்கின்றனர். கூட்டத்திற்கு வருகை புரிந்த அண்ணா இருவரையும் கண்டு அவர்களிடம் சென்று அவர்கள் காலைத் தொட்டு வணங்கிவிட்டு மேடைக்குச் சென்றார். மக்களின் கையொலி கட்டடத்தை அதிரவைத்தது.

மேடைக்குச் சென்ற அண்ணா சொன்னார்: "நான் ஏன் இவர்களை வணங்கினேன் என்றால் இருவரும் என் அரசியல் குருநாதர்கள். என் காலில் முள் தைத்து சீழ் பிடித்து சிரமப்படும் போது என்ன செய்யலாம் என்று தாடியில்லாத பெருமகனைக் கேட்டால், "மெதுவாக முள்ளை நீக்கி சீழைவடியச் செய்து மருந்து போட்டு ஆற்றினால் சரியாகிவிடும்" என்று சொல்வார். தாடியுள்ள பெருமகனைக் கேட்டால், "நல்ல மருத்துவரிடம் சென்று காலையே எடுத்துவிடு; புதிய செயற்கைக் காலைப் பொருத்திக் கொள்ளலாம்" என்று சொல்வார். இவ்வாறு சொன்னதும் மீண்டும் மக்களின் கையொலி ஒரு மணித்துளி கட்டடத்தை அதிரவைத்தது.

(2) அம்பேத்கார்:

இவரைப்பற்றியும் தந்தை பெரியாரின் சிந்தனைகள் உள்ளன. இருவரும் புத்தரையும் புத்த மதத்தையும் போற்றுபவர்கள். அய்யா அவர்களின் சிந்தனைகள்.

(i) இந்தியாவிலேயே அம்பேத்கார் தனியான கருத்துடைய ஓர் ஒப்பற்ற மாமனிதர். மனிதர்களிலேயே அறிவாக்கத்தால் மேம்பட்ட நிலையில் விளங்கியவர். சுதந்திரமாகச் சிந்திக்கும் அறிவும் ஆற்றலும் உடையவர்.

(ii) டாக்டர் அம்பேத்கார் ஒருவரே பொதுவாழ்வில் சமுதாயத்துறையில் முயற்சி செய்து வெற்றி பெற்றவர்.

(3) காமராசர்:

இவரைப்பற்றியும் அய்யா அவர்கள் சிந்தித்துள்ளார். காமராசரும் ஓரளவு பெரியார் கருத்துகளைத் தழுவி வந்தவர். அய்யா அவர்களின் சிந்தனைகள்:

தமிழர் சமுதாயத்திற்காக உழைத்து வரும் நான் (பெரியார்) பலத்த எதிர்ப்பைச் சம்பாதித்துக் கொண்டு முதல் மந்திரி காமராசரைப் பாதுகாக்கத்தானே வேண்டும்.

(ii) மானமும் நாதியும் இன உணர்ச்சியும் அற்ற நம் சமுதாயத்துக்குக் காமராசர் ஆட்சி ஏற்பட்டது. எதிர்ப்பாராத சம்பவமாகும். இந்த ஆட்சி மீண்டும் அமையும் என்று எதிர்பார்க்க முடியாது.

(iii) நான் கொள்கைகளை விட்டுப் பேசுபவன் அல்லன். காங்கிரசைத் தாக்கிப் பேசுபவன். நான் காமராசரை ஆதரிக்கிறேன் என்றால் அவரது எல்லாக் கொள்கைகளையும் ஆதரிக்கிறேன் என்பதல்ல.

(iv) என்னுடைய வீடு நெருப்பு பற்றி எரிகிறது. அணைக்கத் தண்ணீர் இல்லை. அணைக்கக்கூடிய ஊர் மக்கள் பக்கத்து வீட்டில் இருக்கும் என் எதிரிக்கு உரிமையான கிணற்றிலிருந்து தண்ணீர் கொண்டு வந்து அணைக்க வந்தால் - எதிர்வீட்டுத் தண்ணீரால் எரியும் என் வீட்டை அணைக்காதே என்று நான் சொன்னேனானால் அஃது அறிவுள்ளவன் செய்கிற வேலையா? காமராசர் நமக்கும் நம்மக்களுக்கும் நன்மை செய்யும் போது அவருக்கு எதிர்ப்பு தெரிவிப்பது நியாயமா?

(v) மக்கள் எல்லாரும் படிக்கும்படியான பெருமை காமராசரால் வந்தது என்று கூறுவேனேயொழிய காங்கிரசினால் வந்தது என்று நான் ஒத்துக் கொள்ளமாட்டேன். காமராசருக்கு முன் இருந்த காங்கிரசு ஆட்சியில் இவை எல்லாம் ஏன் நடக்கவில்லை ? கேடுகள் தாமே நடந்துள்ளன? காமராசர் தோற்று அவருடைய இடத்துக்கும் பார்ப்பானோ, பார்ப்பானுடைய அடிமைகளோ வந்து உட்கார்ந்தால் இவை எல்லாம் செய்வார்களா? தோசையைத் திருப்பிப் போடுவதுபோல் காமராசர் செய்த நன்மைகளை எல்லாம் மாற்றிவிடுவார்கள்.

(iv) இன்று மந்திரிசபை ஒரு தமிழன் கையில் இருக்கின்றது. அதுவும் தமிழன் நலனில் அக்கறை கொண்ட கீழ்ச்சாதி ஆள் கையில் இருக்கின்றது. அதன் காரணமாக ஆதரிக்கின்றேன். இது போய்விடாமல் பாதுகாக்க வேண்டும் என்று கூறுகிறேன்.

(vii) எங்கள் கொள்கையை நிறைவேற்றிக் கொள்ளக் காமராசரை ஆதரிப்பதும் பல திட்டங்களில் ஒன்றேயாகும்.

(viii) 100க்குப் 15 பேர் படித்தவர்கள் உள்ள நிலையில் ஆச்சாரியார் பதவிக்கு வந்து அதை 10 ஆகக் குறைக்கப் பாடுபட்டார்.[26] பல பள்ளிகளை மூடினார். காமராசர் பதவிக்கு வந்த 7 ஆண்டுக்காலத்தில் ஆசாரியர் மூடிய பள்ளிகளை எல்லாம் திறந்ததோடு அதற்கு மேலும் ஆயிரக்கணக்கான பள்ளிகளை ஏற்படுத்தி நிலையை மாற்றி இப்பொழுது 100க்கு 35 பேர் படிக்கும் நிலையை உண்டாக்கினார்.

(ix) நேருவின் தொண்டைத் தொடர்ந்து செய்யக் காமராசர் இருக்கிறார். நேரு அவர்கள் விட்டுச் சென்ற காரியத்தைக் காமராசர் எடுத்துச் செய்வார். அவரும் நேருவைப் போன்று அவ்வளவு விளம்பரம் இல்லாவிட்டாலும் நமது நாட்டைப் பொறுத்தவரையில் அவர் ஒரு பெரிய தியாகி ஆவார்.

(x) தமிழ்நாட்டின் வரலாற்றில் ஏன் இந்தியாவின் வரலாற்றில் காமராசரின் காலம் ஒரு குறிப்பிடத்தக்க "சுந்தரகாண்டம்" பொற்காலம் அரசியலில் ஆகும். இன்று இந்திய அரசியலில் காமராசருக்கு நிகர். அடுத்த இரண்டாவது மூன்றாவது நபர் யார் என்று சொல்ல முடியாத அளவுக்கு ஓர் உச்சநிலை பெற்ற காலமாகும்.

(xi) காமராசரின் சமதர்மத்திட்டத்தால் இன்று 'கோயில் இல்லாத ஊரில் குடியிராதே' என்னும் முட்டாள்தனமான பழமொழி மறைந்து பள்ளி இல்லா ஊரில் குடியிருக்க வேண்டா என்ற புதிய நீதிமொழி ஏற்பட்டுள்ளது.

(xii) கல்வி சம்பந்தப்பட்ட எந்த நிகழ்ச்சி தொடங்கினாலும் 'கடவுள் வாழ்த்துச் சொல்லுவதை நிறுத்திவிட்டு 'காமராசர் வாழ்த்து கூறவேண்டும். அவர்காலத்தில் பள்ளிகள் நாடெங்கும் திறக்கப்பெற்றன.[27]

இராஜாஜி, காந்தியடிகள், திரு.வி.க. கலைஞர் பற்றியும் கூறியுள்ளார். விரிவஞ்சிவிடப் பெற்றன.

கலைஞரைப்பற்றி: கருணாநிதி இராஜதந்திரம் மிக்கவர். இந்த நாடு சிக்கல் நிறைந்த நாடு, ஒழுக்கம், நாணயம், நேர்மை ஆகியவை பற்றிக் கவலைப்படாத மக்களுள்ள நாடு. இந்த நாட்டில் மிகச்சிக்கலான பிரச்சினைகளையெல்லாம் மிக அறிவுத்திறன் காரணமாகத் தீர்த்து வருகின்றார்.

இவர் ஆட்சி முழுமையும் பார்க்கும் முன் மறைந்துவிட்டார். அதனால் இதற்குமேல் குறிப்புகள் இல்லை. இன்னும் வள்ளுவர்,

புத்தர், இராமலிங்கர், பாரதிதாசன் இவர்களைப் பற்றியெல்லாம் சிறப்பாகக் கூறியுள்ளார். விரிவஞ்சி அவைவிடப் பெற்றன.

6. பெரியார்

பெரியார்: இதுகாறும் நான் கூறிவந்த பெரியார் யார்? அவரே கூறுகிறார்.

(1) நான் பகுத்தறிவுவாதி எனக்கு மதம் - கடவுள் - மொழி - நாடு - அரசு இவைபற்றியெல்லாம் கவலை இல்லை. யார் ஆட்சி புரிகின்றனர் என்பது பற்றியும் கவலை இல்லை. பகுத்தறிவோடு ஆட்சி செய்கிறார்களா என்பதுதான் முக்கியம் ஆகும்.

(2) பகுத்தறிவு ஆட்சி என்பது வேறு எந்தக்காரியங்களில் தங்கள் பகுத்தறிவைக் காட்டத் தவறினாலும் இளம் உள்ளங்களில் இம்மாதிரி கீழ்த்தரக் கருத்துக்களை (புராண இதிகாசத்தில் உள்ள ஒழுக்கக் கேடான கருத்துகளை) எந்தக் காரணம் கொண்டும் புகுத்தாமல் பார்த்துக் கொள்ள வேண்டியது முக்கியக் காரியமல்லவா?

(3) எனக்குக் கடவுள் பற்று மதப்பற்று, நாட்டுப்பற்று, மொழிப்பற்று, சாத்திரப்பற்று ஆகிய எதுவொன்றும் இல்லை. ஆனால் மக்களின் வளர்ச்சிப்பற்று ஒன்றுதான் உண்டு - அதுவும் அறிவுக்கும் ஏற்றவகையில்

மானகீசமாக: தந்தை பெரியார் படத்தைப் பார்த்திருப்பீர்கள். அதனை மனத்தில் நிறுத்திக் கொண்டு நான் கூறுவதை அதனுடன் பொருத்திக் காணுங்கள்.

சிவந்த மேனி; தடித்த உடல், பெருத்த தொந்தி, நல்ல உயரம்; வெளுத்த தலைமயிர்; நரைத்த மீசை, தாடி, நீண்ட மூக்கு, அகன்ற நெற்றி. உயர்ந்த மயிரடர்ந்த புருவங்கள்; ஆழமான கண்கள்; மெதுவான உதடுகள்; செயற்கைப் பற்கள்; ஒரு சாதாரண மூக்குக் கண்ணாடி இவை அனைத்தும் கலந்த உருண்டையான முகம், ஒரு தனியான முகவெட்டு; என்னமோ ஒருவிதமான கவர்ச்சி.

இடுப்பில் எப்போதும் ஒரு நான்கு முழத்துணி. காலில் செருப்பு. முக்கால்கையுடன் ஒருமாதிரியான வெள்ளைச்சட்டை அதில் வரிசையாக நூல் பொத்தான்கள். பழங்காலத்து முழுகோட்டுக்கும் இக்காலத்து ஷர்ட்டுக்கும்

நடுவில் ஒரு நூதனமான உடுப்பு. வெளிப்புறத்தில் மூன்று பாக்கெட்டுகள், உட்புறத்தில் (பணப்பை வைத்துக் கொள்வதற்காக) கட்டாயம் ஒரு பாக்கெட் வெளிப்பைகளில் செய்தித்தாள்கள், சில கடிதங்கள், பொதுக்கூட்டத்தில் கேட்கப் பெற்ற கேள்வித்தாள்கள், இரண்டொரு சிறு புத்தகங்கள், துண்டுப்பிரசுரங்கள், நாட்குறிப்பு, ஒரு சிறு கத்தி - ஆகிய சகலசாமான்களும் நிறைந்து எப்போதும் உப்பிய வண்ணம் இருக்கும். இவற்றில் பல வெகு மாதங்களுக்கு முந்தியவையாகவும், குப்பைத் தொட்டிக்குப் போயிருக்க வேண்டியவையாகவும் இருக்கும். வெளிப்புறத்துக்கு மேல் ஒரு 'ஃபவுண்டன் பேனா' செருகப் பெற்றிருக்கும். உட்புறப்பையில் ஒரு 'மணிபர்ஸ்'. அதன் அறையொன்றில் கடிகாரம்.

இவ்விதமான ஒரு சட்டைப்பைக்குமேல் ஓர் ஐந்து முழப்போர்வை. அநேகமாக ஆரஞ்சு அல்லது காப்பி நிறத்தில். இந்த உடைகள் பெரும்பாலும் அழுக்காகவே இருக்கும்.[28] சட்டைப்பைகளின் ஓரங்கள் அடிக்கடிக் கிழிந்து தொங்கிக் கொண்டே இருக்கும். கையில் எப்போதும் ஒரு மொத்தமானதடி. பிடிக்கும் பக்கம் வளைந்திருக்கும். கையில் ஒரு தோற்பெட்டி. அதற்குப் பூட்டுமில்லை; சாவியும் இல்லை. மிக அந்தரங்கமான சொந்தக் கடிதங்கள் முதல் பழைய செய்தித்தாள்கள், பட்டையாக நசுக்கப் பெற்ற பற்பசைக்குழல், பழைய பல் (பிரஷ்) மைப்பெட்டி, சோப், கடிதத்தாள், உறைகள் வரையில் எல்லாம் இந்தப் பெட்டிக்குள் தான். சட்டைப்பையிலுள்ள குப்பைகள் அதாவது ரிக்கார்டுகள் மிகுந்து விட்டால் அவற்றில் சில இப்பெட்டிக்குள் புகலிடம் பெறும் இரண்டு மூன்று மாதங்கட்கு ஒருமுறை பெட்டி மூட முடியாமலே முட்டிக்கொண்டால் இப்பெட்டி காலி செய்யப் பெறுவதுண்டு.

இம்மாதிரி உருவத்தோடும் உடையோடும் வாலிப நடையோடும் கையில் பிடித்த தடியுடனும் காணப் பெறுபவரே தந்தை பெரியார். இவருடைய பொறுமை யாவராலும் போற்றக் கூடியது. எவ்வளவு கிளர்ச்சியான நிகழ்ச்சிகளிலும் சரி, பொறுமையை இழக்கமாட்டார். கடுஞ்சொற்களைப் பயன்படுத்தமாட்டார். இவர் பகைமை என்பதைப் பொருட்படுத்தவேமாட்டார். நீண்டகாலப் பகைவர்களோடும் கூட விரைவில் தாமாகவே வலிந்து நட்புக் கொண்டு விடுவார். இப்பெருந்தகையை,

வயதில் அறிவில் முதியோர் நாட்டின்
வாய்மை போருக் கென்றாம் இறையாய்!
உயர் எண்ணங்கள் மலரும் சோலை.

என்று சித்திரித்துக் காட்டுவார் பாவேந்தர் பாரதிதாசன். டாக்டர் பழதி. அரங்கசாமியார்,

சாதியும் மதவெறியும் சாய்ந்திருந்த கழகத்தைத்
தடிகொண்டு நிமிர்த்திட்ட தனிப்பெருந் தலைவா!
தமிழகத்தின் சுமைதன்னைத் தன்முதுகில் தாங்கிஇங்குத்
தொண்ணூற்று நான்கிலும் தொண்டுசெய்த பழுத்தபழம்
துணிச்சலும் ஆற்றலும் சுயமான சிந்தனையும்
தொலைதூர நோக்கும் அயராத உழைப்பும்
அன்புக்குப் பணிவையும், வன்புக்குத் துணிச்சலையும்
காலமெல்லாம் காட்டிவந்த கருஞ்சட்டைப்
பெருந்தலைவர்![29]

என்று ஒரு சொல்லோவியமாகக் காட்டுவார்.

"பெரியார் உயிருடன் வாழ்ந்த மொத்த நாட்கள் 34, 433 ஆகும். இந்த நாட்களில் அவர் பெரும்பாலான நேரத்தைப் பேசவும் எழுதவும் பயன்படுத்தினர். அவர் செய்த மொத்தப் பயணதூரம் 15,12,000 கிலோமீட்டர். இந்தத் தூரம் பூமியை 33 முறை சுற்றி வந்ததற்குச் சமமாகும். அவர் சொற்பொழிவாற்றிய மொத்த நேரம் 21,400 மணி. இந்தப் பேச்சை ஒலிப்பதிவு செய்தால் 2 ஆண்டுகள் 5 மாதம் 11 நாட்கள் வரை தொடர்ந்து கேட்டுக் கொண்டே இருக்கலாம்" (மின்மினி)[30]

பெரியாரின் பேச்சுத்திறன்: பெரியாரின் பேச்சு மக்களைக் கவர்வதற்குக் காரணமாக இருந்தவை அவர் கையாண்ட பழமொழிகள், குட்டிக் கதைகள், உவமைகள் முதலியவை. தோழர் மா. நன்னன் அவர்கள் இவற்றைத் தொகுத்து சிறுசிறு நூல்களாக வெளியிட்டுள்ளார்கள்.[31] *எடுத்துக்காட்டுகள் தந்து விளக்கினால் பேச்சு நீளும். ஆகவே தவிர்க்கப் பெற்றன.*

ஆயினும் கவிஞர் நாரா. நாச்சியப்பன் கவிதையில் தந்தால் சுவை பயக்கும் என்பதால் அவற்றை ஈண்டுத் தருகின்றேன்.

பெரியார்தம் சொற்பொழிவைக் கேட்டவர்கள்
வெறுப்பகற்றிப் பெரியார் கொள்கைக்
குரியாராய் மாறுவதாம் விந்தையிதன்
உட்பொருளைச் சொல்வேன், கல்வி

தெரியாத மக்களையும் வசப்படுத்தும்
முறைமைதனில் திறமை யாக
உரைபகவர்வார் தன்னுளத்துப் பட்டதெல்லாம்
ஒளியாமல் உரைப்பார் கண்டீர்!

காற்றடிக்கும்! புயல் வீசும்! இடையின்றி
மழைபொழியும்! கருத்து, வெள்ளம்
போற்பெருகும்! அருவியென் ஓடிவரும்
மணிக்கணக்காய் பொழியும் பேச்சில்
ஆர்ந்திருக்கும் நாட்டிலுள்ள வகைப்பட்ட
பழமொழிகள் அத்த னையும்!
சோற்றினுக்குக் காய்கின்ற ஏழைகட்குச்
செயல் காட்டிச் சோர்வ கற்றும்!

உவமைகளோ குவிந்திருக்கும் கலைப்பேச்சுப்
பேசுங்கால் ஒன்றோ பொன்றாய்த்
தவழ்ந்துவரும் கேள்விகட்குப் பதில் சொல்லத்
தெரியாமல் தவித்த பேர்கள்
இவர்கட்குத் தொண்டர்களாய் இன்றிருக்கும்
நிலையொன்றே ஈரோட் டண்ணல்
இவர்பேச்சின் திறம் விளக்கப் போதுமெனக்
கூறிடுவேன்! எழுச்சி கொள்வேன்![32]

இந்த கவிஞர் 1954 முதல் பெரியாரிடம் நெருங்கிய தொடர்புடையவர் கிட்டத்தட்ட ஐம்பதாண்டுகட்கு முன்னர் இவர் பர்மாவில் இருந்தபோது (1954இல்) பெரியாரை வரவேற்றுப் நாட்கள் அவருடன் நெருங்கிப் பழகும் வாய்ப்புப் பெற்றவர். 1945 முதல் பகுத்தறிவுக் கருத்துகளை ஏற்றுக்கொண்டவர். நாடு விடுதலை அடைவதைவிட மக்கள் மூடத்தனத்திலிருந்து விடுதலை பெறுவது மிகமிகத் தேவையானது என்ற சுயமரியாதைக் கொள்கை இளைஞரான இவர்தம் எண்ணத்தில் வேர்கொண்டது.[33]

7. முடிப்புரை

மனிதன் ஒரு சமூகமாக - கூட்டமாக - வாழவேண்டியவன். மனித விருத்திக்குத் திருமணம்தான் அடிப்டையாக அமைவதால் இந்தப் பொழிவு மனிதனுடைய இயல்புகளாகிய திருமணத்தில் தொடங்கினேன். வழக்கமாக நடைபெறும் திருமணங்களைச் சுட்டி காட்டி காதல் மணம், கலப்புமணம், சீர்த்திருத்த

திருமணங்கள், மறுமணம் - மனைவியை இழந்தவன் செய்து கொள்வது, விதவைத் திருமணம் முதலியவற்றிற்கு முதலிடம் தரவேண்டும் என்பது பெரியாரின் அடிப்படை நோக்கம் என்பதை எடுத்துக்காட்டினேன். குழந்தை மணத்தைத் தவிர்க்க வேண்டும் என்பது அய்யா அவர்களின் அசைக்க முடியாத கொள்கை என்பதை தெளிவாக்கினேன்.

திருமணத்தின் அடையாளமாக மனைவி கழுத்தில் அமையும் தாலியைப்போல் கணவன் கழுத்தில் ஓர் அடையாளமாக இருக்கவேண்டியது தந்தையின் விருப்பம் என்பதைச் சுட்டியுரைத்தேன் வேண்டுமானால் மோதிரங்களை அடையாளமாகக் கொள்ளலாம் என்பதை நினைவூட்டினேன்.

சமூகத்தில் தொத்து நோய் போல் அமைத்திருப்பது சாதி முறை என்றும், சாதி என்ற சொல்லே சரி அல்ல என்றும் தொல்காப்பியம் மூலம் எடுத்துக்காட்டினேன். தீண்டாமை, சாதித்தொழில், சட்டத்தின் மூலம் சாதி வேற்றுமையைக் களையலாம் என்றும், ஆனால் நடைமுறை அரசியலில் அதனை நீக்குவதற்குப் பதிலாக வற்புறுத்தும் முறையே நடைமுறையில் உள்ளது என்றும், சாதிச் சங்கங்கள் பெருவாரியாகத் தோன்றி அரசாங்கத்தை ஆட்டி வைக்கின்றன என்றும், அரசு வாக்குவங்கியின் தேவையை நினைத்துக் கொண்டு அவற்றில் வேண்டுகோளைப் புறக்கணிக்க முடியாத நிலையில் உள்ளது என்பதைச் சுட்டி உரைத்தேன். பொதுவாக மதுவிலக்கு, புதுமை வேட்கை இவற்றில் சில பெரியார் கருத்துகளை எடுத்துக்காட்டினேன். ஆத்துமாபற்றிய கருத்து, சோதிடத்தை நம்பும் மூடத்தனம் இவற்றைத் தந்தை வழியில் நின்று விளக்கினேன். பொங்கல் விழாவைத் தவிர ஏனைய விழாக்கள் மூடத்தனத்தை அடிப்படையாகக் கொண்டது என்பது அய்யா அவர்களின் கருத்து என்பதைச் சுட்டிக்காட்டினேன். சிறந்த சமூகத்தலைவர்களாக நின்று தொண்டாற்றிய அறிஞர் அண்ணாத்துரை, டாக்டர் அம்பேத்கார், காமராசர் இவர்கள் செய்த பணிகளை விளக்கினேன். சிறப்பாக காமராசர் ஆற்றிய கல்விப்பணிகளைக் விரிவாக விளக்கினேன். கலைஞரைத் தந்தையவர்கள் ஓர் இராஜதந்திரியாக மதிப்பீடு செய்ததை நினைவு கூர்ந்தேன். இப்பொழிவில் நாம் பெரியாரைப் பற்றி தெரிந்துகொண்டவை: அவர்தம் ஓய்வறியாத உழைப்பு, உண்மைகளை அஞ்சாமல் வெளியிடும் நெஞ்சுரம், தன்னலம்புகாத தன்னேரில்லாத பொதுத் தொண்டு என்று

இவர் தம் பேச்சுத் திறன் ஆகியவற்றைச் சுட்டியுள்ளதை காட்டி இவைதாம் பெரியார் என்பதை நினைவூட்டினேன். இதுகாறும் என் உரையைக் கேட்ட அறிஞர் பெருமக்கள் அனைவர்க்கும், மாணாக்கச் செல்வங்களுக்கும் என் நன்றி உரித்தாகின்றது.

அடுத்த மூன்றாவது பொழிவு 'மொழி பற்றிய சிந்தனைகள்' என்பது. இது மிகவும் சிக்கலான பிரச்சனைகளைக் கொண்டது. இதற்கும் வருகைதந்து சிறப்பிக்க வேண்டுகிறேன்.

அடிக்குறிப்புகள்

1. திருவா. சிவபுராணம் – அடி 28-37.
2. தொல். சொல். கிளவியாக்கம் – 1.
3. இந்த அறிவுரை நடைமுறைக்கு உகந்ததன்று. இதனால் ஏற்படும் வினவுகள் பயங்கரமானவை.
4. 1930இல் விருது நகரில் நடைபெற்ற சுயமரியாதை மாநாட்டில் தான் தாலி கட்டும் பழக்கத்தை எதிர்த்ததாகத் தெரிகிறது. அதற்குமுன் பல சுயமரியாதைத் திருமணங்களில் தாலிகட்டும் வழக்கம் இருந்து வந்ததாகத் தெரிகிறது. முத்தமிழ் காவலர் கி.ஆ.பெ.வி செய்வித்த தமிழ்த் திருமணங்களில் இப்பழக்கம் தொடக்கத்தில் இருந்து வந்தது.
5. நூற்பா –35.
6. தொல். பொருள் – கற்பியல் –47, 48, 49.
7. வணிகர் – வாணிகம் செய்வோர் தொலைக்காட்சிகளிலும் விளம்பரங்களிலும் 'வாணிகம்' என்று போடவேண்டிய இடத்தில் வணிகம் என்று போடப்படுகிறது. சன் தொலைக்காட்சிக்குக் கடிதம் எழுதியும் திருத்திக்கொள்ளாமை வருந்தத்தக்கது.
8. பாரதத்தில் துரோணர், கிருபர், அசுவத்தாமா போரில் ஈடுபட்டிருந்ததை ஈண்டு நினைவு கூரலாம். இவர்கள் பார்ப்பனர்.
9. இதுதான் தந்த பெரியாரின் வினாவாக இருந்தது. வள்ளுவர் கருத்துக்கும் ஒத்துள்ளதாக அமைகின்றது. இக்கருத்து 'தீண்டாமை' என்ற தலைப்பின்கீழும் வந்துள்ளது.
10. ஆந்திரநாட்டில் இன்றும் ஆசிரியத் தொழிலிலுள்ள வரை 'அய்யவொரு' (அய்யா) என்று வழங்குவதை அறியலாம்.
11. அகத்திணை – நூற்பா–28
12. முல்லை, குறவஞ்சி, பாலை, மருதம், நெய்தல் என்ற அடிப்படையில்
13. கோதண்டம், கொ, மா: கோழிக்குட்டிகளும் பன்றிக்குஞ்சுகளும் – பக்.41
14. மேலது – பக் – 23

15. DOG–GOD

16. சைவம் இதனைப் ‘பதி’ என்றும், வைணவம் ஈசுவரன்’ என்றும் பேசும்.

17. சைவம் இதனைப் பசு என்றும் வைணவ தத்துவம் சித்து என்றும் கூறும்.

18. ஆங்கிலத்தில் soul என்பது ஆத்மாவைக் குறிப்பது.

19. தத்துவங்களை நிறுவியவர்கள் கண்ட சொல் இது. அனைத்தையும் பார்ப்பனர்கள் மீது சுமத்துவது நியாயம் இல்லை.

20. மேல்நாட்டிலும் மூடப்பழக்கம் உண்டு. அப்போலோ–13, ஒரு பதின் மூன்றாம் நாள் 13 மணி, 13 நிமிஷம், 13 வினாடியில் செலுத்தப்பெற்று பூமியில் விழுந்து நொறுங்கியது. எண் 13 தான் இதற்குக் காரணம் என்று நம்புகின்றனர் அறிவியலறிஞர்கள். எண்–13 அவர்களுக்கு ஆகாத எண்.

21. காவடி எடுப்பதும் கரகம் எடுப்பதும் பார்ப்பனர் சூழ்ச்சி அல்ல. பார்ப்பனர் எவரும் ஆடுவதில்லை. நம்மவர்களே ஆடுகின்றனர். கடவுள் மக்களிடம் எதற்காகவாவது வரும்போது பார்ப்பனனாகத்தான் வருகிறார். இந்திரன் பார்ப்பனனாக வந்துதான் கர்ணனிடம் கவச குண்டலங்களைப் யாசித்துப் பெற்றான். கண்ணன் பார்ப்பனனாகச் சென்றுதான் கர்ணனிடம் அவன் செய்த புண்ணியம் அனைத்தையும் பெற்றான்.

22. இதற்கும் சங்கராந்தி என்றுகூட பெயர் சொல்ல முனைந்துள்ளனர் பார்ப்பனர்.

23. இதனைப்பற்றி பொங்கலும் அணுவும்’ என்ற கட்டுரை ஒன்றும் பல்லாண்டுகட்கு முன் எழுதி வெளியிட்டுள்ளேன்.

24. சரசுவதி பூசையை அவரவர்களே வீட்டில் செய்து கொள்கிறார்கள். இதனால் பார்ப்பனர்கட்கு வரும்படி இல்லை.

25. இதற்கு இன்று, பலர் எடுத்துக்காட்டுகளாக உள்ளனர். பெயர்கள் குறிப்பிட விரும்பவில்லை. சிந்தித்தால் அறிந்துகொள்ள முடியும்.

26. 1952இல் காங்கிரசு தோற்று ஆட்சி அமைக்கவில்லை. எதிர்க்கட்சிகளிலும் சரியான நிலை இல்லை. காங்கிரசு இராஜாஜியை அழைத்து ஏற்பாடு செய்யக் சொல்லியது. அவர் சில எதிர்க் கட்சிகளின் உறுப்பினர்களை Associate member (Congress) ஆக்கி, அவர்கட்குப் பதவிகள் கொடுத்து ஆட்சி அமைத்தார். அந்தக் காலத்தில் தான் மாணிக்கவேல் நாயக்கர் சட்டமன்றத்தலைவர் (Speaker) ஆனார்.

27. இவர்காலத்தில் திரு நெ.து. சுந்தரவடிவேலு கல்வி இயக்குநர். இவருக்கு விருப்பப்படி செயற்படும். உரிமைதரப் பெற்றதால் மதிய உணவுத்திட்டம், சீருடைத்திட்டம் ஆகியவை ஏற்படுத்தி அற்புதமாகச் செயற்பட்டன. தமிழ் நாட்டைப் பாராளும் மன்றமும் புகழ்ந்தது.

28. இவர் சரியாகக் குளிப்பது இல்லை. இவரை இழுத்துப்பிடித்துக் குளிக்க வைப்பது நாகம்மையாருக்குப் பெரும்பாடாக இருக்கும்.
29. தந்தை பெரியார் 121ஆம் ஆண்டு பிறந்தநாள் மலர் – பக் 23.
30. பெரியாரியல் (நன்னன் தொகுத்தது) பக்-73.
31. பெரியாரின் குட்டிக்கதைகள் (ஆகஸ்டு – 1998); பெரியாரின் பழமொழிகள் (ஆகஸ்டு – 1998)
32. ஈரோட்டுத்தாத்தா சொல்லின் செல்வர் (1-3)
33. நாரா. நாச்சியப்பன் – பர்மாவில் பெரியார் (1993) – முன்னுரையில்.

~

3. மொழி பற்றிய சிந்தனைகள்

மூன்றாவது பொழிவு நாள். 28.2.2001 முற்பகல்

அன்பு நிறைந்த தலைவர் அவர்களே
அறிஞர் பெருமக்களே
மாணாக்கச் செல்வங்களே

இன்றைய மூன்றாவது பொழிவு பெரியாரின் 'மொழி பற்றிய சிந்தனைகள்' ஆகும் பேச்சைத் தொடங்குவதற்கு முன் வேறு சில செய்திகளை உங்கள் முன் வைக்கிறேன்.

இரண்டு சொற்பொழிவுகளில் தந்தை பெரியாரைப்பற்றி மின்வெட்டு போல் சில குறிப்புகள் மட்டிலும் தான் உங்கட்குத் தெரிந்திருக்கும். இந்தப் பெரியார் யார்? என்பதை இன்றைய பொழிவில் விவரமாகச் சொல்வேன்.[1]

1. பெரியார் வாழ்க்கைக் குறிப்புகள்

தந்தை பெரியார் பிறந்தது - அவதரித்தது என்றே சொல்லாம் - ஈரோடு - கன்னட பலிஜ நாயுடு வகுப்பினர். 'நாயக்கர்' என்பது பட்டப்பெயர். வைதிகக் குடும்பம்; பழுத்த வைணவக்குடும்பம். எப்பொழுதும் பாகவதர்கள், சந்நியாசிகள், மதவாதிகள் இவர்கட்கு இங்கு விருந்து நடைபெற்ற வண்ணம் இருக்கும்.

தந்தையார் வெங்கட்ட நாய்க்கர்; தாயார் சின்னத் தாயம்மை யார் என்று வழங்கும் முத்தம்மாள். வைணவ பக்தர்களாக இருந்த இவர்கட்கு இரண்டு குழந்தைகள் பிறந்தன. இரண்டும் இறந்தன. பின்னர் 19 ஆண்டுக்காலம் மக்கட்பேறு இல்லை. இருவருக்கும் கவலை மிகுந்திருந்தது. திருமாலிடம் அன்பும் பக்தியும் பெருகியது. இருவரும் பெருமாளை நினைத்துப் பிள்ளைவரம் வேண்டினர்; பாகவதர்கட்குப் பணிவிடை செய்தனர்; சனிக் கிழமை நோன்பு, ஏகாதசி விரதம்

இருந்தனர்; இராமாயணம் கேட்டனர்; பாகவதம் கேட்டனர்; இவ்வகையாக இருவருக்கும் வைணவப்பற்று மிகுந்தது.

இவர்கள் ஏக்கம் தணிய ஈவே. கிருட்டிணசாமி 1877 ஆம் ஆண்டு செப்டம்பர் 28ஆம் நாள் பிறந்தார். இவருக்குப் பின் 1879-ஆம் ஆண்டு செப்டம்பர் திங்கள் 17ஆம் நாள் ஈவே. இராமசாமி பிறந்தார். இவருக்குப் பின் இரண்டாண்டுகள் கழித்துப் பொன்னுதாயம்மாள் பிறந்தார். இவருக்குப்பின் பத்தாண்டுகள் கழித்துக் கண்ணம்மாள் பிறந்தார். குடும்பம் புதல்வர்களால் பொலிந்தது.

ஈ.வே.ராவுக்குக் கல்வி சரியாக அமையவில்லை. துடுக்குத் தனத்தை அடக்கவே பள்ளியில் போடப்பெற்றார். திண்ணைப் பள்ளியில் 3 ஆண்டும் ஆங்கிலப்பள்ளியில் 2 ஆண்டும் படித்தார். 4ஆம் வகுப்பு தேறி சான்றிதழ் பெற்றார். படிப்பு 1 - வயதிலேயே முடிந்தது. தந்தையார் மண்டியில் வேலை. நன்றாகப் பேசுவார். வணிகர்களிடம் நன்றாகப் பழகுவார்.

19 வயதில் 13 வயதுடைய நாகம்மாளை மணந்தார். நாகம்மாள் தம் தாயின் ஒன்றுவிட்ட தம்பியின் பெண். பள்ளியை எட்டிப்பார்க்காதவர். திருமணம் ஆகி சில ஆண்டுகட்குப் பின்னர் கையெழுத்துப்போட மட்டிலும் கற்றுக்கொண்டவர். 35 ஆண்டுகள் கணவனோடு இணைந்து - பிணைந்து - வாழ்ந்து கணவனுடைய எல்லா நிகழ்ச்சிகட்கும் தோள் கொடுத்து உதவினார். படிப்பில்லாவிட்டாலும் சிறந்த அறிவாளியாகத் திகழ்ந்தார். திருமணம் ஆகி இரண்டாண்டுகள் கழித்து ஒரு பெண் குழந்தை பிறந்தது. ஐந்து மாதங்கள் வாழ்ந்து இறந்தது. பிறகு குழந்தையே பிறக்கவில்லை.

வகித்த பதவிகள்:

இளமைத் துடுக்கில் இருந்தபோது நேரிட்ட விலைமாதர் தொடர்பு, காலிகள் தொடர்பு முதலியவை நாளடைவில் நல்லோர் கூட்டுறவுவால்[2] அகன்றன. உள்ளொன்று வைத்துப் புறமொன்று பேசாத வெள்ளை உள்ளமும், செல்வராயினும் எளிய வாழ்வும் அஞ்சாமையும் உரிமை வேட்கையும் இவரைப் பொதுநலத் தொண்டில் கொண்டு செலுத்தின. இந்நிலையில் இவர் வகித்த பதவிகளைப் பட்டியலிட்டுக் காட்டுவேன்.

(1) 70 ஆண்டுகள் உலக அனுபவம் (2) 30 ஆண்டுகள் வாணிக அனுபவம் (3) 4 ஆண்டுகள் ஈரோடு வணிகர்

சங்கத் தலைவர் (4) தென்னிந்திய வணிகர் சங்க நிர்வாக சபை உறுப்பினர் (5) ஐந்து மாவட்டங்களுக்கு வருமானவரி டிரைபூனல் கமிஷனர்கள் மூவரில் ஒருவர் (மைய அரசால்) நியமிக்கப்பெற்ற பதவி (6) ஈரோடு நகர படிப்பகச் செயலாளர் (7) பழைய மாணாக்கர் சங்கச் செயலர் (8) உயர்நிலைப் பள்ளிவாரியச் செயலர் (9) 1914இல் கோவை மாவட்டக் காங்கிரசு மாநாட்டுச் செயலர் (10) 10 ஆண்டு கௌரவ நீதிபதி (11) பல்லாண்டுகள் ஈரோடு நகராண்மைக் கழகத்தலைவர், (12) மாவட்ட வாரிய உறுப்பினர். (13) வாட்டர் வொர்க்ஸ் செயலர் (14) பிளேக் குழு செயலர் (15) கோவை மாவட்ட இரண்டாவது வட்ட தேவஸ்தான் கமிட்டி செயலராக 10 ஆண்டு (16) பின்னர் 1929 வரை துணைத்தலைவர், தலைவர் (17) 1918 ஆண்டு முதல் உலகப்போரில் கௌரவ ஆள் சேர்க்கும் அதிகாரி (19) 1918 ஆண்டுப் போர் வட்டம் மாவட்டம் அரிசி கட்டுப்பாட்டின் அரசு நிர்வாகி (20) கார்னேசன் குழு செயலர், (21) தமிழ்நாடு காங்கிரசு கமிட்டி செயலர் (22) பின்னர் அதன் தலைவர் (23) காதிவாரிய நிறுவனர் (24) அதன் தலைவராக 5 ஆண்டு இருந்தபோது அவருக்குச் செயலராக டாக்டர் டி.எஸ்.எஸ் இராஜன், கே.சந்தானம், எஸ்.இராமநாதன் கே.எம். தங்கப்பெருமாள், அய்யாமுத்து ஆகியோர் செயலராகப் பணிபுரிந்தமை - இங்ஙனம் பொதுத் தொண்டில் ஈடுபாடு கொண்டு பணிபுரிந்தவர் நம் தந்தை.

1940, 1942இல் இரண்டு வைஸ்ராய்கள் இரண்டு ஆளுநர்கள் தந்தையாரை அழைத்து அமைச்சரவை அமைக்கக் கேட்டனர். இராஜாஜியும் வேண்டினார். ஆனால் தந்தை மறுத்துவிட்டார். 1919இல் 'இராவ்பகதூர்' விருதுக்கு கலெக்டர் பரிந்துரை செய்தார். அதையும் மறுத்துவிட்டார். காங்கிரசுக்கு விரோதியான பிறகு கூட சட்டசபை உறுப்பினருக்கு விண்ணப்பத்தில் கையெழுத்து போடுமாறு பி. இராசகோபலாச்சாரியார் (லோகல் பண்டு அண்டு முனிசியல் இவை கவுன்சில் மெம்பர்) கேட்டும் அதற்கும் மறுத்துவிட்டார். அக்கால அமைச்சர்கட்குச் சிறிதும் குறையாத அறிவும் அனுபவமும் திறமையும் கொண்டு இருந்த தந்தை அவர்களின் தியாகம் என்றுதான் சொல்லவேண்டும்.

காங்கிரசில் தொண்டு:

ஈ.வெ.ரா காந்தியாரின் சொற்களை நம்பினார். அவற்றையே தமது ஒத்துழையாமைப் பிரச்சாரத்தில் பேசினார்.

தாம் அணிந்த ஆடம்பரமான ஆடைகளையெல்லாம் உதறி எறிந்தார் சிறுசுருட்டு பிடிப்பது, வெற்றிலை போடுவது முதலியவற்றை ஒரே பகலில் அடியோடு நிறுத்தினார். ஒரு சாது ஆனார். முரட்டுக்கதரையே உடுத்தினார். தம் துணைவியார் நாகம்மையாரையும் கதர் உடுத்தச் செய்தார். 80 வயதுள்ள தம் அன்னையாரையும் கதர் உடுத்தச் செய்தார். தம் வீட்டிலுள்ளவர்களையும் இனத்தவரையும் நண்பர்களையும் கதர் அணியச் செய்தார்.[3] கதர் இயக்கம் இவரால் தான் பலமடைந்தது. கதர் இயக்கம், கள்ளுக்கடை மறியல் போன்றவற்றில் இவர் தொண்டு ஈடு எடுப்பும் அற்றது. கதர் வளர்ச்சிக்காக இராட்டினத்தைத் தூக்கிக் கொண்டு ஊர்ஊராகச் சுற்றி வந்தார். கதர் மூட்டை தூக்கிவிற்றார். இங்ஙனம் தம்மை முழுமையாக ஈடுபடுத்திக் கொண்ட காங்கிரசு கட்சியில் சாதி வேறுபாடு தலைவிரித்தாடியது. ‘தமிழ்நாட்டுக் குருகுலம்’ என்ற பெயரில் சேரன் மாதேவியில் (நெல்லை மாவட்டம்) பார்ப்பனப் பிள்ளைகட்குத் தனி உணவு, பார்ப்பனரல்லாத பிள்ளைகளுக்கு வேறு உணவு, வேறு இடம், வேறு வேறு பிரார்த்தனை. இதன் மூலம் சாதிப்பிரிவுக்கு ஆக்கம். இவை குருகுலத்தில் நடைபெற்றன. ஈ.வே.ரா இதனை எதிர்த்தார். அப்போது அவர் காங்கிரசு செயலாளர். இதனையும் வேறு பலகாரணங்களையும் கொண்டு காங்கிரசுக்கு முழுக்கு போட்டார். சுயமரியாதைக்காட்சி தொடங்கப்பெற்றது. இத்தகைய கோடறிக்காம்புகள் காங்கிரசில் இருப்பதனால் தமிழ்நாடு காங்கிரசு கழுதை தேய்ந்த கட்டெறும்பு போல் ஆகிவிட்டது. இத்துடன் இவை நிற்க.

தாய் மொழி கன்னடம், இருந்தாலும் தமிழில் தான் ஈடுபாடு. இதைத்தான் பயன்படுத்தினவர்.[4] தம் வாழ்க்கையை கடவுள், சாதி ஒழிப்பு இவற்றிற்காக அர்ப்பணித்துக் கொண்டு வாழ்ந்தவர். அமைச்சர் பதவி, ஆளுநர் பதவி எல்லாம் வந்தன. அனைத்தையும் மறுத்து பொதுத் தொண்டையே வாழ்க்கைப் பணியாக ஏற்றுப் பணியாற்றியவர். தமிழுக்குத் தொண்டு செய்தார். “தமிழர்கட்கு நிறைய நன்மைகள் விளையவேண்டும்; நாட்டில் புரட்சிகரமான செயல்கள் பல நடைபெற வேண்டும். இதுவே என் ஆசை” என்று சொன்னவர். “அறிவியல் முறையில் தமிழ் வளம் பெற வேண்டும்’’ என்று அவாவுபவர். பல மேடைகளில் “ஒரு நாட்டில் பிறந்த மக்களுக்கு வேண்டப்பெறும் பற்றுகளுக்குள் தலையாய பற்று மொழிப்பற்றேயாகும்.

மொழிப்பற்று இல்லாதாரிடத்து நாட்டுப்பற்று இராதென்பது உறுதி... தமிழ்நாட்டில் பிறந்தவர்கட்கு மொழிப்பற்று அவசியம் என்று சொல்லி வந்தவர்.

இப்பொழிவின் கருவாக உள்ள கருத்துகளுக்குள் புகுவதற்கு முன் அறிவியலடிப்படையில் மொழியின் தோற்றம், வளர்ச்சி பற்றிய செய்திகளை அறிந்து கொள்ளல் சாலப் பயன்தரும் எனக் கருதுகிறேன். சிலவற்றை உங்கள் முன் வைக்கிறேன்.

2. மொழியின் தோற்றம்

'மொழி' என்பது மக்கள் படைத்துக் காக்கும் அரியதொரு கலையாகும். மொழியே மக்களின் அறிவை வளர்த்து உயர்த்தும் அரிய கருவியாகவும் உள்ளது. பெற்றதாயின் முதல் வேட்கை தன் குழந்தையுடன் பேசுதல்; அவள் முதலில் அடையும் பெருமகிழ்ச்சி, குழந்தையின் பேச்சைக் கேட்பதிலேயே ஆகும். குழந்தையின் மனவளர்ச்சியோடு ஒத்துவளர்ந்து வருவது மொழி வளர்ச்சியேயாகும். மனம் என்பது பெரும்பாலும் மொழியால் வளர்ந்து அமைந்தது; மனத்தின் வளர்ச்சிக்கு ஏற்பவே பேசுவோரின் மொழியும் வளர்ச்சி பெற்று நிற்கும். மக்கள் அனைவரும் மொழிக்கு ஆசிரியராகவும் உள்ளனர்; மாணாக்கராகவும் உள்ளனர்; மொழியை வளர்ப்பவரும் மக்களே; மொழியால் வளர்பவரும் மக்களே.

பலர் சேர்ந்து ஒரு சமுதாயமாய் ஓர் இனமாய்ப் பழகி வாழ்வதற்குத் துணையாகவுள்ள சிறந்த கருவி மொழியேயாகும். பலர் ஓர் இனமாய் வாழ்கின்றனர் என்பதற்கு உண்மையான அறிகுறி அவர்களின் நிறம் முதலிய எவையும் அல்ல; அவர்கள் பேசும் மொழியே உண்மையான அறிகுறி எனலாம். சமுதாய வாழ்வுக்கு அறிகுறியாகவுள்ள மொழியே, அந்தச் சமுதாய வளர்ச்சிக்கும் காரணமாக உள்ளது. சமுதாயத்தால் வளர்ந்து சமுதாயத்தை வளர்ந்து வருவது மொழி எனலாம் என்று ஜே. வென்றிஸ் என்ற மொழியியல் அறிஞர் மொழிவர்.

மனிதனது மனத்தை விடுத்து ஆராய்ந்தால், மொழியைப் பற்றி அறியத்தக்கதாக ஒன்றும் இல்லை. மொழியை வளர்த்தது மனமே; மனத்தின் இயல்பைக்காட்டவல்லதாக, மனத்தின் எதிரொளியாக (பிரதிபலிப்பாக- *Reflection*) உள்ளது மொழியே. மனிதரின் தொடர்பு இல்லாமல் தனியே வளர்ந்து வாழவல்லது என மொழியைப் பற்றிக் கருதுதல் பொருந்தாது. பேசும்

மக்களை விட்டுத் தனியே மொழி என்பது இல்லை. மனிதரின் ஒவ்வொருவரின் ஆழத்திலும் மொழி வேர் கொண்டுள்ளது; அங்கிருந்தே மொழி வளர்ச்சி பெற்று விளங்குகிறது.

பேசப்படுவதும் கேட்கப்படுவதுமே உண்மையான மொழி; ஆயினும் எழுதப்படுவதும் படிக்கப் பெறுவதும் அடுத்த நிலையில் வைத்துக்கருதப்பெறும் மொழியாகும். இவையேயன்றி வேறுவகை மொழி நிலைகளும் உண்டு. எண்ணப்படுவது, நினைக்கப்படுவது, கனவுகாணப்படுவது ஆகியவைகளும் மொழியேயாகும்.

பொருள்களை மட்டிலும் அறியும் அறிவு ஊமைக்கு உள்ளது. மொழிவளர்ச்சி இல்லாமையால் மேலும் அறிவை வளர்க்க வாய்ப்பு அவனுக்கு இல்லை. நாகரிகம் தொடங்கும் முன்பு, மக்களுக்குப் புலன்கள் வளர்ந்திருந்தன; இயற்கையும் வளம் மிக்குக் காத்து வந்தது; ஆயின் அக்காலத்து மக்கள் அறிவு வளர்ச்சி பெறவில்லை. பேசக் கற்றுச் சொற்களைப் படைத்துக் கொண்ட பிறகே அறிவுவளரத் தொடங்கியது. பேச்சுடன் நிற்காமல் எழுத்துமுறை கற்றுச் சொற்களை மிகப் பயன்படுத்தத் தொடங்கிய பிறகே அறிவு விரைவாக வளரத் தொடங்கிற்று.

பேச்சுமொழி உள்ளத்து உணர்ச்சியின் தூண்டுதலால் இயல்பாகத் தானே வளரும் மொழி எழுத்து மொழி. அறிவின் முயற்சியால் ஒழுங்கு செய்து அமைக்கப்பெறும் மொழி. முன்னது, மழைநீர் திரண்டு வரும் வெள்ளம் போன்றது. பின்னது, அணைகட்டித்தேக்கிய நீர் வாய்க்கால்களில் வருவது போன்றது. ஆதலால் எழுத்து மொழியில் எழுவாய், பயனிலை செயப்படுபொருள் முதலியன அமைவதில் ஒழுங்குமுறை காணப்பெறுகின்றது. பேச்சு மொழியிலோ உணர்ச்சிவசமாய்ப் பேசுவோரின் உள்ளத்தில் எது முதலில் தோன்றகிறதோ, அதற்கு உரிய சொல்லே முதலில் வெளிப்படுகிறது. ஆகவே பேச்சு மொழியில் சொற்கள் மனம் போன போக்கில் அமைகின்றன எனலாம் - என்று கருதுவர் ஜே.வென்றிஸ் என்ற மொழி இயல் வல்லுநர்.

எது தமிழ்? மேற்கூறிய அடிப்படையில் தமிழ்மொழியை நோக்குவோம். தமிழ் மொழியை ஆறு கோடி (2001 கணக்குப்படி) மக்களுக்கு மேல் பேசுகிறார்கள். தமிழ் என்பது அந்த ஆறுகோடி மக்களின் பேச்சும் சேர்ந்த ஒன்றா? அன்று. ஆறு கோடி

மக்களின் பேச்சில் சராசரியான ஒன்று எனலாம்; அல்லது, ஆறு கோடி மக்களில் ஏறக்குறைய ஒரே வகையாகப் பேசும் பெரும்பாலோரின் பேச்சே தமிழ் எனலாம்.

பேசும் மக்களுக்குள் பலவகை வேறுபாடுகள் இருக்கின்றமையால் ஒருசாரார் பேசும் பேச்சையே அந்த மொழி என்று கூறிவிட முடியாது. பேசுவோர் ஒவ்வொருவரின் பேச்சிலும் சிறிது சிறிது வேறுபாடு இருத்தலால், ஒவ்வொருவரும் ஒவ்வொருவகைத் தமிழ் பேசுகின்றனர் எனலாம். பேசும் இனத்தார் அல்லது வகுப்பார்க்குள் வேறுபாடு இருந்தால், ஒவ்வொரு வகுப்பு, அல்லது இனமும் ஒவ்வொருவகைத் தமிழ் பேசுவதாகக் கூறலாம். திருநெல்வேலித்தமிழ், தஞ்சைத் தமிழ், செட்டி நாட்டுத் தமிழ், வைணவ பார்ப்பனர்த் தமிழ், சுமார்த்தப் பார்ப்பனர் தமிழ், ஆதிதிராவிடர் சேரித்தமிழ், சென்னைத்தமிழ் - இவற்றில் வேறுபாடுகளின் குறிப்புகள் நமக்குப் புலனாகும்.

பலகால உழைப்பு:

இன்னும் ஆராய்ந்து நோக்கினால், மொழி என்பது ஒரு தலைமுறையினர் மட்டும் பேசும் கருவி அன்று என்பது விளங்கும்; நூற்றுக்கணக்கான தலைமுறையினர், கணக்கற்ற மக்கள் வழிவழியாக வளர்த்துப் போற்றி வரும் கருவி எனத்தக்கது இது. ஓர் எடுத்துக்காட்டால் இதனை விளக்க முயல்வேன்.

தஞ்சைப் பெருங்கோயில், கங்கை கொண்ட சோழபுரத்துக் கோயில் போன்ற கட்டடம் ஒரு குறிப்பிட்ட காலத்து மக்கள் பாடுபட்டுக் கட்டிய பெருங்கட்டடம் ஆகும். ஆனால், தஞ்சை மக்கள் பேசும் மொழியாகிய தமிழ், கணக்கற்ற தலைமுறைகளாக கணக்கற்ற மக்கள் ஓயாமல் உழைத்துத் தந்தது, இன்னும் விடாமல் உழைத்துப் போற்றி வருவது என்று கூற வேண்டும்.

தொல்காப்பியனாரின் உழைப்பும் இதில் கலந்திருக்கிறது; தொல்காப்பியனார் வேற்றுமைகளைப்பற்றியும், சாரியை முதலியவைகளைப்பற்றியும் ஆராய்ந்து எழுதுவதற்குக் காரணமாக இருந்த அக்காலத்துத் தமிழைப் பேசியும் எழுதியும் வளர்த்த மக்களின் உழைப்பும் இதில் கலந்துள்ளது. தொல்காப்பியனாருக்கு முன் எத்தனையோ தலைமுறையினர் இவ்வாறு உழைத்த உழைப்பும் இதில் கலந்துள்ளது. அவர்களின்

உழைப்பு முதல், இன்றை கவிஞர்கள், கட்டுரையாசிரியர்கள், கதையாசிரியர்கள் முதலியவர்களின் உழைப்பு வரையில் அவற்றோடு எழுதக்காரணமாக இக்காலத்துத் தமிழ் பேசும் மக்களின் உழைப்பும் ஆகிய எல்லாம் இந்த ஒரு மொழியின் வளர்ச்சியில் கலந்திருக்கிறது. தமிழைப் போலவே, உலகத்து மொழிகளுள் ஒவ்வொன்றும் இவ்வாறு பல தலைமுறையினரின் உழைப்பால் வளர்ந்து விளங்கும் பெரிய அமைப்பாக உள்ளது எனலாம்.

மொழிக்கலப்பு:

சமயம், வாணிகம் முதலிய காரணங்களால் பிறமொழிச்சொற்கள் தமிழில் அதிகமாகக் கலந்துள்ளன. பெரும்பாலும் இவை பேச்சு வழக்கில் தான் அதிகமாக அடிபட்டு வந்தன. வடமொழி வெறியாளர்கள் வேண்டுமென்றே வடசொற்களைக் கலக்கத் தொடங்கினர். தொல்காப்பியர் வடசொல், திசைச்சொல் இவற்றிற்கு இலக்கணத்திலும் இடம் வைத்து அவை வழங்கப்பெறும் முறைகளையும் வகுத்துக் காட்டியுள்ளார். தனித்தமிழ் இயக்கம் தோன்றி அவற்றிற்கு எதிர்ப்பும் தோன்றியுள்ளது. செந்தமிழ், கொடுந்தமிழ் என்ற கருத்துகளும் தோன்றியுள்ளன. கிளைமொழிகள் பற்றிய கருத்தும் இடம் பெற்றுள்ளது.

மேல் நாட்டு அறிஞர்களான கிட்டல், (கன்னடம்) குண்டெர்ட் (மலையாளம்) சி.பி. பிளௌன் (தெலுங்கு) கால்டுவெல் (தமிழ் போன்ற அறிஞர்கள் மொழிகளைச் சித்தியமொழி இனம், ஆரிய மொழி இனம், திராவிட மொழியினம் என வகுத்துக் காட்டித் திராவிடமொழியினத்தில் தமிழ்தான் தலைமொழி என்ற கருத்தையும் நிலைநாட்டினர். திராவிட மொழியினத்தில் திருந்திய மொழிகள், திருந்தாத மொழிகள் இன்னவை இன்னவை என்று வகைப்படுத்தியும் மொழி ஆய்வில் புதுத்துறையையும் காட்டியுள்ளனர்.

மொழி ஆராய்ச்சி:

பழங்காலத்தில் மொழி ஆராய்ச்சியில் ஈடுபட்டோர் மேற்கொண்ட முயற்சி விநோதமானது. மனித வர்க்கம் முற்றிலும் ஒன்று சேர்ந்து தேவனை எதிர்த்தார்கள் என்றும், தேவன் அவர்கள் மீது சினங்கொண்டு "நீங்கள் பேசும் மொழிகள் பல்வேறு மொழிகளாக மாறக்கடவதென்றும்,

ஒரு பகுதியினர் பேசும் மொழி ஏனைய பகுதியினருக்கு விளங்கக் கூடாதென்றும் சாபம் இட்டார் எனவும்” நம்பினர், இச்சாபமே பல்வேறு மொழிகளைத் தோற்றுவித்தது என்று நம்பினர். எனவே மொழிகள் கடவுளால் தோற்றுவிக்கப்பெற்றன என்ற கருத்துடையராயினர் நம் நாட்டு மக்கள் தமிழ் மொழி சிவபெருமான் டமாரத்திலிருந்து பிறந்ததாக நம்புகின்றனர். பிறிதொரு சாரார் வடமொழியும் தென்மொழியும் சிவபிரானின் இரு கண்கள் எனக் கொள்வர்.

கண்ணுதற்பெருங் கடவுளும் கழகமோடு அமர்ந்து
பண்ணு றத்தெரிந்து ஆய்ந்தஇப் பசுந்தமிழ்.[5]

என்று தமிழ்மொழி போற்றப் பெறுகின்றது.

மொழியின் தோற்றத்தைப்பற்றி இன்னொரு விதமான நம்பிக்கையும் இருந்து வந்தது. வடமொழியை பாணிணி ஆக்கி வளர்த்தார் என்றும், தென்மொழியாகிய தமிழை அகத்தியர் கொண்ர்ந்து வளர்த்தார் என்றும் ஆகிய கொள்கை நம்நாட்டில் உண்டு, அதுபோலவே ஐரோப்பாவிலும் நம்பிக்கைகள் இருந்து வந்தன. இத்தாலி மொழி தாந்தே என்ற கவிஞராலும், ஆங்கிலம் சாஸர் என்னும் புலவராலும் ஜெர்மன் மொழி லூதர் என்னும் அறிஞராலும் டச்சுமொழி கிறிஸ்தியெர்ன் பெடர்ஸன் என்பவராலும் ஆக்கி வளர்க்கப்பெற்றன என்று ஐரோப்பியர்கள் நம்பினர் என்பதாக ஆட்டோயெஸ்பர்சன் எடுத்துக் காட்டுவார். ஆய்வு முறை தலையெடுத்த பின்னர் இக்கருத்து “பொய்யாய் பழங்கதையாய் மெல்ல மெல்ல” போய்விட்டது

மொழிகளின் தோற்றத்திற்கு இவர்கள் காரணர் அல்லர் என்றும், மற்றப்புலவர்களுக்கு முன் தோன்றிய இம்மொழிகளை வளர்த்த பெருமையே இவர்களுக்கு உரியது என்றும் உண்மையை உணர்ந்தனர்.

மூளை வளர்ச்சி:

ஒலிக்கும் முயற்சிக்கும் உரிய உறுப்புகளைப் பொறுத்தவரையில் மனிதனுக்குச் சிறப்பாக அமைந்தவை ஒன்றும் இல்லை. மூளையின் சிறப்பான ஆற்றலே இவன் பெற்றுள்ள தனிச் செல்வமாகும். விலங்குகளுக்கும் பறவைகளுக்கும் அது இல்லாமையே ஒரு குறை மனிதன் ஒலிக்கும் எல்லா ஒலிகளையும் கிளியால் ஒலிக்க முடிகிறது.

ஆனால் ஒலிக்கும் பொருளுக்கும் கருத்துக்கும் மனித மூளையில் ஏற்படும் தொடர்பு போல் கிளியின் முளையில் தொடர்பு ஏற்படுவதில்லை; வேறு பறவை விலங்குகள் மூளையிலும் இத்தகைய தொடர்பு ஏற்படுவதில்லை. அதனால் தான், மனிதன், மட்டும் மொழியை வளர்க்க முடிந்தது; முடிகின்றது.

கிளி பேசுவதாகக் கூறப்படும். ஆயினும், அது பேச்சு அன்று; பேச்சு என்பது கருத்தை உணர்த்துவது. திருவரங்கத்திலுள்ள கிளி 'ரங்கா, ரங்கா' என்று பேசும் பேசப்படும் ஒலிகள் சில பொருள்களையும் அவற்றின் தன்மைகளையும் செயல்களையும் உணர்த்துகின்றன. ஒலிகள் பயனின்றித் தனித்து நிற்காமல் இவ்வாறு பொருளுடையனவாய் நிற்கின்றன. இத்தகைய ஒலிகளால் அமைந்தது தான் பேச்சு. கிளியின் ஒலிகள் கருத்துகளை உணர்த்த ஒலிக்கப் படுவதில்லை. 'ரங்கா ரங்கா' என்பதன் பொருள் - அது திருவரங்கத்தில் அறிதுயில் கொள்ளும் அரங்காதன் - என்பது அதற்குத் தெரியாது. ஒலிக்கும் கிளிக்கு அவை பொருளற்ற ஒலிகளே. பொருளுணர்ச்சி இல்லாமல் கிளி 'பேசுவதால்' அதன் வாயில் பிறக்கும் ஒலிகள் வெற்றொலிகள் ஆகும்; பேச்சு ஆகா. மனிதன் வாயில் ஒலி பிறக்குமுன், அவற்றின் தொடர்பான கருத்துக்கள் அவனுடைய மூளையில் தோன்றுகின்றன. கிளியின் வாயில் பிறக்கும் ஒலிகளுக்கு ஏற்ற கருத்துக்கள் அதன் மூளையில் பிறப்பதில்லை. பிறக்குமாயின், கிளிகளின் வாழ்வில் வளர்ச்சி ஏற்படும்; அவையும் மனிதரைப் போல் நாகரிக அமைப்புகளான அரசு முதலியவற்றை அமைக்க இயலும்.

இத்தகைய கருத்துகளை அடிப்படையாகக் கொண்டு தந்தை பெரியாரின் மொழி பற்றிய சிந்தனைகளைக் காண்போம்.

3. மொழி

மொழிபற்றிய தந்தை பெரியாரின் கருத்துக்களை உங்கள் முன் வைக்கிறேன்.

(1) மொழி பற்றியவை:

(i) மொழி என்பது ஒருவர் கருத்தை மற்றவருக்கு அறிவிக்கப் பயன்படுவது என்பது தவிர வேறு எதற்குப் பயன்படுவது? இது தவிர மொழியில் வேறு என்ன இருக்கிறது? இதற்காகத் தாய்மொழி என்பதும், தகப்பன் மொழி என்பதும் நாட்டுமொழி

என்பதும் மொழிப்பற்று என்பதும் ஆகியவற்றை முன்னோர் மொழி என்பதும் மொழியெல்லாம் எதற்காக மொழிக்குப் பொருத்துவது? என்பது எனக்குப் புரியவில்லை.

(ii) மொழியின் தத்துவத்தைப்பற்றிச் சிந்தித்தால் மொழி தெற்காக வேண்டும்? ஒரு மனிதன் தன் கருத்தைப் பிறருக்குத் தெரிவிக்க வேண்டும். அதற்கு அந்தந்த நாட்டிலிருப்பவன் அந்தந்த நாட்டின் மொழியைக் கொண்டு அந்தந்த நாட்டு மக்களுக்குத் தன் கருத்தைத் தெரிவிக்கின்றான். இதைத்தவிர வேறு எந்தக் காரணத்துக்காவது மொழி வேண்டுமென்றால் அந்தக் காரணத்துக்குப் பயன்படும்படியான மொழிதான் நமக்கு வேண்டும்.

(iii) தேசிய மொழி என்றாலே நாட்டு மொழி என்றுதானே பொருள்? அப்படிப்பார்த்தால் சுதந்திரத்தமிழனுக்குத் தமிழ் அல்லாத வேறு எந்த மொழியும் அன்னிய மொழிதானே? அப்படியிருக்க இன்று தேசிய மொழி என்பதும் தேசம் எவன் ஆதிக்கத்திலிருக்கின்றதோ அவன் மொழியாகத்தானே ஆக்கப்பெற்றிருக்கிறது? தமிழனுக்குத் தமிழ்நாடுதானே தேசம்? தேசம் என்றால் நாடு என்றுதானே பொருள்?

(iv) எதற்கெடுத்ததாலும் பெருமையையே பேசிக்கொண்டு தாய்மொழி, வெங்காயம் என்று சொல்லிக்கொண்டிருந்தால் எப்படி நாம் உலகத்தோடு போட்டியிடமுடியும்? உலகமே ஒருமொழிக்கு வரவேண்டும். அப்போதுதான் உலக மக்களோடு போட்டி போட்டுப் பழக வாய்ப்பு ஏற்படும்.

(v) மொழி உணர்ச்சி இல்லாதவர்களுக்கு நாட்டு உணர்ச்சியோ நாட்டு நினைவோ எப்படி வரும்? நம் பிற்காலச் சந்ததிக்காவது சிறிது நாட்டு உணர்ச்சி ஏற்படும்படிச் செய்யவேண்டுமானாலும் மொழி உணர்ச்சி சிறிதாவது இருந்தால் தான் முடியும்? அன்றியும், சமுதாய இன உணர்ச்சி சிறிதாவது இருக்கவேண்டுமானாலும் மொழி உணர்ச்சி இருந்தால் தான் முடியும்.

(iv) மொழியின் வளர்ச்சிக்கு அரசாங்கத்தின் சலுகையும் ஆதரவும் மிக முக்கியமாக உள்ளது. அரசின் ஆதரவின்றேல் ஒரு மொழி எவ்வளவு சிறப்புடையதாயினும் அதன் வளர்ச்சி மிகவும் தடைப்பட்டே நிற்கும் (இன்று தமிழ்மொழி இந்திய அரசியல் மொழியாகச் செய்ய கலைஞர் ஆட்சி முயன்று வருகின்றது,

இவற்றால் தந்தை பெரியார் அவர்கள் பயன்படும் முறையால் தான் ஒரு மொழியின் பெருமை அமைகின்றதேயன்றி வேறு எவற்றாலும் மொழிக்குப் பெருமை இல்லை என்ற கருத்துடையவர் என்பதை நாம் அறிய முடிகின்றது.

(2) தமிழ்:

தமிழ்க் கவிஞர்கள் தமிழைப் புகழ்ந்தது போல வேறு எந்த மொழியையும் அந்தந்த மொழிக் கவிஞர்கள் புகழ்ந்ததில்லை ஒரு காவியத்தில் அல்லது புராணத்தில் இம்மொழிப் புகழ்ச்சி இடம் பெறுகின்றது. எடுத்துக்காட்டாக,

பொருப்பிலே பிறந்து, தென்னன்
புகழிலே கிடந்து, சங்கத்து
இருப்பிலே இருந்து, வையை
ஏட்டிலே தவழ்ந்த பேதை
நெருப்பிலே நின்று கற்றோர்
நினைவிலே நடந்து ஓர் ஏன
மருப்பிலே பயின்ற பாவை
மருங்கிலே வளரு கின்றாள்.[6]

என்று பாடுவார் வரந்தருவார். 'தமிழ்விடுதூது' ஆசிரியர் 'தித்திக்கும் தெள்ளமுது', 'முத்திக்கனி' 'புத்திக்குள் உண்ணப் படுந்தேன்' என்றெல்லாம் புகழ்மாலை சூட்டுவார். ஆனால் தந்தை பெரியாருக்கு இம்முறை மனத்திற் குகந்ததாக இல்லை.

தமிழ் மொழி பற்றி அவரது சிந்தனைகள்:

(i) தமிழ் முன்னேற்றமடைந்து உலக மொழி வரிசையில் அதுவும் ஒரு மொழியாக இருக்க வேண்டுமானால், தமிழையும் சமயத்தையும் பிரித்துவிடவேண்டும். தமிழுக்கும் கடவுளுக்கும் உள்ள சம்பந்தத்தையும் கொஞ்சமாவது தள்ளி வைக்கவேண்டும்.

(ii) தமிழ் மொழியின் பெருமை, பரமசிவனுடைய டமாரத்திலிருந்து வந்ததென்றோ, பரமசிவன் பார்வதியிடம் பேசிய மொழி என்றோ சொல்லிவிடுவதாலும் தொண்டர் நாதனைத் தூதிடை விடுத்ததாலும் முதலை உண்ட பாலகனை அழைத்ததாலும் எலும்பைப் பெண்ணாக்கியதாலும், மறைக்கதவைத் திறந்ததாலும் தமிழ் மேன்மையடைந்து விடாது. இந்த ஆபாசக் கதைகள் தமிழ் வளர்ச்சியையும் மேன்மையையும் குறைக்கத்தான் செய்யும்.

(iii) தமிழ் மிகவும் காட்டுமிராண்டிகள் கையாள வேண்டிய மொழியாகும். நாகரிகத்திற்கேற்ற வண்ணம் அமைந்துள்ள மொழி என்று கூறுவதற்கில்லை. முன்பு மதமும், கடவுளும், சாதியும் தலை தூக்கி நின்றிருந்த காலத்திற்கேற்ற வண்ணம் தமிழையும் கெடுத்து விட்டார்கள்.... நாம் காலத்திற்கேற்ற வண்ணம் தமிழ் மொழியைச் சீர்படுத்த வேண்டியது அவசியமாக உள்ளது. பழங்கால அநாகரிகத்திற்கேற்றவற்றை மாற்றி இக்கால நாகரிகத்திற்கேற்றபடி சீராக்க வேண்டியது அவசியம்.

(iv) நான் தமிழுக்குத் தொண்டு செய்வது தமிழுக்காக என்று அல்ல. தாய் மொழியைப் பாதுகாத்தல் ஒவ்வொவருடைய கடனுமாகும். நம் தமிழ்மொழி தாய்மொழி என்ற மட்டிலுமல்லாமல் எல்லா வனப்புகளும் கொண்ட சிறந்த மொழி. இந்தியத் துணைக்கண்டத்திலேயே பழமை வாய்ந்த பண்பட்ட மொழியாகும். அப்படிப் பெருமைக்குரிய மொழிக்கு ஏற்படும் ஆபத்துக்களை எதிர்த்தும் அது மேன்மை அடைய வேண்டும் என்று முயன்றும் அதற்காகப் போராட்டங்கள் நடத்துகின்றோம்.

(v) தமிழுக்கு ஆபத்து வரக்கூடாது என்று ஏன் நினைக்கிறேன் என்றால் இதைவிட மோசமான ஒன்று நம்மீது வந்து உட்கார்ந்து விடக்கூடாதே என்ற கவலையினால் தானே தவிர, தமிழை மிகவும் உயர்ந்த மொழி, எல்லாவல்லமையும் பொருந்திய மொழி என்று நினைத்து அல்ல.

(vi) தமிழ் படித்தால் சமயவாதியாகத்தான் ஆக முடிகிறதே ஒழிய, அறிவுவாதியாக ஆகமுடிவதே இல்லை. அது மாத்திரமேயல்லாமல் எவ்வளவுக்கெவ்வளவு தமிழில் படிப்பு ஏறுகிறதோ அவ்வளவுக்கவ்வளவு அவனது கண்கள் முதுகுப்பக்கம் சென்று முதுகுப்பக்கம் கூர்ந்து பார்க்கவே முடிகின்றதே தவிர, முன்பக்கம் பார்க்க முடிவதே இல்லை.[7]

(vii) தமிழ் படிக்காதவனுக்குத்தான் முன்பக்கப்பார்வை ஏற்படுகிறது. தமிழ் படித்துவிட்டால் பின் பார்வைதான் ஏற்பட முடிகிறது. எந்தத் தமிழ்ப்புலவனும் மேதையும் தமிழ்ப் படித்ததன் மூலம் முன்புறம் பார்க்கும் வாய்ப்பே இல்லாதவனாக ஆய்விடுகின்றான்! தமிழனுக்கு உயிர் அவனது இலக்கியங்கள் தாம். இலக்கியங்கள் என்பவை பெரிதும் சமய உணர்ச்சியோடு பழமைக் கற்பனைகளே அல்லாமல், அறிவு நிலையில் நின்று பழமைப்பற்றில்லாமல் ஏற்பட்ட,

ஏற்படுத்தப்பட்ட, இலக்கியங்கள் காண்பது அமாவாசையன்று சந்திரனைப் பார்ப்பது போலத்தான் முடிகிறது.[8]

(viii) தமிழை - (பிறமொழிகளிலிருந்து மொழி பெயர்க்கப் பெறாத தமிழ் மூல நூல்களைத் தனித்தமிழ் இலக்கிய நூல்களில் எதை எடுத்துக் கொண்டாலும் அவற்றிலிருந்து எழுத்து, சொல், பொருள், அணி, யாப்பு என்பதான இலக்கணப்படி அமைந்த தமிழ்ச்சுவை அல்லாமல் அறிவு, பகுத்தறிவு, வாழ்க்கை அறிவு, வளர்ச்சி அறிவு பெறுவதற்கான ஏதாவது ஒரு சாதனைத்தைச் சிறு கருத்தை உருப்பெருக்கி வைத்துத் தேடியாவது கண்டு பிடிக்க முடியுமா?[9]

(ix) தமிழனைத் தலையெடுக்க முடியாமல் செய்வது தமிழ் மொழியில் உள்ள இலக்கியங்கள் - நூல்களே. அவை புதை குழியின் மீது பாறாங்கல்லை வைத்து அழுத்தி இருப்பது போன்று தலை தூக்க முடியாமல் செய்து வருகின்றன.[10]

(x) தமிழில் ஆரியம் புகுந்ததால் தான் காட்டுமிராண்டித் தனம் புகுந்துவிட்டது. இதில் பண்டிதர்கள் கவனம் செலுத்த வேண்டாமா? கவலை எடுத்துக் கொள்ள வேண்டாமா? வெளிநாட்டு மக்கள் எல்லாம் காட்டுமிராண்டிகளாக வாழ்ந்த காலத்தில் கப்பலோட்டிக் கடல் கட வாணிகம் நடத்திய தமிழர்களின் மரபில் இன்று ஒரு நியூட்டன் தோன்றவில்லை; ஓர் எடிசன் தோன்றவில்லை; ஒரு மார்க்கோனி தோன்ற முடியவில்லையே என்பதை அறிந்து கொள்ள வேண்டாமா?[11]

(3) ஆங்கிலம்:

இம்மொழி பற்றி தந்தை பெரியார் அவர்களின் சிந்தனைகள் தீர்க்கதரிசனமானவை. பொறுப்பிலிருக்கும் கட்சி அரசு ஆலோத்துச் செயற்படுதல் இன்றியமையாதது. தந்தையின் சிந்தனைகளில் சில:

(1) இந்தியா சுதந்திரம் பெற்றுவிட்டாலும் உலகசம்பந்தம் இல்லாமல் இந்தியா வாழ்ந்துவிட முடியாது. வருங்கால உலகம் தேசத்துக்கு தேசம், நாட்டுக்கு நாடு இப்போதுள்ள தூரத்தில் இருக்காது; கூப்பிடு தூரத்தில் இருக்கப்போகிறது. இந்திக்கு ஆகட்டும் வேறு இந்திய மொழிக்கு ஆகட்டும் இனி அடுப்பங்கரையிலும் படுக்கை அறையிலும் கூட வேலை இருக்காது.

(ii) தமிழ் நாட்டுக்கு, தமிழருக்கு வேறு எந்த மொழி தேவையானது நல்லது, அரசியல், விஞ்ஞானம், இலக்கியம், கலை முதலியவைகளுக்கு ஏற்றது, பயன்படக்கூடியது என்று என்னைக் கேட்டால் எனக்கு ஆங்கில மொழிதான் சிறந்தது என்று தோன்றுகிறது. ஆங்கிலமே தமிழரின் பேச்சுமொழியாக ஆகுங்காலம் ஏற்பட்டால் நான் மிக்க மகிழ்ச்சியும் திருப்தியும் அடைவேன்.

(iii) தமிழின் மூலமோ தமிழ் இலக்கியத்தின் மூலமோ, தமிழ்ச்சமயம் தமிழ்ப்பண்பாடு மூலமோ நாம் உலக மக்கள் முன்னிலையில் ஒருநாளும் இருக்கமுடியாது. தமிழ் வடமொழியைவிட, இந்தி மொழியைவிடச் சிறந்ததென்பதிலும் பயன்படத்தக்கது என்பதிலும் எனக்கு ஐயமில்லை என்றாலும் நாம் இன்றைய நிலையை விட வேகமாக முன்னேற வேண்டுமானால் ஆங்கிலம்தான் சிறந்த சாதனம் என்றும், ஆங்கிலமே அரசியல் மொழியாகவும், போதனா மொழியாகவும் இருந்தாக வேண்டும் என்றும் ஆங்கில எழுத்துகளே தமிழ் நெடுங்கணக்கு எழுத்துகளாவது[12] அவசியம் என்றும், ஆங்கிலமே நமது பேச்சுமொழியாவது நலம் பயக்கத்தக்கது என்றும் தெரிவித்துக் கொள்ளுகிறேன். ஏனெனில் ஆங்கிலம் அறிவு மொழி மாத்திரம் அல்லாமல் அஃது உலகமொழியுமாகும்.

(iv) தமிழ் மக்கள் என்னும் குழந்தைக்குத் தாய்ப்பால் என்னும் தமிழானது முன்னேற்றம் என்னும் உடல் தேறுவதற்கோ வளருவதற்கோ பயன்பட்டு இருக்கின்றதா? பயன்படுமா? தாய்ப்பால் சிறந்தது என்பதில், தாய்ப்பாலில் சக்தியும் சத்தும் இருந்தால்தான் அது சிறந்ததாகும். இங்குத் தமிழ் என்னும் தாயே சத்தற்றவள் என்பதோடு நோயாளியாகவும் இருக்கும் போது அந்தப் பாலைப் பருகும், குழந்தை உருப்படியாக முடியுமா? தாய்க்கு நல்ல உணவு இருந்தால்தானே அவளுக்குப் பால் ஊறும்? அந்தப் பாலுக்கும் சக்தி இருக்கும்? தமிழில் நல்ல உணவு எங்கே இருக்கிறது?

(v) மண்டல மொழியை நாம் எவ்வளவு கற்றாலும் நாம் புலவனாக, வித்துவானாக, பண்டிதனாக, மடாதிபதியாக, ஆழ்வாராக, நாயன்மாராகத்தான் ஆக முடியுமே ஒழிய, ஒரு நாளும் உலக அறிவு பெற்ற, இயற்கையின் தன்மையை உணர்ந்த அறிவின் எல்லை காண ஒரு சிறிதும் தகுதி உடையவர்களாக ஆக முடியவே முடியாது. ஆங்கிலத்தைப் புறக்கணித்துத் தமிழில்

டாக்டர். ந. சுப்புரெட்டியார் | 159

பாடம், படிப்பு, கல்வி சொல்லிக்கொடுத்தல் என்பது மனிதன் செல்லும் அறிவுப் பயணத்தை தடுத்து வழியில் குழி தோண்டி வைப்பது போலத்தான் ஆகும்.

(vi) நான் கல்லூரியில் ஆங்கிலத்தில் பாடம் சொல்லித்தர வேண்டும் என்றும் மூன்றாம் வகுப்பிலிருந்து மாத்திரமல்லாமல் எழுத்தாணிப் பால் குடிக்க வைக்கும் போதே ஆங்கிலத்தில் துவைத்துக் கொடுக்கவேண்டும் என்றும் சொல்லுகிறேன்.

(vii) எந்த ஒரு மொழியின் நடப்பும் பெரும்பாலும் அம்மொழியின் மூலம் அறியக்கிடைக்கும் கருத்துகளைப் பொறுத்துத்தான் இருக்கும். ஆரியருக்கு அடிமைப்பட்டிருக்கும் வாழ்வே ஆனந்தம் என்று நினைத்திருந்த இவ் இந்திய நாட்டு மக்களுக்கு விடுதலை வேட்கையை ஊட்டியதே ஆங்கில அறிவுதான் என்று கூறுவது மிகையாகாது.[13]

(viii) நம் இந்திய நாட்டில் உள்ள மக்கள் எல்லா நாட்டு மக்களுடனும் பழக்க வேண்டுமானால் ஆங்கிலம்தான் எளிதான மொழியாகும். உலக மக்களோடு பழகக் கருத்து மாற்றம் செய்து கொள்ள ஆங்கிலம்தான் கட்டாய மொழியாகும். விஞ்ஞானத்தில் கருத்து செலுத்தவேண்டுமானால் ஆங்கிலத்தினாலேயேதான் முடியும்?

(ix) ஆங்கிலம் சீர்த்திருத்தத்திற்கு ஏற்ற பொருள் உள்ள மொழி. எளிதில் மக்கள் புரிந்து கொள்ளக்கூடிய வாய்ப்பு உள்ள மொழி. ஆங்கிலம் எந்த அளவுக்கு வளர்கிறதோ அந்த அளவுக்கு நாம் அறிவு பெற முடியும். ஆகையால் ஆங்கிலம் வளரவேண்டும்.

(x) அரசன் வேண்டா, குடியரசுதான் வேண்டும் என்கின்ற அறிவு, சமதர்மம் வேண்டும், சனாதனம் ஒழிய வேண்டும் என்கின்ற அறிவு, ஆணும் பெண்ணும் சமம் என்கின்ற அறிவு ஆகிய சகல அரசியல், பொருளாதார முன்னேற்ற அறிவுக்கருத்துகளையும் ஆங்கில மொழிதான் நமக்குத் தந்தது. வடமொழித் தொடர்பு சாத்திர, புராண, இதிகாச மூடநம்பிக்கைகள் நம்பகுத்தறிவை அடிமைப்படுத்தின. ஆங்கில மொழி நம்மை அந்த அடிமைத்தளையிலிருந்து விடுவித்து எதையும் நம் பகுத்தறிவு கொண்டு சிந்தித்துப் பார்க்கும்படிச் செய்தது. இந்த இடத்தில் அக்காலத்தில் நம் நிலை பற்றி 'மெக்காலே' என்ற அறிஞர் ஆயத்தம் செய்த *Minutes* என்ற அறிக்கையை மீள நோக்கினால் புத்தொளிவீசும்.[14]

இந்த இடத்தில் அரசு தனது முரண்பட்ட கொள்கைகளைச் சிந்தித்து மாற்றிக் கொள்ள வேண்டும் என்பது அடியேனின் வேண்டுகோள்.

(அ) சாதிப்பெயர்கள்:

(i) சாதிப்பெயர்கள் உள்ள தெருப் பெயர்களில் உள்ள சாதிப் பெயர்களை நீக்கியது.

விளைவு:

(1) காஞ்சியில் உள்ள 'அய்யர் தெரு' என்பதிலுள்ள அய்யர் என்பதை நீக்கினால் என்ன ஆகும்?

(ii) புதுச்சேரியில் உள்ள 'செட்டித்தெரு' என்பதிலுள்ள 'செட்டி' என்ற பெயரை நீக்கினால் என்ன ஆகும்?

(iii) பேருந்துப் பெயர்களில் அரசியல் தலைவர்களின் பெயர்களை நீக்கக் கொண்டுவந்த திட்டத்தால் திருவள்ளுவர் பெயரும் அடிபட்டுப் போயிற்று. இது மிகவும் வருந்த வேண்டிய தொன்று. அரசு மீண்டும் 'திருவள்ளுவர்' பெயரைக் கொண்டு வரவேண்டும். ஏதாவது ஒரு குறள் வாசகத்தை எல்லாப் பேருந்துகளிலும் எழுதும்படிச் செய்தல் வேண்டும்.

(ஆ) மொழிவழிக் கல்வி:

(i) தமிழ் வழியிலும், ஆங்கில வழியிலும் பயிலலாம் என்ற விருப்பமுறையைப் பயன்படுத்தலாம்.

(i) சட்டத்தால் தமிழை வளர்க்க முடியாது. சங்கத்தால் தான் வளர்க்க முடியும்.

(iii) பண்டை அரசர்கள் சங்கத்தில் கவிபாடினார்களேயன்றி அரசவையில் அல்ல.

(iv) மூன்றாம் தமிழ்ச்சங்கம் நிறுவிய சேதுபதி அனைத்தையும் சங்கத்திற்கு விட்டுத் தாம் ஒதுங்கிக் கொண்டார்.

(v) கலைஞர் அரசும் தமிழ் வளர்ச்சிப் பொறுப்பைச் சங்கப் பலகைக்கு விட்டு, அரசு ஒதுங்கிக்கொள்ள வேண்டும் என்பது அடியேனின் விழைவு.

(4) சமஸ்கிருதம்:

சமஸ்கிருதம் பற்றியும் தந்தை பெரியாரவர்கள் சிந்தித்துள்ளனர். அவர் சிந்தனைகளை ஈண்டுத் தருகிறேன்:

(i) சமஸ்கிருதத்தினால் தமிழர்களும் தமிழ் நாடும் இன்று என்ன நிலைமைக்குத் தாழ்ந்து தொல்லையும் மடமையும், இழிவும் அனுபவிக்கின்றோம் என்பதைச் சிந்திக்க வேண்டும்.

(ii) பார்ப்பனர்கள் செத்த பாம்பான சமஸ்கிருதத்தை எடுத்து வைத்துக் கொண்டு எவ்வளவு ஆர்ப்பாட்டம் செய்கிறார்கள்? பொதுப்பணம் சமஸ்கிருதத்தின் பேரால் எவ்வளவு செலவாகிறது? சமஸ்கிருதத்திற்காக ஏன் ஒரு பைசாவாவது செலவாக வேண்டும்? தமிழ் மக்கள் யாரும் இதைப்பற்றிக் கவலைப்படுவதில்லை.

(ii) வடமொழியை நம் படுக்கை வீட்டுக்குள் விட்டுக் கொண்டு, மதம், கலாச்சாரம், கடவுள், ஆத்மார்த்தம், நாகரிகம், இலக்கியங்கள், பேச்சு வழக்கு முதலியவைகளில் தன்னிகரில்லா ஆதிக்கம் செலுத்தவிட்டுக் கொண்டு இருப்பவர்கள் இந்தி வெறுப்பு, இந்தி எதிர்ப்புகள் நடத்துவது வெட்கக் கேடான காரியம் ஆகும்.

(iv) இந்நாட்டில் வந்து குடியேறிய ஆரியப் பார்ப்பனர்கள் தங்கள் மொழிக்கும் (சமஸ்கிருத்தத்திற்கு) கடவுள் பேரால் பல மகத்துவங்கள் கூறி, நம் மக்களைக் கொஞ்சம் கொஞ்சமாகச் சமஸ்கிருதச் சொற்களை ஆசார அனுட்டானங்களைப் புகுத்தி விட்டனர். அந்த வேற்றுமொழிக்குத் தனிச்சிறப்பு ஏதுமில்லை.

வடநாட்டுடன் தொடர்பு ஏற்பட்ட நாள் முதல் - புத்தம், சமணம் நமது நாட்டிற்கு வந்த நாள் முதல் - பாலி, பிராக்ருதம், சமஸ்கிருதம் நம்நாட்டிற்கு வந்து விட்டன; மெதுவாக கலக்கவும் தொடங்கின. பார்ப்பனர் அம்மொழியைக் கொண்டுவந்து புகுத்தினர் என்று சொல்லுவதற்கில்லை. படித்தவர்களும் சரி, படிக்காதவர்களும் சரி சமஸ்கிருதத்தைத் தேவமொழி என்றும் அதுவே தமது மொழி என்றும் உரிமை கொண்டாடி வருகின்றனர் தொடக்கக் காலத்திலிருந்து அரசு உயர்நிலைப் பள்ளிகளிலும் நகராண்மை மாவட்ட வாரியத்தின் நிர்வாகத்தில் இருக்கும் உயர்நிலைப்பள்ளிகளிலும் அம்மொழி பயில்வதற்கு வாய்ப்புகள் தரப்பெற்றிருந்தது. திருவையாறு, திருப்பதி, கும்பகோணம், சென்னை போன்ற இடங்களில் கல்லூரிகளில் பயின்று சிரோமணி பட்டம் பெறுவதற்குரிய கல்வி கற்பிக்கப் பெற்றுவந்தது ஆனால் ஆர்வத்துடன் படிப்பவர்கள் குறைவாகவே இருந்தனர்.

60களில் உயர்நிலை பள்ளிகளில் எல்லோரும் பொதுத்தமிழ் பயில்வதற்கும் மேற்படிவங்களில் சிறப்புத் தமிழுக்குப் பதிலாக விரும்புவோர் சமஸ்கிருதம் பயிலலாம் என்ற வாய்ப்பும் இருந்தது. ஆயினும் பார்ப்பனர்கள் இதனை விரும்பி அதிகமாகப் படித்தனர் என்று சொல்வதற்கில்லை.

காரைக்குடியில் மேற்படிவங்களில் படிவம் ஒன்றுக்கு 400க்கு மேல் இருந்த மாணவர்களில் 7 பேர்தான் சமஸ்கிருதம் படித்தனர் என்பதையறிவேன் நான் படிக்கும் போது வாய்ப்புகளை இழந்ததால் என் மகன் ஒருவனை சமஸ்கிருதம் படிக்கும்படி செய்தேன் 1943 - முதல் தவத்திரு சித்பவாநந்த அடிகளை அறிவேன், பார்ப்பனரல்லாதார் பெருவாரியாக சமஸ்கிருதம் பயில வேண்டும் என்றும் இவர்கள் படித்து அம்மொழியில் புலமை எய்திவிட்டால் பார்ப்பனர் தம்மொழி என்று உரிமை கொண்டாடும் பழக்கத்தை விட்டிடுவர் என்றும் அறிவுரை கூறி வந்ததை அறிவேன். ஆனால் 1941 முதல் புதிதாகத் தொடங்கப் பெற்ற உயர்நிலைப் பள்ளியில் நான் தலைமையாசிரியனாக இருந்த காலத்தில் (1941) இந்தி, சமஸ்கிருதம் பயில வாய்ப்புகள் ஏற்படுத்தவில்லை. நான் விட்டு வந்த ஒன்றிரண்டு ஆண்டுகட்குப் பிறகு இந்தி பயில வாய்ப்பு ஏற்படுத்தியிருப்பதாக அறிந்தேன்.

இருமொழிக் கொள்கையை அரசு செயற்படுத்தத் தொடங்கிய நாள் முதல் இந்தியும் சமஸ்கிருதமும் அரசு உயர்நிலை மேனிலை பள்ளிக்கல்வித் திட்டத்தில் இடம் பெறாமல் போய்விட்டன.

4. இந்தி எதிர்ப்பு

“உலக வாழ்க்கையில் ஓர் ஒடிந்து போன குண்டூசிக்கும் பயன்படாத மொழியாகிய இந்திக்கு எவ்வளவு பணம் செலவழிக்கப் பெற்று வருகிறது. என்பது வெகுநாளாகத் தமிழ் மக்கள் கவனித்து வரும் சங்கதியாகும்.” என்று எழுதிய அய்யா அவர்கள் இந்தி எதிர்ப்புக்காக மேற்கொண்ட பணி மிகப்பெரியது. இவற்றை விவரமாக ஈண்டு எடுத்துக்காட்டுவேன்.

1926ஆம் ஆண்டு முதலே பெரியார் தமிழ்நாட்டில் இந்தி நுழைக்கப் பெறுவதை எதிர்த்து வருகின்றார்.

“இந்தியைப் பொதுமொழியாக்குவதால் நாட்டிற்கு நன்மை இல்லை. அதனால் தமிழ் மக்களின் முன்னேற்றத்திற்குத் தடை

உண்டாகும்; தமிழ் மொழியின் வளர்ச்சியும் குன்றும்”[15] என்று கூறி வந்ததுள்ளனர்.

1924ஆம் ஆண்டு டிசம்பரில் திருவண்ணாமலையில் நடைபெற்ற 30வது காங்கிரஸ் மாநாட்டில் நம் அய்யா அவர்கள் தலைமை தாங்கினார்கள் (அப்போது அவர் காங்கிரசில் இருந்தவர்). அவரது தொடக்க உரையில் கூறியது.

“தமிழ் மொழியின் பழமையையும் தமிழ் மக்களின் நாகரிகத்தையும் பழந்தமிழ் நூல்களின் காணலாம். தமிழரசர்கள் யவனதேசம், உரோமாபுரி,பாலஸ்தீனம் முதலான தேசங்களோடு வியாபாரம் செய்ததும் அவ்வியாபாரத்திற்கு ஏற்ற தொழில்கள் நாட்டில் நிறைந்திருந்ததும் பிறவும் தமிழ்நாட்டின் முழுமுதற்றன்மையை விளங்கச் செய்யும்..... வங்காளிக்கு வங்க மொழிக்குப் பற்றுண்டு. மராட்டியனுக்கு மராட்டிய மொழியில் பற்றுண்டு. ஆந்திரனுக்கு ஆந்திரமொழியில் பற்றுண்டு. ஆனால் தமிழனுக்கு தமிழில் பற்றில்லை. இது பொய்யோ? தமிழ்நாட்டில் தமிழ் புலமை மிகுந்த தமிழர்கள் எத்தனை பேர்? ஆங்கிலப்புலமையுடைய தமிழர்கள் எத்தனை பேர்? என்று கணக்கெடுத்தால் உண்மை விளங்கும். தாய்மொழியில் பற்றுச் செலுத்தாதிருக்கும் வரை தமிழர்கள் முன்னேற்றமடைய மாட்டார்கள்.” என்பதால் இவர்தம் அளவு கடந்த தமிழ்ப்பற்றினை அறியலாம். தமிழைப் பேணவேண்டும் என்பதில் அய்யா அவர்கட்கு இருந்த இணைவேறு எவர்க்கும் இல்லை.

(அ) இந்தி எதிர்ப்பு பற்றி ‘குடியரசில்’ (7.3.1926) ‘தமிழுக்குத் துரோகமும் இந்தி மொழியின் இரகசியமும்’ என்ற தலைப்பில் ‘சித்திரபுத்திரன்’ என்ற புனைப்பெயரில் எழுதப்பெற்ற கட்டுரையின் சில பகுதிகள்:

> “இந்திக்காக செலவாகியிருக்கும் பணத்தின் பெரும்பாகம் பார்ப்பனரல்லாருடையது என்பதில் யாருக்கும் சந்தேகம் இருக்காது. இந்தி படித்தவர்களில் 100க்கு 97பேர் பார்ப்பனர்கள். தமிழ்நாட்டில் மொத்தத் தொகையில் 100க்கு 97 பேர் பார்ப்பனரல்லாதாராயிருந்தும் 100க்கு 3 வீதம் உள்ள பார்ப்பனர்கள் தாம் இந்தி படித்தவர்களில் 100க்கு 97 பேர்களாயுள்ளனர்; பார்ப்பனரல்லாதவர் 100க்கு 3பேர்களாவது இந்தி படித்தவர்களாயுள்ளனரா என்பது சந்தேகம். இந்தப் படிப்பில் எண்ணிக்கை

எப்படியிருந்தாலும் நமக்கு அதைப்பற்றிக் கவலை இல்லை. ஆனால் இந்திக்கு எடுத்துக் கொள்வதைப்போல் 100க்கு ஒரு பங்கு கவலைகூட தமிழ்மொழிக்கு எடுத்துக் கொள்வதில்லை என்பதையும், இந்தி படித்த பார்ப்பனர்களால் நமக்கு ஏற்படும் கெடுதலையும் நினைக்கும்போது இதைப்பற்றி வருந்தாமலும், இம்மாதிரி பலன் தரத்தக்க இந்திக்கு நாம் பாடுபட்ட முட்டாள்தனத்திற்கும் நாம் பணம் கொடுத்த பைத்தியக்காரத் தனத்திற்கும் வெட்கப்படாமல் இருக்க முடியவில்லை.

இந்தியைப் பொதுமொழியாக்க வேண்டும் என்ற கவலையுள்ளவர்கள் போல் தேசத்தின் பேரால் ஆங்காங்குப் பார்ப்பனர்கள் பேசுவதும் அதை அரசுப் பள்ளிகள் முதலிய பலவிடங்களில் கட்டாய பாடமாக்க முயற்சி செய்வதும் யார் நன்மைக்கு? இனி கொஞ்ச காலத்திற்குள் இந்திப் பிரசாரத்தின் பலனை நாம் அனுபவிக்கப் போகிறோம். பார்ப்பனரல்லாதார்க்கு ஏற்பட்ட பல ஆபத்துகளில் இந்தியும் ஒன்றாய் முடியும் போலுள்ளது.

பொதுவாய் இந்தி என்பது வெளிமாநிலங்களில் பார்ப்பன மதப்பிரச்சாரம் செய்யக்கற்பித்துத்தரும் ஒருவித்தையாகி விட்டது. இந்த இரகசியத்தை நமது நாட்டுப் பாமரமக்கள் அறிவதே இல்லை; இரண்டொருவருக்கு அதன் இரகசியம் தெரிந்தாலும் பார்ப்பனர்களுக்குப் பயந்து கொண்டு தாங்களும் ஒத்துப்பாடுகிறார்கள் யாராவது துணிந்து வெளியில் சொன்னால் இவர்களைத் தேசத்துரோகி என்று சொல்லிவிடுகிறார்கள்"

(ஆ) இக்கட்டுரையில் மேலும் பல உண்மைகள் உள்ளன.

(இ) 1930இல் நன்னிலத்தில் (தஞ்சை மாவட்டம்) நடைபெற்ற ஒரு சுயமரியாதை மாநாட்டில் இந்தித் திணிப்பைக் கண்டித்து முடிவு செய்யப் பெற்றது இந்தி எதிர்ப்புத் தீர்மானத்தை எழுதியவர் தோழர் எஸ். இராமநாதன் அவர்கள் இத்தீர்மானத்தை முன்மொழிந்தவர் தோழர் சாமி. சிதம்பரனார். அவர்கள் தீர்மானம் எதிர்ப்பின்றி நிறைவேறியது.

பல ஆண்டுகட்கு முன்னரே மறைமலையடிகள் "இந்தி பொது மொழியாவதற்குத் தகுதியுடையதன்று; இந்தித் திணிப்பால் தமிழ் கெடும்; தமிழர் துன்புறுவர்" என்பவற்றை விளக்கிக் கட்டுரை எழுதியுள்ளார்.

தமிழ்நாட்டில் இந்திக்கு எதிர்ப்பு இருக்கும் செய்தியை மாண்புமிகு முதலமைச்சர் ஆச்சாரியார் அறிவார். ஆயினும் "இந்தியைக் கட்டாய பாடமாக்குவேன்" என்று கூறினார். காங்கிரசுகாரர்கள் பலரும் எதிர்த்தனர். தோழர் பசுமலை எஸ். சோமசுந்தர பாரதியார் அவர்கள் அதைக் கண்டித்து முதலமைச்சருக்குக் கடிதம் எழுதினார். தமிழ் நாடெங்கும் பொதுக்கூட்டங்களிலும் மாநாடுகளிலும் முதலமைச்சரின் கருத்து கண்டிக்கப்பெற்றது.

(ஈ) 1937 டிசம்பர், 26இல் திருச்சியில் தமிழர் மாநாடு கூட்டப்பெற்றது.[16] தோழர்கள் கி.ஆ.பெ. விசுவநாதம், டி.பி, வேதாசலம் (வக்கீல்) ஆகியவர்கள் இதனைக் கூட்டமுனைந்து நின்றனர். இதில் கலந்து கொண்டவர்கள்: காங்கிரசு கட்சியினர், நீதிக்கட்சியினர், முஸ்லீம் லீக்கினர், கிறித்தவ சபையினர், வைதிகர்கள், புலவர்கள் தாழ்த்தப்பட்டவர்கள் அனைவருமே. மாநாட்டின் தலைவர் பசுமலை நாவலர் எஸ். சோமசுந்தர பாரதியார். இந்தித் திணிப்புக்கு எதிர்ப்பு, தமிழ்நாட்டைத் தனி மாநிலமாக்கல் போன்ற தீர்மானங்கள் நிறைவேறின. இம்மாநாட்டைப் பார்த்தோர் தந்தை பெரியாரையே புகழ்ந்தனர். அவருடைய உண்மைக் கொள்கையே இம்மாநாடாக உருக்கொண்டதென் வியந்தனர். இது முதல் தமிழர் கிளர்ச்சி வலுத்தது. நகரெங்கும் கூட்டங்கள், மாநாடுகள், தமிழ் உரிமைப்போர், இந்தி எதிர்ப்புக் கிளர்ச்சி ஆகியவை நடைபெற்ற வண்ணம் இருந்தன.

ஆயினும் முதலமைச்சர் ஆச்சாரியார் விட்டுச் கொடுக்கவில்லை. ஆணவத்தைத் தளர்வுறச் செய்தது. சில மாற்றங்களுடன் இந்தித் திணிப்பு நுழைந்தது. எல்லாப் பள்ளிகளிலும் என்றிருந்த திட்டம் 125 பள்ளிகள் (பரீட்சார்த்தமாக) என்று ஆயின. படிக்கவேண்டியதும் முதல் மூன்று படிவங்களில் தாம் இதற்கும் தேர்வில் தேர்ச்சி பெறவேண்டும் என்ற அவசியம் இல்லை. திட்டம் பிசுபிசுத்தது; செத்த பாம்பு மாதிரிதான். திரு ஆச்சாரியார் மக்கள் எதிர்ப்பு நாடியை நன்கு அறிபவர். ஏனைய காங்கிரசார்போல் திமிர் பிடித்தவர் அல்லர்.

(உ) 1938 பிப்பிரவரி 27 இல் காஞ்சிமாநாகரில் ஒரு பெரிய இந்தி எதிர்ப்பு மாநாடு நடைபெற்றது. மாநாட்டுத் தலைவர் சர்.கே.வி. ரெட்டி நாயுடு அவர்கள்; ஆந்திரர் (பின்னாளில்

அண்ணாமலைப் பல்கலைக்கழகத் துணைவேந்தரானவர்) மாநாட்டைத்திறந்து வைத்தவர் முன்னாள் சட்ட உறுப்பினர் சர்.எம். கிருட்டிணநாயர். தொடர்ந்து மறியல்கள், உண்ணா விரதம், போராட்டங்கள் முதலியவை நடைபெற்ற வண்ணம் இருந்தன. சட்ட மறுப்புக் காலத்தில் வைஸ்ராய் பிரபுவால் பிறப்பிக்கப் பெற்று கிரிமினல் திருத்தச் சட்டத்தைக் காங்கிரசு அரசு இந்தி எதிர்ப்புத் தொண்டர்கள் மீது தாராளமாய்க் கையாண்டது. இதுகுறித்துப் பலகண்டனக் குரல்கள் எம்மருங்கம் எழுந்தன. தந்தை பெரியார் "அமைச்சர் இல்லத்துக்கு முன் மறியல் செய்யாதிருப்பது நலம்" என்றோர் அறிக்கை விடுத்தார். ஆச்சாரியாரைப் போலவே பெரியாரும் இங்கிதம் தெரிந்தவர்.

(ஊ) திருச்சியிலிருந்து 100 போர் வீரர்கள் கொண்ட இந்தி எதிர்ப்புப் படையொன்று சென்னையை நோக்கிச் சென்றது. இப்படையைத் தந்தை பெரியார், ஜனாப்கலிஃபுல்லாசாகிப் எம்.ஏ. (சில காலம் திருச்சி மாவட்ட வாரியத் தலைவராயிருந்தவர்) முதலியவர்கள் நல்லுரை கூறி வழி அனுப்பி வைத்தனர்.

இப்படையில் காஞ்சியைச் சேர்ந்த பரவஸ்து இராச கோபாலாசாரியர், இராவ்சாகிப் குமாரசாமி பிள்ளை, மணவை ரெ. திருமலைசாமி, கோவி அழகர்சாமி, இராமாமிர்தத்தம்மாள் தோழர் முகைதீன் போன்ற பலர் இப்படையில் சென்றனர். இப்படை சென்னையை அடைந்ததும் அதற்கு வரவேற்பு அளிக்க சென்னைக் கடற்கரையில் என்றும் கண்டிராத அளவு சுமார் 70000 பேர்கள் கூடினர். அன்று அக்கூட்டத்தில் பேசும் போதுதான் தந்தை பெரியார் "தமிழ்நாடு தமிழருக்கே" என்ற முதற்போர்க்குரலிட்டு அதனை விளக்கிக் கூறினார். அன்று முதல் அதுவே தமிழரின் கொள்கையாயிற்று.

இப்படைவீரர்களில் பலர் சென்னையில் மறியலில் ஈடுபட்டுச் சிறை சென்றனர். இந்தி எதிர்ப்புக் கிளர்ச்சியின் பேரால் கூட்டுறவு இயக்க முன்னாள் துணைப்பதிவாளர் சி.டி. நாயகம் (தி.நகர் சர். தியாகராாசர் மேனிலைப் பள்ளியை நிறுவியவர்) தோழர் கே.எம். பாலசுப்பிரமணியம் பி.ஏ.,பி. எல்., (சிறந்த பேச்சாளர், சைவசித்தாந்தி), ஈழத்து சிவானந்த அடிகள், சி. என்.அண்ணாத்துரை (முதல் தி.மு.க முதலமைச்சர்), டி.ஏ.வி நாதன், சாமி அருணகிரிநாதர், கே இராமய்யா. மறை.

திருநாவுக்கரசு, திருவாரூர் பாலசுந்தரம் போன்ற 1500 பேர்கள் சிறைப்பட்டனர்.

(எ) இந்தி எதிர்ப்புக் கிளர்ச்சி நம்நாட்டு மகளிர் மனத்தையும் கொள்ளை கொண்டது. அவர்களும் மொழிப்போரில் ஈடுபட்டனர் 1938 நவம்பர் 13இல் சென்னையில் மகளிர் மாநாடு நடைபெற்றது. திருவாட்டி நீலாம்பிகை அம்மையார் (மறைமலையடிகளின் திருமகளார்) மாநாட்டுத்தலைவர் இம்மாநாட்டில் தந்தை பெரியார் ஆற்றிய சொற்பொழிவு தமிழர்களின் நெஞ்சில் பாய்ந்தது; உரிமை உணர்ச்சியை எழுப்பிவிட்டது. இம்மாநாட்டில் தான் ஈ.வெ. இராமசாமி பெயருக்கு முன் பெரியார் என்னும் அடைமொழி கொடுத்து அழைக்க வேண்டும் என முடிவு செய்தனர்.

(ஏ) பெரியார் மீது வழக்கு: இம்மாநாடு முடிந்தபின் பல பெண்கள் மறியல் செய்து சிறை புகுந்தனர். இந்த வீராங்கணைகளைப் பாராட்டும் கூட்டங்களில் நம் அய்யா அவர்களும் பாராட்டினார்கள்; பெண்களின் வீரதீரச் செயல்களை எடுத்துக் காட்டினார்கள். இந்தி எதிர்ப்புக்கும் பெரியாரே காரணம் என்று அரசு கருதியது. ஆதலின் அவரைச் சிறையிலிடக் காலம் கருதியது. பெரியாரின் இருபொழிவுகளைக் கொண்டு அவர்மீது குற்றம் கற்பித்தது. "பெண்களை மறியல் செய்யத் தூண்டினார்" என்பதே அப்பழி. பெரியாருக்கும் அரசு அழைப்பு அனுப்பியது. மகிழ்ச்சியுடன் அதனை ஏற்றுக் கொண்டார்.

வழக்கு சென்னையில் 1938 டிசம்பர் 5, 6ஆம் நாட்களில் நடைபெற்றது. அவர் வழக்கம்போல் எதிர்வழக்காடவில்லை. சர்.பன்னீர்செல்வம், குமாரராஜா முத்தய்யா செட்டியார் போன்றவர்கள் எதிர்வழக்காட வற்புறுத்தியும் மறுத்துவிட்டார். இந்தி எதிர்ப்புக் கிளர்ச்சியின் நோக்கம் தமது அரசியல் கொள்கை ஆகியவற்றை விளக்கும் அறிக்கையொன்றை எழுத்து மூலம் நீதிபதியிடம் கொடுத்ததோடு நிறுத்திக் கொண்டார்.

அவர் கொடுத்த வாக்கு மூலத்தின் சில பகுதிகள்:

"இந்தக் கோர்ட்டு காங்கிரசு அமைச்சர்கள் நிர்வாகத்துக்கு உட்பட்டது. நீதிபதியாகிய தாங்களும் பார்ப்பன வகுப்பைச் சேர்ந்தவர்கள். இவைதவிர இந்தி எதிர்ப்புக்கிளர்ச்சியை ஒழிக்க வேண்டும் என்பதில் காங்கிரசு அமைச்சர்கள் அதி தீவிர உணர்ச்சியுடன் உள்ளார்கள் அது விஷயத்தில் நியாயம் அநியாயம் பார்க்க வேண்டியதில்லை என்றும், கையில்

கிடைத்த ஆயுதத்தைப் பயன்படுத்தி ஒழித்தாக வேண்டும் என்றும், இந்தி எதிர்ப்பு கிளர்ச்சியைத் திடீரென்று வகுத்து புகுந்த திருடர்களுடன் ஒப்பிட்டும் மாண்புமிகு அமைச்சர் கடற்கரைக் கூட்டத்தில் பேசியுள்ளார். இந்தி எதிர்ப்பு விஷயத்தில் அமைச்சர்கள் எடுத்துக் கொள்ளும் நடவடிக்கைகள் அடக்கு முறையே என்பது என் கருத்து. அடக்குமுறைக் காலத்தில் இம்மாதிரிக் கோர்ட்டுகளில் நியாயம் எதிர்பார்ப்பது பைத்தியக்காரத்தனம். இந்த இந்தி எதிர்ப்புக் கிளர்ச்சி ஒரு செயல் விளக்கம் *(Demonstration)* ஆக மேற்கொள்ளப்பெற்று வருகிறதேயொழிய அதில் எவ்வித நிர்ப்பந்தப்படுத்தும் கருத்தும் இல்லையென்று தெரிவித்துக் கொள்கிறேன் இந்தி எதிர்ப்பு கிளர்ச்சி நிறுவனத்தின் கொள்கையில் சட்டம் மீறக்கூடாதென்பது முக்கிய நோக்கமாகும். நான் சம்பந்தப்பட்ட சுயமரியாதை இயக்கம், தமிழரியக்கம், இந்தி எதிர்ப்புக் கிளர்ச்சி, ஜஸ்டிஸ் இயக்கம் ஆகியவையும் சட்டத்திற்கு உட்பட்டே கிளர்ச்சி செய்ய வேண்டும் என்ற கொள்கையுடைவைகளே. இதுவரை அகக்கொள்கை மாற்றப்படவே இல்லை. என்னுடைய பேச்சு முழுவதையும் படித்துப்பார்த்தால் இது தெளிவாகும். ஆகவே நீதிமன்றத்தார் அவர்கள் தாங்கள் திருப்தி அடையும் வண்ணம் அல்லது அமைச்சர்கள் திருப்தி அடையும் வண்ணம் எவ்வளவு அதிகத் தண்டனை வழங்கமுடியுமோ அதையும், பழிவாங்கும் உணர்ச்சி திருப்தி அடையும் வரைக்கும் எவ்வளவு தாழ்ந்த வகுப்பு கொடுக்க முடியுமோ அதையும் கொடுத்து வழக்கு விசாரணை நாடகத்தை முடித்து விடும்படி வணக்கமாகக் கேட்டுக் கொள்கிறேன்." இந்த வழக்கு ஜார்ஜ்டவுன் போலீஸ் நீதிமன்றத்தில் நீதிபதி திரு. மாதவராவ் முன்னிலையில் நடந்தது நீதிபதி. வழக்கில் முடிவு கூறினார்." இவர் செய்த குற்றங்கள் இரண்டு. ஒவ்வொன்றுக்கும் ஒவ்வோராண்டு கடுங்காவல் ஒவ்வோர் ஆயிரம் ரூபாய் அபதாரம் அபராதம் செலுத்தத் தவறினால் மீண்டும் அவ் ஆறு மாதம் தண்டனை. இரண்டு தண்டனைகளையும் தனித்தனி காலத்தில் அடைய வேண்டும்" என்பது. பின்னர் அரசு கடுங்காவலை வெறுங்காவலாக மாற்றி விட்டது.

இச்செய்திகளை அக்காலத்திலேயே பெரியாருடன் நெருங்கிப் பழகியும் அவர்தம் கொள்கையைக் கடைப்பிடித்தும் ஒழுகிய கவிஞர் நாரா. நாச்சியப்பன்,

நெடுநாட்கள் உறங்கிவிட்ட தமிழ்ப் பெண்கள்
தமையெல்லாம் நீஎழுப்பித்
தொடுப்பீர்போர், தமிழ்த்தாயைத் தொலைக்குவழி
தடுத்தென்றே
தூண்டி விட்டாய்!
கொடுங்குற்றம் செய்தனைநீ யபராதம் கொடுவென்று
கூறி இன்னும்
கடுங்காவல் தண்டனையிட் டடைத்தார்கள் தாத்தாவைக்
கம்பிக் கூட்டில்.[17]

என்று பாடலாக வார்த்துக் காட்டி தமிழ் மக்களுக்கு எழுச்சியூட்டினார்.

பெரியார் தண்டனை ஏற்றது பற்றி அவர்தம் கெழுதகை தோழர் திரு.வி.க. அவர்கள் எழுதியது:

"திரு ஈ.வெ. இராமசாமி நாயக்கர் கடுங்காவல் தண்டனை ஏற்றுச் சிறைக் கோட்டம் நண்ணினர். வெள்ளிய தாடி அசைய மெலிந்த தோல் திரங்க, இரங்கிய கண்கள் ஒளிர, பரந்த முகம் மலர, கனிந்த முதுமை ஒழுக, ஒழுகத் தாங்கிய தடியுடன் திருநாயக்கர் சிறை புகுந்த காட்சி அவர்தம் பகைவர் நொதுமலர், நண்பர் எல்லாருள்ளத்தையும் குழையச் செய்திருக்கும் என்பதில் ஐயமில்லை.

முதுமைப்பருவம்! காவல்! கடுங்காவல்! என்னே! இந் நிலையை உன்ன உருகுகிறது. திருநாயக்கருடன் மிக நெருங்கிப் பழகிய சிலர் அமைச்சர் பதவியில் வீற்றிருக்கின்றனர். அவர்தம் மனமும் சரிந்தே இருக்கும் வயதின் முதிர்ச்சி எவரையும் அலமரச் செய்யும்"

– நவசக்தி, 9.12.1938, தலையங்கம்

இக்கருத்தினையே மனமுருகிப் பாடிக் குமுறுகின்றார் கவிஞர். நாச்சியப்பன்!

வெள்ளியமென் தாடியசைந் தாடத்தன் மேனியிலே
முதுமை தோன்ற
அள்ளிஉடை ஒருகையில் தடியையமறு கையிலெடுத்
தலர்ந்த பூப்போல்
வெள்ளைமனத் தூய்மையது முகத்தினிலே மலர,உடல்
மெலிந்து கண்டோர்.

உள்ளமெலாம் கசியமழை போற்கண்ணீர் பொழிய
சிறைக்குள்ளே சென்றார்.[18]

என்ற ஒரு பாடலில்.

நீதிபதியின் தீர்ப்பைக் கேட்டவுடன் பெரியார் அதை மகிழ்ச்சியுடன் வரவேற்றார். அன்றலர்ந்த செந்தாமரையினை நிகர்த்தது "அவர் முகம்"[19] ஆனால் அன்பர் பலரும் கண்ணீர் விட்டனர். பன்னீர் செல்வம் போன்ற கலங்கா நெஞ்சினரும் கலங்கிவிட்டனர். நாடெல்லாம் அழுதன. நடுநிலை தவறாத நாளேடுகள் அரசின் போக்கைக் கண்டித்தன. நவசக்தி "ஓய்வு என்பதை அறியாது வீரகர்ச்சனை புரிந்து வந்த கிழச்சிங்கம் இப்பொழுது ஓய்வு பெற்றிருக்கிறது. சிறையில் தலை நிமிர்ந்து நடக்கிறது" (நவசக்தி-9.12.1938. தலையங்கம்) என்று எழுதியது.

பெரியாரைச் சிறையில் வைத்தால் தமிழர் கிளர்ச்சி அடங்கிவிடும் என்று அரசு நினைத்தது. மாறாக அது வலுத்தது. தடுப்பு ஊசி போட்ட பலன் போலாயிற்று. பெரியாரின் வீரகர்ச்சனை தமிழர் காதுகளில் ஒலித்தது. பெரியார் தெளித்த விதைகள் முளைத்து எங்கும் செழித்து வளர்ந்தன. "தமிழ் நாடு தமிழருக்கே" என்று அவர் தந்த மந்திரத்தின் வல்லோசை வானையும் பிளந்தது.

நாமிருக்கும் நாடுநம தென்றறிந்தோம் - இது
நமக்கே உரிமையாம் என்பதுணர்ந்தோம்.[20]

என்ற பாரதியாரின் கவிதை அடிகள் எம்மருங்கும் குதித்துக் கூத்தாடின.

பெரியார் சிறைப்பட்ட சிலநாட்களுக்குப் பின்னர் 1938 டிசம்பர் 18இல் அவர்தம் மணிவிழா நாடெங்கும் நடைபெற்றது. அவர்பெயரால் அன்னதானங்கள் ஊர்வலங்கள், பொதுக் கூட்டங்கள், அவர் கொள்கைக்கு மாறாக அவர் படத்துக்கு தூபதீப ஆராதனைகள் நடைபெற்றன. தமிழ் நாடெங்கும் மூலை முடுக்குகளிலும் அவர் விழா கொண்டாடப் பெற்றது. அவர் தியாகத்தை மக்கள் உணர்ந்தன. "தியாகராஜராக" மக்கள் மனத்தில் காட்சி அளித்தார். அரசு செய்வதறியாது திகைத்தது. ஆரவாரித்தனர் தமிழர். இராமன் வனவாசத்தைக் கேட்டபோது அயோத்தி மக்கள் ஆர்த்தெழுந்ததுபோல் இராமசாமியின் சிறைவாசம் கேட்ட தமிழகம் ஆர்த்தெழுந்தது என்று ஒப்பிட்டும் சொல்லலாம்.

நாரா. நாச்சியப்பன் பாடல்கள்: இந்தி எதிர்ப்பு நடைபெற்ற அக்காலத்திலேயே தந்தையொடு நெருங்கி உறவாடிய கவிஞர் நாச்சியப்பன். அந்த நிகழ்ச்சிகளையெல்லாம் நிரல்படத் தொகுத்து கவிதைகளாக வார்த்து நமக்குத் தந்துள்ளார். அவற்றுள் பலவற்றை ஈண்டுத் தருகின்றேன்.

தன்வாழ்வைத் தொண்டாக்கித் தமிழ்நாட்டை
　　வளமாக்கத் தகுஞ்செ யல்கள்
நன்றாற்றி நம்பெரியார் ஈவேரா
　　முதுமைதனைக் கண்ட போதில்
தென்னாட்டில் தமிழகத்தில் இந்திஎனும்
　　புன்மொழியைத் தேசப் பேரால்
சென்னைமுதல் அமைச்சரவர் கட்டாயம்
　　ஆக்கிவிடத் திட்டம் செய்தார்! (1)

தாய்மீதில் விருப்பற்ற ஓரிளைஞன்
　　தன்னுழைப்பைத் தாய்நாட் டிற்கே
ஈயென்றால் மதிப்பானா? எதிரிமொழி
　　மதித்துயிரவைத் திருப்பான் பேடி!
தூயதமிழ் நாட்டில்செந் தமிழ்மொழியை
　　மன்றத்திந்தி தோன்றின் நாடே
தாயென்ற நிலைபோகும்! தமிழ்சாகும்?
　　இந்தியெனும் கனிமே லாகும்! (2)

ஈதறிந்த ஈரோட்டுத் தத்தாதாம்
　　ஓயாமல் எழுத்தி னாலும்
மோதியுணர் வலையெழுப்பி மக்களைத்தம்
　　வயப்படுத்தும் மொழியி னாலும்
தீதுவரும் இந்தியினால்! முன்னேற்றம்
　　தடையாகும்! தீந்த மிழ்க்கும்
ஆதரவு கிடைக்காமல் அழிவுவரும்!
　　இந்திஉயர் வாகும் என்றார் (3)

சிறுதுரும்பும் பற்குத்த உதவும்இந்த
　　இந்தியெனும் தீமை மிக்க
சிறுமொழியால் எட்டுணையும் பயனில்லை!
　　அதுவளர்க்கச் செல வழிக்கும்
பெரும்பணமோ தமிழர்களின் பணமாகும்;
　　படிக்கவரும் பெரும்பா லோர்தாம்

வெறும்பேச்சுப் பேசித்தம் வயிறடைக்கும்
   வித்தைகற்ற மேலோர் என்றார்! (4)

ஆட்சிசெயும் முலமைச்சர் பார்ப்பனராய்
   இருந்தமையால்[21] அவர்வ டக்குப்
பேச்சுதனைத் தமிழகத்தில் வளர்த்துத்தீந்
   தமிழ்கெடுக்கும் பெருவி ருப்பால்
சூழ்ச்சிசெய்தார்! இவ்வுண்மை தனையறிந்து
   மக்களுக்குச் சொன்னார் தாத்தா!
'சீச்சியிவர் துரோகி'எனச் செந்தமிழ
   ராய்ப்பிறந்தும் சிலர்ப ழித்தார். (5)

தூய்தமிழை வடமொழியாம் நச்சகற்றிக்
   காப்பாற்றத் துடிக்கும் நெஞ்சு
வாய்ந்ததிருப் பாரதியார்[22] தலைமையிலே
   கூடிநின்ற மிக்க ஆர்வம்
பாய்தமிழர் மாநாட்டை[23] திருச்சியிலே
   பார்த்தவர்கள் இதுதான் அந்தத்
தூய்மனத்தார் ஈரோட்டுத் தாத்தாவின்
   நினைவொத்த தோற்றம் என்றார். (6)

கிளர்ச்சியினை அடக்கித்தம் இந்தியினைப்
   புகுத்திவிடும் கீழ்மை யான
உளவுறுதி முதலமைச்சர்க் கிருப்பதனைத்
   தமிழரெல்லாம் உணர்ந்த போதில்
தளர்ச்சியிலை எருமைத்தோல் இல்லையெமக்
   கெனவுரைத்து 'தமிழ்வாழ் கெ'ன்று
கிளர்ந்தெழுந்தார்! பெரியாரே தலைவரெனில்
   வேறென்ன கேட்க வேண்டும்? (7)

இந்து-தியா லாஜிகல் பள்ளிமுன்னும்
   முதலமைச்சர் வீட்டு முன்னும்
செந்தமிழை மீட்பதற்குச் சேர்ந்தபடை
   வீரரெலாம் சென்று நின்று
இந்தி'விழா தமிழ் வாழ்க!' என முழங்கப்
   பல்லடத்துப் பொன்னு சாமி
செந்தமிழைக் காவாமல் எனக்குணவு
   செல்லாதென் றாணை யிட்டான்! (8)

தமிழ்காக்கும் வீரரைத்தண் டிக்கவில்லை
   மற்றெவர்க்குத் தண்டிப் பென்றால்

எமைவீட்டின் எதிர்நின்று வசைமொழிந்த
தாற்செய்தோம் என்று சொன்ன
அமைச்சர்மொழி கேட்டபின்னர் ஈரோட்டுத்
தாத்தாஒர் அறிக்கை யிட்டார்;
தமிழர்களே! 'இனி அமைச்சர் வீட்டின்முன்
கிளர்ச்சியின்றித் தமிழ்காப்பீரே!' (9)

தலைவர்சொல் பின்பற்றித் தமிழரெலாம்
ஒதுங்கிவிட்ட தன்மை கண்டும்
நிலைமையறி யாமல்ஒரு சிங்கத்தின்
எதிர்வாலை நீட்டி நின்று
அலைக்கழிக்கும் சிறுநரிபோல் உமையெல்லாம்
சிறைக்குள்ளே அடைக்க வல்லோம்?
இலைஎம்மைத் தடுப்பவர்கள் எனுமமதை
அரசியலார்க் கேறிற் றன்றே! (10)

மமதையினைத் தமிழரிடம் காட்டுகின்ற
அரசியலை மட்டம் தட்ட
அமைத்தபடை வீரரொரு நூற்றுவரைத்
திருச்சியினின் றனுப்பி வைத்துத்
தமிழ்காத்துத் திரும்பிடுவீர் எனவாழ்த்துக்
கூறியந்தத் தமிழர் போற்றும்
தமிழ்தலைவர் ஈரோட்டுத் தாத்தாநற்
சென்னைக்குத் தாமும் சென்றார்! (11)

சென்னையிலே கடற்கரையில் மற்றுமொரு
கடல்வெள்ளம் சேர்ந்த தேபோல்
மின்னனைய மாதர்களும் ஆடவரும்
இளைஞர்களும் மிகுந்த ஆண்டு
சென்றவரும் தமிழ்காத்தார் எல்லோரும்
சேர்ந்திருந்து செயமு ழக்கம்
நின்றுகடல் செய்தஅலை ஓசையினும்
பெரிதாக நிறைந்த அன்றே! (12)

எழுபதினா யிரமக்கள் 'தமிழ்' வாழ்க
ஒழிகஇந்தி' எனஒ லிக்கக்
கிழவரவர் எனினுமொரு இளைஞரென
முனைந்துதமிழ்க் கிளர்ச்சி செய்ய
எழுந்தனர்அங் கோர்மேடை தனிலேறி
நின்றாரவ் ஈரோட் டண்ணல்!

எழுந்ததுகாண் வீரத்தின் திருத்தோற்றம்
மனிதஉரு வெடுத்துக் கொண்டே! (13)

விழுந்துவிட்ட தமிழினத்தை விழித்துப்போர்
செயச்செய்த வீரப் பேச்சை
எழுந்துதமிழ்ச் சொற்களினால் இளைஞர்களைத்
தட்டிவிட்ட இலக்கி யத்தைக்
கொழுந்துவிட்டுத் தமிழார்வம் இன்றெரியச்
செயஅன்றே கொளுத்தி விட்ட
செழுந்தமிழின் வீறாப்பைச் செவிமடுத்தோர்
உணர்வடைந்தார்! சிங்க மானார்! (14)

தாய்மொழியைக் காப்பாற்றத் துடிந்தெழுந்து
கிளர்ச்சிசெய்த தமிழ்ச்சிங் கங்கள்
ஆயிரத்தைந் நூற்றுவரை அரசியலார்
சிறைகூடத் தடைத்து வைத்தார்
நோயிருந்தும் தாளமுத்து நடராசர்
தமிழ்க்குற்று நோயை நீக்கப்
போய்ச்சிறையில் உயிர்விட்டார் அரசியலார்
கைவிட்டார் பொருமிற் றுள்ளம்! (15)

மறைமலையார் தமிழ்களித்த திருநீலாம்
பிகைமுதலாய் மாத ரெல்லாம்
நிறை "தமிழ்நாட் டுப்பெண்கள் மாநாட்"டில்
கூடிநின்றோர்[24] நெஞ்சில் பாய
இறைத்துவிட்ட தாத்தாவின் சொல்வெள்ளம்
உணர்வெழுப்ப எங்கும் பெண்கள்
சிறைபுகுதற் கஞ்சாமல் கிளர்ந்தெழுந்த
வரலாறோ சிலம்புக் காதை! (16)

தாத்தாவைச் சிறையிலிட்டுத் தமிழர்களை
எளிதாகத் தாம்அ டக்கப்
பார்த்தார்அவ் வரசியலார் பயனில்லை!
தமிழகத்தைப் பார தத்தில்
சேர்த்தாளும் முறைமையினால் தமிழழிக்கப்
பகைசூழ்ச்சி செய்த தாய்ந்து
தாத்தாசெந் "தமிழ்நாடு தமிழர்க்கே"
எனுந்திட்டம் தமிழர்க் கீந்தார். (17)

தமிழரெலாம் மாநாடு கூட்டிஅதில்
சிறையிருக்கும் தாத்தா வைப்போல்

அமைந்தஉரு வம்தலைவ ராகப்பன்
    னீர்செல்வம் அருகு வந்தார்.
சுமைசுமையாய் மறவரெலாம் தமக்கிட்ட
    மாலைகளைத் தூக்கி வந்து
எமதுபெருந் தலைவரே! என் றடிபணிந்து
    மாலைபடைத் தெழுந்தார் செல்வம்! (18)

மலைபோலும் மலர்மாலை தனைப்பன்னீர்
    செல்வம்அவர் மதிப்பு வாய்ந்த
தலைவர்சிலை முன்படைத்த போதிலங்குக்
    கூடிநின்றோர் தாத்தா உள்ள
நிலைநினைந்தார் உளம்நொந்தார்! அருவிளனக்
    கண்களினால் நீர்பொ ழிந்தார்!
தலைவணங்கிப் 'பெரியாரே தலைவர்' என
    உறுதிசொன்னார் தமிழ்நாட் டிற்கே[25] (19)

சில பாடல்கள் விடப்பெற்றன; சில வேறிடத்தில் வந்துள்ளன.

(ஐ) பெரியாரின் சிந்தனைகள்:

இவற்றில் சிலவற்றைக் காண்போம். அவை பல்வேறு இடங்களில் பேசிய பேச்சிலும் பல்வேறு ஏடுகளில் எழுதிய கட்டுரைகளிலுமிருந்து தொகுத்த இந்தி எதிர்ப்பு பற்றியவை.

(1) கட்டாய இந்தித் திட்டம் நமது கலைகளுக்கு விரோதமாகப் பார்ப்பனர் மதத்தையும் கலைகளையும் பலப்படுத்தி வித்தரிக்கும் ஒரு குறுகிய நோக்குள்ள திட்டமாகுமென்று நான் அபிப்ராயப்படுவது போன்றே சனாப் சின்னாவும், டாக்டர் அம்பேத்காரும் அபிப்பிராயப்பட்டனர்.

(2) நம்முடைய நாடு தமிழ்நாடு. நாம் பேசும் மொழி தமிழ். இதில் ஆட்சி செலுத்த வேண்டுமென்று முயன்ற பின்பு இந்தி எதற்காகப் படிக்க வேண்டும்? எங்களுடைய நாட்டிலே எங்களுடைய ஆட்சியில் உட்கார்ந்து கொண்டு 'இந்தி படி' என்றால் அஃது எப்படி எங்கள் அரசு ஆகும்.

(3) தமிழ் மொழி நம்முடைய தாய் மொழி, அது மிகவும் உயர்ந்த மொழி; அஃது எல்லா வல்லமையும் பொருந்திய மொழி; சமயத்தை வளர்க்கும் மொழி; பழமையின் மொழி; உலகத்திலேயே சிறந்த மொழி என்று சொல்லப் பெறுகின்ற

காரணத்தால் நான் இந்தியை எதிர்த்துப் போராடவில்லை. தமிழுக்கு ஆபத்து வரக்கூடாது என்று நினைக்கிறேன் என்றால் தமிழைவிட இந்தி மோசமான மொழி; தமிழைவிட இந்தி எந்தவிதத்திலும் மேலான மொழி அல்ல; தமிழைவிட இந்தி கீழான மொழி; தமிழுக்குப்பதில் நமக்கு இந்தி வரத்தகுதியற்றது; இந்தி வருவது நன்மை அல்ல என்ற காரணத்திற்காகத்தான்.

(4) அரசு நடந்து கொள்ளும் போக்கில் இந்தியைக் கட்டாயமாக்குவதும், அதை அரசியல் மொழியாக்குவதும் அலுவல் தகுதிக்கு இம்மொழிப் பாண்டித்யத்தைச் சேர்ப்பதும் திராவிட மக்களை வம்புச் சண்டைக்கு இழுக்கும் அகம்பாவ ஆணவக் காரியமாகும்.

(5) எப்படியாவது இந்தியை ஒழித்துக்கட்ட வேண்டும். அது காட்டுமிராண்டி மொழி. அதற்காகவே அதை வலியுறுத்துகிறார்கள் பார்ப்பனர்கள். இந்தியைவிட மேம்பட்ட மொழி தமிழ் என்பதற்கு ஆட்சேபணை இல்லை. ஆனால் எனது இந்தி எதிர்ப்புத் தமிழுக்காக அல்ல.

(6) தமிழ் இலக்கியங்களில் நாம் மூட நம்பிக்கைக்காரர்களாகி விட்டோம். இந்தி வந்தால் நாம் காட்டுமிராண்டிகளாவோம்.

(7) மொழி கருத்துகளைப் பரிமாறிக் கொள்ளும் அளவுக்குத் தேவையானதேயொழிய பற்றுக்கொள்வதற்கு அதில் என்ன உள்ளது? இந்தி தமிழ் நாட்டையும் தமிழனையும் வடநாட்டானுக்கும் பார்ப்பானுக்கும் அடிமைப்படுத்துவதற்கே தவிர அதனால் வேறு பயன் என்ன?

(8) இந்தியை மற்றவர்கள் எதிர்ப்பது எந்தக் காரணத்தைக் கொண்டிருந்தாலும் என்னைப் பொறுத்தவரை சமுதாயத்தைக் கெடுத்து நம் மக்களுக்கு நஞ்சைக்கொடுத்து நமது சமுதாயத்தை முன்னேற்றமடையச் செய்யாமல் அது தடுக்கிறது என்பதாகும்.

(9) சமஸ்கிருதத்திற்குப் பதிலாக இந்தியைக் கட்டாயமாகப் புகுத்துவதும், இந்தி வேண்டா என்றால் அது பிரிவினைக்கு ஒப்பாகும் என்பதுமாக இருந்தால் இதற்குப் பயந்து கொண்டு இருப்பவர்கள் சமுதாயத்தைக் காட்டிக்கொடுக்கும் துரோகியாகத்தானே இருக்கவேண்டும்.

(10) இந்தி மொழியைத் தென் இந்தியா (தமிழர்) நல்லவண்ணம் தயவுதாட்சணியமின்றி வெறுக்கத் துணியவேண்டும். கெட்ட வற்றின் மீது வெறுப்பு ஏற்பட்டவரையில்தான் மனிதன்

யோக்கியனாக இருக்கமுடியும். இந்தி தமிழனுக்குப் பெருங்கேடு விளைவிக்கக்கூடியது. அது காட்டுமிராண்டி மொழி; நமக்குள் வடமொழியையும் வடவர் ஆதிக்கக் கொள்கையும் புகுத்தும் மொழி.

(11) என்னைப் பொறுத்தவரையிலும் இந்தியைப் பற்றிக் கவலை இல்லை; தமிழைப்பற்றிப் பிடிவாதமும் இல்லை.

(12) அலுவலுக்கு இந்தி ஒரு யோக்கியதையாய் வந்து விட்டால், நம்மவர்கட்குப் பழையபடி பங்கா இழுப்பதும் பில்லைப் போட்டுக்கொள்வதுமான வேலைதான் கிடைக்கும்.

தந்தை பெரியாரின் நீண்டகாலப் பிரச்சாரபலத்தால் காங்கிரசு ஆட்சி அகற்றப்பட்டது; இதனால் இந்திக்காடிபுகும்' என்ற அச்சமும் அகன்றுவிட்டது. அண்ணா ஆட்சி அமைவதற்குப் பெரியார் ஆசியே காரணமாக அமைந்தது. அதனால் இருமொழிக் கொள்கை அமுலுக்கு வந்தது. இனி இந்தி அரசு மூலம் வராது. வேண்டுவோர் படித்துக் கொள்ள பல அமைப்புகள் உள்ளன. ஒரு புதிய மொழியைக் கற்றுக்கொள்வதால் பயன் இருக்கத்தான் செய்யும்.

5. தமிழ்மொழியாராய்ச்சி

மேலே காட்டியவாறு பெரியாரின் இந்தி எதிர்ப்புச் சிந்தனைகளைக் கண்டோம். தமிழ் மொழி ஆய்வு பற்றியும் சிந்தனைகளைச் செலுத்தியுள்ளார். அச்சிந்தனைகள் சிலவற்றை ஈண்டுக் காட்டுவேன்.,

(1) 'தமிழ், தெலுங்கு, மலையாளம், கன்னடம் என்பவை தமிழேயாகும்.' மலைநாட்டுப் பகுதியில் பேசும் தமிழ் மலையாளம் என்றும், கர்நாடகப் பகுதியில் பேசப்பெறும் தமிழ் கன்னடம் எனப்பெறுகின்றது. ஆந்திரப் பகுதியில் பேசப்பெறும் தமிழ் தெலுங்கு எனப்படுகின்றது. இந்த நால்வரும் பேசுவது தமிழ்தான்.

(2) திராவிட மொழிகள் என்று சொல்லப்பெறும் தமிழ், தெலுங்கு, மலையாளம், கன்னடம் என்பவை பிரித்துக் கொள்ளப்பெற்ற - பிரிக்கப்பெற்ற - மொழிகளேயல்லாமல் கிளை மொழிகள் அல்ல.

(3) பண்டிதர்களில் சிலர் இவை நான்கும் (தமிழ்) தெலுங்கு, மலையாளம், கன்னடம்) ஒன்றிலிருந்து வந்தவை, ஒரேதாய்

வயிற்றில் பிறந்து வளர்த்த நாலு அக்கா தங்கைகள் என்று கருதுகிறார்கள். இது பித்தலாட்டம் என்பதுதான் என் கருத்து. இந்தத் தாய்க்கு பிறந்தது ஒரே மகள்தான்; அது தமிழ்தான். அந்த ஒன்றைத்தான் நாலு பேரிட்டு வழங்குகிறோம். நாலு இடத்தில் பேசப்பெறுவதால் நான்கு பெயரில் வழங்குகிறதேயொழிய நாலிடங்களிலும் பேசப்பெறுவது தமிழ் ஒன்றுதான். நாலும் ஒன்றிலிருந்து உண்டானவை என்று எண்ணுவது தவறு. ஒன்றுதான் நமது அறியாமையால் நாலாகக் கருதப்பெற்று வருகிறது. இதனை மெய்ப்பித்துக் காட்ட என்னால் முடியும்.

(4) தமிழை நன்கு அறியாதவன்தான் இவை நான்கும் தமிழ் அல்ல என்று கூறுவான்.

தந்தை அவர்களின் கருத்து எளிதாகத் தள்ளப்பெறுவது அல்ல. நம்முடைய கல்விச் செருக்கால் படியாதவர் உளறுகின்றார் என்று நினைப்பது தவறு. தந்தையாரின் கருத்து மேலும் மேலும் ஆழ்ந்து ஆராய்தற்குரியது.

இவற்றிற்குள்ளும் சில சொல்ல ஆசைப்படுத்துகிறேன்.

ஆங்கிலேயர் ஆட்சியில் நம்நாடு கிறித்தவ சமயத் தொண்டர்களும் அரசு அதிகாரிகளும் குறிப்பிடத்தக்க நிலையான பல்வேறு வகையில் தொண்டாற்றியுள்ளனர். மொழிநூல் துறைக்கு வித்திட்டவர்கள் மேனாட்டார். டாக்டர் குண்டாட் மலையாள மொழியைச் செவ்வனே கற்று 'வடமொழியில் திராவிடக்கூறுகள்' என்ற கட்டுரையை வெளியிட்டார். *(1809)* டாக்டர் கிட்டல் என்ற அறிஞர் கன்னட மொழியை முட்டறுத்துணர்ந்து 1872இல் 'வடமொழி அகராதியில் திராவிடச் சொற்கள்' என்ற கட்டுரையை வெளியிட்டார். ஆந்திரத்தில் அலுவல் பார்த்த சி.பி. பிரௌன் (மாவட்டத்தலைவர்) என்பார் தெலுங்கு மொழியினைத் துருவி ஆராய்ந்து தமது கருத்துக்களை கட்டுரைகளாக வெளியிட்டார். நீலகிரியில் வாழும் தோடர்மொழிச் சொற்களை ஆய்ந்து போப் வெளியிட்டார். இவையெல்லாம் பின்னர் வந்த கால்டுவெல்லுக்குத் துணையாக இருந்தான். அவர் தமிழில் கவனம் செலுத்தினார். அனைத்தையும் ஒரு சேரவைத்து ஆராய்ந்து 'திராவிட மொழிகளின் ஒப்பிலக்கணம்' *(A Comparative Grammar of Dravidian Languages)* என்ற நூலை வெளியிட்டார். இவரால் 'திராவிட மொழியினம்' உலகுக்கு உணர்த்தப் பெறலாயிற்று. இதன்படி தமிழ், தெலுங்கு,

மலையாளம், துளு, குடகு என்ற ஆறும் திருந்திய மொழிகள். தூதம், கோடம், கோந்த், கந்த், ஒரொவன், இராஜ்மகால் என்ற ஆறும் திருந்தாமொழிகள். இவற்றுடன் பிராஹுய் மொழியும் சேர்தல் உண்டு.

6. எழுத்துச் சீர்திருத்தம்

இன்றைய தமிழ் வரிவடிவத்தில் செய்யப்பெற வேண்டிய மாற்றங்கள் பல என்பதைப் பற்றிப் பலருக்குக் கருத்து இருந்தாலும் எவரும் துணிவாய் முன்வராமலே உள்ளார்கள். ஆனால் தந்தை பெரியார் அரைநூற்றாண்டிற்கு முன்னதாகவே துணிவாகவே சில வரிவடிவங்களில் மாற்றம் செய்து விடுதலை, குடியரசு இதழ்களில் செயற்படுத்திவிட்டார்கள். எழுத்துச் சீர்த்திருத்தம்[26] பற்றி அய்யா அவர்களின் சிந்தனைகளில் சில:

(1) பல நாட்டு மக்கள் கூட்டுறவால் பலமொழிச் சொற்கள் கலக்கும்படி நேரிட்டுவிட்டன. அவற்றை உச்சரிக்கும் போதும் எழுதும் போதும் தமிழ் மொழியும் தமிழ் எழுத்தும் விகாரமாய் வெட்கப்படவேண்டிய தன்மையில் உள்ளன. இதனால் சில எழுத்துக்கள் வேறு மொழிகளில் இருந்து எடுத்துக்கொள்ள வேண்டியது கூட இன்றியமையாததாகும். அதற்கு வெட்கமாய் இருக்கும் பட்சத்தில் புதியனவாகவாவது எழுத்துக்களை உண்டாக்கிக் கொள்ள வேண்டும்.

(2) சிலமாற்றங்கள்: 12 எல்லா உயிர்மெய் எழுத்துகளுக்கும் ஆ - காரம், ஏ - காரம் ஆகிய ஒலிகளுக்கு *h* (கால்), *N* (இரட்டைக் கொம்பு) ஆகிய குறிப்புகளைச் சேர்த்து எப்படி கா, கே என்று ஆக்கிக் கொண்டுள்ளோமோ அதுபோலவே மேல்கண்ட கி, கீ, கு, கூ முதலிய ஒலிகளுக்கும் ஒரு தனிப்பட்ட குறிப்பு அடையாளத்தை ஏன் சேர்த்துக் கொள்ளக்கூடாது என்பது மிகவும் யோசிக்கத்தக்க விஷயமாகும்.

(3) ஒள - காரத்துக்கும் கௌ என்பதற்குப் பதிலாக கவ் என்றோ கவு என்றோ எழுதினால் ஒலிமாறுவதில்லை. கௌமதி-கவ்மதி, கவுமதி என்பவற்றின் ஒலிகள் ஒன்றுபோலவே உச்சரிப்பதைக் காணலாம்.

(4) உயிரெழுத்துக்கள் என்பவற்றில் ஐ, ஒள என்கிற இரண்டு எழுத்துக்களும் தமிழ்மொழிக்குத் தேவையில்லை என்பதே நமது வெகுநாளைய அபிப்ராயம். ஐகாரம் வேண்டிய எழுத்துக்களுக்கு

ஐ என்னும் அடையாளத்தை சேர்ப்பதற்குப் பதியலாக "ய்" என்ற எழுத்தைப் பின்னால் சேர்த்துக் கொண்டால் ஐகார ஒலி தானாக வந்துவிடுகிறது. (ஐ-அய்)[27]

(5) எழுத்துக்கள் உருவம் மாற்றுவது, குறிப்புகள் ஏற்படுத்துவது, புதிய எழுத்துகளைச் சேர்ப்பது என்பது போலவே சில எழுத்துக்களை, அதாவது அவசியமல்லாத எழுத்துகளைக் குறைக்க வேண்டியதும் அவசியமாகும்.[28]

(6) வரிவடிவத்தில் மாற்றம் செய்வது மொழியின் பெருமையும் எழுத்துகளின் மேன்மையும் பெற்று, அவை எளிதில் தெரிந்து கொள்ளக்கூடியனவாகவும், கற்றுக் கொள்ளக்கூடியனவாகவும் இருப்பதைப் பொறுத்ததேயொழிய வேறல்ல.

(7) தமிழ் மொழியில் உள்ள எழுத்துக்களை எடுத்துக் கொண்டால் எல்லாம் காட்டுமிராண்டிக்காலத்திய எழுத்துக்கள் தாம். எத்தனை சுழி! எத்தனை கோடு! எத்தனை மேல் இழுப்பு! எத்தனைக் கீழிழுப்பு! இந்தக் காலத்தில் இத்தனை எழுத்துகள் எதற்காக இருக்கவேண்டும்? நமக்கு எதற்காக 216 எழுத்துக்கள்? உலகத்திலேயே உயர்ந்த அதிசய அற்புதம் எல்லாம் பண்ணுகிறானே வெள்ளைக்காரன்? அவனுடைய மொழியான ஆங்கில மொழியில் அவன் 26 எழுத்துக்களைத்தானே கொண்டிருக்கின்றான்? அந்த 25 எழுத்துக்களை வைத்துக்கொண்டு அவன் உலகத்தையே புரட்டுகிறான்.[29]

(8) நமது பெண்கள் கோலம் போடுவதையாவது விரைவில் கற்றுக்கொள்ளலாம். ஆனால் நமது எழுத்துக்களைக் கற்றுக்கொள்வது நமது குழந்தைகளுக்குச் சிரமமாக உள்ளது. பல ஆண்டுகளாக நான் எழுத்துச் சீர்திருத்தம் பற்றிச் சொல்லி வருகிறேன். எவன் கேட்கிறான்? இன்றைக்கு நேரு இந்தியாவுக்குப் பொது எழுத்து (லிபி) வேண்டும் என்கிறார். மொழியில், எழுத்தில் மாறுதல் உண்டு பண்ணவேண்டும் என்றால் நமது புலவர்கள் குறுக்கே படுத்துக் கொண்டு தடுக்கின்றார்களே!

(9) தமிழ்மொழிக்கு ஆங்கில எழுத்துகளைப் பயன்படுத்திக் கொள்ள முன் வருவோமானால், மொழி பற்றி, எழுத்து பற்றி கற்பது பற்றிய சிரமங்களும் பிரச்சனைகளும் பறந்தோடிவிடும்.

(10) மனிதன் விஞ்ஞானத்தில் நாகரிகத்தில், நடப்பில் தலைகீழாக மாற்றம் பெற்றபின் அதற்கேற்ப மொழியை மாற்றிக் கொள்ளாமல் இருப்பது மடமையாகும்.

(11) எளிதாகக் கற்றுக்கொள்வதற்கு எழுத்துகள் எளிதில் எழுதக்கூடியனவாகவும், எண்ணிக்கையில் குறைவாகவும், இருக்கவேண்டியது இன்றியமையாததாகும்.

வரிவடிவச் சீரமைப்பில் பெரும்பங்கெடுத்து முயன்றுவரும் அறிஞர் பாக்டர் வா.செ.குழந்தைசாமி அவர்கள் கூறியவற்றைத் திரும்பக் கூறுதல் இவ்விடத்தில் பொருந்துவனவாகும்.

வரிவடிவம் பற்றி வந்த ஒன்று: தமிழ் வரிவடிவம் ஏதோ தொல்காப்பியர் காலத்திலிருந்து நிலைத்து நிற்கும் ஒன்றன்று. வள்ளுவரும் இளங்கோவும் எழுதிய வரிவடிவத்தில் ஓர் எழுத்தும் நமக்குப் புரியாது. இன்று நாம் எழுதும் வரிவடிவத்திலும் அவர்கட்கு ஓர் எழுத்தும் புரியாது. அவ்வளவு மாற்றங்கள் ஏற்பட்டிருக்கின்றன. ஆனால் தமிழ் மொழியின் அடிப்படையும் அடையாளமும் மாறவில்லை. மொழிக்கு ஒலிதான் அடிப்படை; வரிவடிவம் ஒலிக்க நாம் கொடுக்கும் குறியீடு. வரிவடிவ மாற்றத்தால் மொழி அணுவளவும் பாதிக்கப்படுவதில்லை நாம் புரிந்து கொள்ள இயலாத சுருக்கெழுத்தில் (Short Hand) எழுதப்படும் தமிழும், நாம் எழுதும் பேசும் தமிழ் தான். வரிவடிவமே மொழி அன்று.

சோதனைக்காலம்: தமிழ் மொழி தனது மேடும் பள்ளமும் நிறைந்த நீண்டவாழ்வில் பல சோதனைகளைச் சந்தித்திருக்கின்றது. ஆனால் இன்றைய நிலை வேறு. நாம் வாழ்வது கல்வியுகம். அறிவியலும் தொழில்நுட்பமும் ஆட்சி செய்யும் காலம். 19ஆம் நூற்றாண்டில் ஏற்பட்ட போக்குவரத்துப் புரட்சியும், 20ஆம் நூற்றாண்டில் ஏற்பட்ட புரட்சியும் பரந்து விரிந்த உலகை ஒரு 'வையச்சிற்றூர்' (GlobalVillage) என்று கூறும் அளவிற்குச் சுருக்கிவிட்டன. இந்தச் சூழ்நிலை வலியர் மொழியும் பண்பும் வளமும், மெலியவர் மொழியும் பண்பும் தேய்வும் துணைநிற்கின்றது. சிறுபான்மை எதுவாயினும் பெரும்பான்மையில் கரைந்து மறையும் காலகட்டத்தில் இருக்கிறோம். இருப்பதை இறுக்கிப் பிடிப்பது மட்டும் போதாது. சற்று இளக்கமும் (Flexility) தேவை. வளர்ச்சிக்கு மாற்றங்கள் தேவை"[30]

சிறந்த ஆய்வாளர்கள் ஒன்றுகூடிச் செய்யவேண்டிய பணியை உயர்நிலைப் பள்ளிக் கல்வியைக் கூடப் பெறாத தந்தை பெரியார் செய்த பணியை எண்ணிப் பார்த்தால் புலவர்கள் மூக்கின் மேல், விரலை வைத்துக் கொள்ள வேண்டும்; அறிஞர்கள் பெரியாருக்குச் 'சலாம்' போட வேண்டும்.

7. தமிழ்ப்புலவர்கள்

தமிழ் மொழியைப் பற்றியும், இலக்கியத்தைப் பற்றியும் ஆராய்ந்து பேசும், எழுதும் தமிழ்ப்புலவர்களைப் பற்றி தந்தை பெரியார் அவர்கட்கு நல்ல மதிப்பு இல்லை; குறைகள் மிகுந்தவர்கள், ஒழுங்கற்றவர்கள், யோக்கியதை இல்லாதவர்கள் என்றே கருதுகின்றார். புலவர்களைப் பற்றி அய்யா அவர்களின் சிந்தனைகள்:

(1) நம்நாட்டில் எனக்குத் தெரிந்தவரையில் தமிழ்நாட்டுக்கோ, தமிழ் பண்பாட்டுக்கோ ஒரு பலனும் புலவர்களால் ஏற்பட்டதில்லை. தமிழ்ப்புலவர்கள் ஆரியப்பண்பாடு, பழக்கவழக்கங்களில் மூழ்கிப் போனவர்களாவார்கள். மேனாட்டுப் புலவர்கள் இப்படியல்லர்; அவர்கள் மக்கள் வாழ்க்கைக்குப் பயன்படக்கூடிய வழியில் பாடுபட்டனர்.

(2) இன்று புலவர்கள், அறிஞர்கள் நல்ல ஆராய்ச்சியாளர்கள் இருப்பார்களேயானால் கற்பனையான மூடநம்பிக்கையான இலக்கியங்களை மக்களுக்கு எடுத்து காட்டி இவற்றைப் பற்றிய மக்கள் கருத்தைத் திருத்திக் கொள்ளவும் செய்வதோடு அதே இலக்கியங்களையும் திருத்தியாக வேண்டும். புதிய புதிய இலக்கியங்களை, மக்களுக்கு அறிவூட்ட வல்லவையும் பகுத்தறிவை அடிப்படையாகக் கொண்டதுமான இலக்கியங்களைச் செய்யவேண்டும்.

(3) மக்களுக்கு அறிவுவரும்படி எதையும் சொல்ல ஒரு வெங்காயப் புலவனும் இல்லை. அவன் வேலைக்குப் போனாலும் அங்குப் புராணக் கதை என்று பேசுவானே தவிர மனிதன் அறிவு வருவதற்காகப் பேசமாட்டான். நல்ல புலவன் ஆபாசக்கதைகளுக்கு வியாக்கியானம் எழுதினவனாகவே இருப்பான். நல்ல புலவன் என்றால் இவர் பெரிய புராணத்திற்கு விளக்கம் எழுதியவர், இவர் கம்பராமயாணத்திற்கு நுண்பொருள் கண்டவர் என்ற நிலையில் இருப்பானே தவிர ஒருவனும்

அதில் வரும் அசிங்கங்களை நீக்கி அறிவு வரும்படிச் செய்யக் கூடியவனாக இல்லை.

(4) நமது நாட்டில் இன்றைக்கு டாக்டர் பட்டம் பெற்ற புலவர்கள் பலர் இருக்கின்றனர். இவர்கள் எல்லாம் பழமைக்கு மெருகு பூசுபவர்களாக இருக்கின்றனரேயொழிய, இலக்கியங்களிலுள்ள குற்றங்களை எடுத்துக்காட்டுபவர்களாகப் பழமைக்கு நுண் பொருள் காண்பவர்களாகத்தான் இருக்கின்றனர்.

(5) புலவர்கள் என்றால் அறிவாளிகளாக, புரட்சியாளர்களாக இருக்கவேண்டும். ஆங்கிலத்தில் சொல்வார்களே (புராட்டஸ்டண்டு) கண்டனம் தெரிவிப்பவர் என்பவர்களாக இருக்க வேண்டும்.

(6) நாட்டில் மக்களைத் திருத்தத் தகுதியுள்ளவர்கள் புலவர்களே, தமது புலமையெல்லாம் சோற்றுக்கு ஆக அல்ல; மக்களைத் திருத்த என்று கருதித் தொண்டாட்ட வேண்டும். புலவர்களாலேயேதான் நாடு திருத்தப்பாடு அடைய முடியாமல் போய் விட்டது.

(7) நம் மக்கள் அறிவுத்துறையில் இவ்வளவு காட்டுமிராண்டிகளாக மூடநம்பிக்கைக் களஞ்சியங்களாக ஆகப் புலவர்களும் இவர்களது தமிழின் பெருமையும் தான் காரணம் என்று கூரை மேலிருந்து கூறுவேன்.

(8) புலவர்கள் என்றால் அறிஞர்கள், மேன்மக்கள் என்பது அகராதிப் பொருள், ஆனால் நம் புலவர்கள் எவரிடமும் இவை இரண்டும் காணுவது குதிரைக்கொம்பு. மற்றென்னவென்றால் இவர்கள் புலமையைப் பயன்படுத்தும் தன்மையைக் கொண்டு பார்த்தோமேயானால் பெரும்பாலான புலவர்கள் என்பவர்களைத் தமிழ்க் கொலைஞர்கள் என்று சொல்லத்தக்க வண்ணம் தான் நடந்து கொள்ளுகின்றனர்.

(9) தமிழ்புலவர்கள் தமிழை ஒரு நியூசெல்ஸ் ஆக ஆக்கிவிட்டார்கள். அதாவது தமிழினால் மக்களுக்கு வாழ்க்கையில், வளர்ச்சியில் ஒரு பயனும் ஏற்படமுடியாதபடிச் செய்துவிட்டார்கள். சமயத்துறையில் புலமையைக் காட்டும் இலக்கண இலக்கியத்துறையல்லாமல் அறிவுத் துறைக்கோ, வாழ்க்கைத் துறைக்கோ மனிதச் சமுதாய வளர்ச்சிக்கோ

ஓரளவுகூடப் பயன்படமுடியாத மொழியாகத் தமிழை ஆக்கிவிட்டார்கள்.

(10) தமிழ்ப் படித்தவனெல்லாம் சாமியானேனே ஒழிய எவனும் பகுத்தறிவுவாதியாகவில்லை. நமக்குத் தெரிய மறைமலையடிகள் தமிழ் படித்துச் சாமியானவர்தானே. இப்போது நடந்தது சாமிசங்கரதாஸ் நூற்றாண்டு விழா. நாடகத்துக்குப் பாட்டு எழுதிக் கொண்டிருந்தவர். இந்த சங்கரதாஸ் என் வீட்டில் வந்து நாடகத்துக்குப் பாட்டு எழுதிக் கொண்டிருந்தவர். சங்கரம்பிள்ளை என்று பெயர். சங்கரதாஸ் ஆக இன்று சாமி ஆகிவிட்டார்.

(11) நம் நாட்டை நாசமாக்கியது பார்ப்பான் மட்டும் அல்ல; நமது புலவர்களும் ஆவார்கள். பார்ப்பான் புராணங்களையெல்லாம் வடமொழியில் செய்திருந்தான். அவற்றையும் நாம் படிக்கக்கூடாது, கேட்கக்கூடாது என்று வைத்திருந்தான். அவற்றைப் புலவர்கள் தமிழில் ஆக்கியதால் அவை சந்து பொந்து எல்லாம் பரவி மக்களையெல்லாம் மடையர்களாக்கிவிட்டன.

(12) வள்ளுவன் சொன்னான்; சிலப்பதிகாரத்தில் இருக்கிறது. இராமயணத்தில் கம்பன் சொன்னது இது; பாரதத்தில் கிருஷ்ணன் இப்படிச் சொல்லியிருக்கிறான்; அந்தப்புராணத்தில் இப்படி இருக்கிறது; இந்தப் புராணத்தில் அப்படி இருக்கிறது என்றெல்லாம் சொல்லிப் புலவர்கள், மக்கள் தங்கள் அறிவைப் பயன்படுத்தாமல் தடை செய்கின்றனர். புலவர்களுக்கு இந்தக் குப்பையைத் தவிர வேறு கிடையாது. அதைக் கொண்டு பிழைக்கத்தான் பார்க்கின்றார்களே தவிர அதனால் நம் மக்கள் அடைந்துள்ள இழிவை மானமற்ற தன்மையை எடுத்துக்காட்ட எந்தப்புலவனும் முயல்வதில்லை.[31]

(13) கடுகளவு அறிவுள்ளவன்கூடப் பாரதிதாசன் கவிதையைப் படித்தால் முழுப்பகுத்தறிவு வாதியாகி விடுவான்.

(14) பல புலவர்கள் நம்மைக் காணும் போது நமக்கு ஏற்றாற் போல் பேசுவதும் அடுத்து மக்களிடையே போய் கந்தபுராணத்திலிருக்கிற நுண்பொருள், பக்திரசம் என்று மடமையை, மூடநம்பிக்கையைப் புகுத்துவதுமாக இருக்கிறார்கள். நம் மக்களுக்கு அறிவு வளர வேண்டும். அதற்காக நாம் நம்மால் இயன்றதைச் செய்ய வேண்டும் என்று நம் புலவர்கள் கருதவேண்டும்.

(15) நம் பண்டிதர் என்பவர்களுக்குப் பகுத்தறிவு ஏற்படுவதற்குத் தடையாக இருப்பது அவர்களது படிப்பே ஒழிய அவர்களது அறிவுக்குறைவன்று. தவறிக்கீழே விழுந்த பிள்ளைக்கு அரிவாள்மனை எதிரில் இருந்தால், எப்படி அதிகக் காயம் ஏற்படுமோ, அதுபோல் புராண இதிகாசக் கதைச் சேற்றில் விழுந்த நமது பண்டிதர்களுக்கு, இயற்கை வாசனை அறிவால் ஏற்படக்கூடிய பகுத்தறிவையும் பாழ்படுத்தித் தக்க வண்ணம் மூடநம்பிக்கைச் சமயங்கள் என்னும் நச்சரவங்கள் அவர்களைக் கரையேறாதபடிச் சுற்றிக்கொண்டுள்ளன.

(16) வள்ளுவர் அறிவைக் கொண்டு ஒரு நூல் (குறள்) எழுதினார் என்பதல்லாமல் அதில் பகுத்தறிவைப் பயன்படுத்தினார் என்று சொல்வதற்கில்லை. அதில் மூடநம்பிக்கை, பெண் அடிமை, ஆரியம் ஆகியவை நல்ல வண்ணம் புகுத்தப்பெற்றுள்ளன.

குறிப்பு: பெரியார் சொல்கிறார் என்று நாம் ஏற்றுக் கொள்கின்றோம். அவர் கூறியவை எவற்றையும் மறுத்துச் சொல்ல முடியாது. அவற்றை சிந்திக்கலாம். இயன்றவரைப் பின்பற்றலாம் என்றாலும் என் மனத்தில் எழுந்தவற்றையும் உங்கள் முன் வைக்கிறேன்.

(1) பாடத்திட்டத்தில் சமய இலக்கியங்கள், புராணங்கள், சாத்திர நூல்கள் சேர்க்கப் பெற்றுள்ளன. அந்நூல்களைக் கற்பிக்கும் போது புலவர்கள் தத்தம் அறிவுநிலைகேற்ப திறனாய்வு முறையில் ஏதோ சில கருத்துகளைக் கூறலாமேயன்றி பகுத்தறிவு நோக்கில் பிரச்சாரமுறையில் வகுப்பறையைப் பயன்படுத்தலாகாது. பல்கலைக்கழக விதிகள் ஆசிரியர்க்குரிய விதிகள் இவற்றிற்குட்பட்டே தம் கடமையைச் செய்ய வேண்டும்.

(2) கடவுள், சமய நம்பிக்கையுள்ளவர்களால் எழுதப்பெற்ற நூல்கள் பாடநூல்களாக உள்ளன. அவற்றைப் பயிற்றும் போது அவற்றிலுள்ள கருத்துகளை விளக்கலாம்; புதிய பார்வையில் சிந்திக்க மாணாக்கர்களைத் தூண்டலாம்.

(3) அய்யா அவர்கள் நினைக்கிறபடி அனைத்தையும் விஞ்ஞானத்திற்குக் கீழ் கொண்டு வரமுடியாது. விஞ்ஞானக் கருத்துக்கள் கொண்ட நூல்கள்[32] பாடநூல்களாக அமைந்தால்[33] அவற்றை அவர்கள் விருப்பத்துடன் நோக்குவதில்லை.

(4) நானும் நான்கைந்து தலைமுறைகளாக ஆசிரியர்களுடன் நெருங்கிப்பழகுபவன். பெரும்பாலோருக்குக் கற்கும் விருப்பமே இருப்பதில்லை. புத்தம் புதிய நூல்களைப் படைக்க வேண்டும் என்ற உந்தும் ஆற்றல்' அவர்களிடம் நான் காண்பதில்லை. அவர்கள் பணியாற்றும் முறையும் அறிஞர் மனத்திற்கு உகந்ததாக இல்லை.

8. இலக்கியம்

'இலக்கியம்' என்ற பெயருக்குத் தகுதியான நூல்களை அறிஞர்கள் தாம் இயற்ற முடியும். பண்டைக்காலம் முதல் இலக்கிய ஆசிரியர்கள் பலவகையான சிறப்புகளையும் அறிவாற்றலையும் உடையவர்களாகத் திகழ்ந்தனர். எவரும் நூலியற்றல் என்பது இயலாத செயல். அறிவால் நிரம்பியவர் மிகச் சிறு தொகையினரேயாவர்.

**ஆர்த்தசபை நூற்றொருவர் ஆயிரத்தொன் றாம்புலவர்
வார்த்தைபதி னாயிரத் தொருவர்[34]**

என்ற வெண்பாப் பகுதியால் அறியலாம். எந்த நூலைப் படித்த பிறகு மீண்டும் மீண்டும் படிக்க வேண்டும் என்ற வேட்கை எழுகின்றதோ அதுதான் இலக்கியம்.

தந்தை பெரியார் அவர்கள் இலக்கியத்தைப் பற்றிக் கொண்டிருக்கும் கருத்துக்கள் தனித்தன்மை வாய்ந்தவை. அவர்கள் இலக்கியம் பகுத்தறிவுக் கொத்ததாக இருத்தல் வேண்டும் என்று விழைகின்றார். இன்று நிலைபெற்றுள்ள இலக்கியங்கள் அனைத்தையும் கடிகின்றார். இலக்கியம் பற்றி அவருடைய சிந்தனைகளைக் காண்போம்.

(1) மதம், கடவுள் சம்பந்தமற்ற இலக்கியம், யாவருக்கும் பொதுவாக இயற்கை ஞானத்தைப் பற்றிய இலக்கியம், யாவரும் மறக்கமுடியாத விஞ்ஞானத்தைப் பற்றிய இலக்கியம் ஆகியவை மூலம்தான் ஒரு மொழியும் அதன் இலக்கியங்களும் மேன்மையடைய முடியும் என்பது மாத்திரமல்லாமல் அதைக் கையாளும் மக்களும் ஞானமுடையவராவார்கள்.

(2) தமிழர்களுக்கு மொழி சம்பந்தமான இலக்கியம் தொல் காப்பியத்தைத் தவிர, வேறு ஒன்றும் இருந்ததாகத் தெரியவில்லை. வேறு ஒன்றும் ஆதியில் இருந்ததாகக் காணப்படவில்லை. தமிழர்களுக்கு இன்று காணப்படும்

இலக்கியங்களும் ஆரியச் சார்பு உடையனவாக உள்ளனவே தவிர சுத்தத்தமிழாகக் காணக்கிடைப்பதில்லை.

(3) இலக்கியம் என்பது நாகரிகத்தைப் புகட்ட வேண்டும். மக்களின் உயர்குணங்களைப் புகுத்துவதாக இருக்க வேண்டும். ஆனால் ஆண்களுக்குப் பெண்களை அடிமைபடுத்த வேண்டும் என்பதற்கே இலக்கியங்கள் இயற்றப்பெற்றுள்ளன. இதனால் தான் பெண்கள் சமுதாயம் தலையெடுக்கவே முடியாது போய்விட்டது.

(4) இனிமேல் தான் நமக்காக இலக்கியம் தோன்ற வேண்டும். அதில் இந்து மதம், ஆத்திகம், ஆரியம் ஆகிய மூன்றும் இருக்கக் கூடாது. அறிவு, ஒழுக்கம், விஞ்ஞானம் இவைதாம் இருக்க வேண்டும். அறிவு, ஒழுக்கம் விஞ்ஞானம் ஆராய்ச்சி என்றால் அவை நம்நாட்டில் நாத்திகம், மதவெறுப்பு என்றாக்கப் பட்டு விட்டது. அதனாலேயே நம் நாட்டில் பயன்படும் இலக்கியம் இல்லை என்பதோடு தோன்றவும் இல்லை.[35]

(5) இலக்கியம் எதற்காக? இலக்கியம் எப்படி இருக்க வேண்டும்! எப்படிப்பட்டதை இலக்கியம் என்று சொல்லாம்? அது எதற்காக இருக்க வேண்டும்? என்பவை பற்றிச் சிந்தித்தால் உலகில் எல்லாம் எல்லாத்துறைகளும் மனிதனின் உயர்வாழ்க்கைக்கு மட்டிலும் அல்ல; மனிதர் சமுதாய வளர்ச்சிக்கும் ஏற்றதாக இருக்கவேண்டும் என்பது எனது கருத்து.

(6) பள்ளிகளிலும் கல்லூரிகளிலும் மாணாக்கர்கட்குத் தமிழ் இலக்கியத்திற்கு நூல்கள் எவை? கம்பராமாயணம், வில்லி பாரதம், பாகவதம் பெரிய புராணம், தேவாரம், திவ்விய பிரபந்தம் போன்ற மதத் தத்துவங்களையும், ஆரிய மதத்தத்துவம் என்னும் ஒரு தனிப்பட்ட வகுப்பின் உயர்வைப் போதித்து மக்களை மானமற்றவர்களாக்கும் ஆபாசக் களஞ்சியங்களும் அல்லாமல் வேறு இலக்கியங்கள் காணப்பெறுகின்றனவா? பண்டிதர்களுக்கு உலக ஞானத்தைவிடப் புராணஞானத்தானே அதிகமாக இருக்கின்றது?

(7) கம்பராமாயணம் அரிய இலக்கியம் என்று சொல்லுகிறார்களே. இருந்து என்ன பயன்? ஒருவன் எவ்வளவுநாள் பட்டினி கிடந்தாலும் மலத்திலிருந்து அரிசி பொறுக்குவானா? அதுபோலத்தானே கம்பராமாயண

இலக்கியம் உள்ளது? அதில் தமிழ் மக்களை எவ்வளவு இழிவாகக் குறிப்பிடப் பெற்றுள்ளது? சுயமரியாதையை விரும்புகிறவன் எப்படிக் கம்பராமாயண இலக்கியத்தைப் படிப்பான்? இன்று கம்பராமாயணத்தால் தமிழ் மக்களுக்கு இலக்கியம் பரவிற்றா என நடுநிலையிலிருந்து யோசித்துப் பாருங்கள்.[36]

(8) கம்பராமாயணக் கதையை எடுத்துக் கொண்டால் வெறும் பொய்க்களஞ்சியம் அது. அதன் கற்பனையை எடுத்துக் கொண்டால் சிற்றின்ப சாகரம்.[37] அஃதாவது இஃது ஒரு காமத்துப் பால் என்றுதான் சொல்லலாம். நடப்பை எடுத்துக்கொண்டால் காட்டுமிராண்டித்தனத்தில் உருவம். இவற்றில் இன்றைய அநுபவத்திற்கு அறிவு உலகப் போக்கிற்கு, வளர்ச்சிக்குப் பயன்படக்கூடியவை என்பதாக என்ன காணமுடிகிறன?

(9) நமது நாட்டுக்குத் தெளிவான உண்மையான வரலாறே இல்லை; வரலாறு எழுதப்புகுந்தவர்கள் எல்லாம் பார்ப்பனர்கள். நமது வரலாறு மட்டும் உண்மையாகக் கிடைத்து இருக்குமேயானால் இவ்வளவு மோசம் ஏற்பட்டு இருக்காது. வரலாற்றினைக் கூறினால் படித்தால் உணர்ச்சி உண்டு பண்ணும்படியான நிலையில் நமக்கு வரலாறே இல்லை.

(10) தமிழனுக்கு இலக்கியம் என்று சொல்லுவதற்குத் தனித் தமிழ் இலக்கியம் எதுவும் கிடையாது. தமிழில் ஆரியம் கலந்த இலக்கியமே இருக்கின்றன.[38]

இலக்கியங்கள்: இவ்வளவு கடுமையாகச் சிந்தித்த தந்தையவர்கள் இரண்டு இலக்கியங்களையும் குறிப்பிடுகிறார்கள் அவை:

1. குறள்:

மேலே குறளைப்பற்றிச் சற்றுக்குறைவாகப் பேசியதைக் குறிப்பிட்டேன். ஈண்டு அதை மிகப் பெருமையாகப் பேசுகின்றார்கள். அவற்றுள் சில சிந்தனைகள்.

(1) அறிவால் உய்த்துணர்ந்து ஒப்புக்கொள்ளக்கூடியனவும் இயற்கையோடு விஞ்ஞானத்துக்கு ஒப்ப இயைந்திருக்கக் கூடியனவும் ஆன கருத்துகளையே கொண்டு இயங்குகிறது வள்ளுவர் குறள்.

(2) குறளை ஊன்றிப் படிப்பவர்கள் எல்லோரும் நிச்சயம் சுயமரியாதை உணர்ச்சி பெறுவார்கள். அரசியல், சமூக அறிவு, பொருளாதார அறிவு ஆகிய அனைத்துத் அதில் அடங்கியுள்ளன.

(3) மனிதச் சமுதாயத்திற்கே நல்வழிகாட்டி நன்னெறியூட்டி நற்பண்புகளையும் ஒழுக்கங்களையும் கற்பிக்கும் வகையில் எழுதப்பெற்ற நூல்தான் திருக்குறள். எனவேதான் எல்லா மக்களும் எல்லா தத்தவரும் "எங்கள் குறள், எங்கள் மதக்கருத்தை ஒப்புக்கொள்ளும் குறள்" என்றெல்லாம் அதனைப் போற்றி வருகின்றனர்.

(4) வள்ளுவரையும் நாம் ஒரு மனிதராக மதித்தே மக்களிடையே காணப்படும் இழிவுநீங்கி மனிதத்தன்மை வளர்ந்தோங்க வேண்டும் என்ற கருத்தோடு பாடுபட்ட ஒரு பெரியாராக மதித்தே நாம் குறளை ஒப்புக்கொள்ளுகிறோமே ஒழிய அதை நாம் கடவுள் வாக்காகவோ, அசரீரி வாக்காகவோ ஏற்றுக்கொள்ளவில்லை.

(5) நீங்கள் என்ன சமயத்தார் என்று கேட்டால் 'வள்ளுவர் சமயத்தார்' என்று சொல்லுங்கள்; உங்கள் நெறி என்ன என்றால் 'குறள் நெறி' என்று கூறுங்கள்; அப்படிச் சொன்னால் எந்தப் பிற்போக்குவாதியும் எப்படிப்பட்ட சூழ்ச்சிக்காரரும் எதிர்நிற்கமாட்டார்; யாரும் குறளை மறுக்கமுடியாததே இதற்குக் காரணம்.

(6) குறளாசிரியர் கடவுளையும் மோட்சநரகத்தையும் ஒத்துக்கொள்ளவில்லை. குறளில் அறம், பொருள், இன்பம் என்ற அளவில் காணமுடியுமே தவிர வீடு மோட்சம் பற்றி அவர் கூறியிருப்பதாக இல்லை. கடவுள் வாழ்த்து என்ற ஓர் அதிகாரம் இருக்கிறது. அதில் உருவ வணக்கக் கொள்கை இடம் பெற வில்லை. 'கடவுள்' என்ற சொல்லே கடவுள் வாழ்த்து அதிகாரத்தில் இடம் பெறவில்லை. வள்ளுவர் கடவுள் வாழ்த்து பாடியிருப்பதெல்லாம் ஒவ்வொரு நற்குணங்களை வைத்து, அந்தப்படியே நடக்க வேண்டும் என்பதற்காகவே பத்துப் பாட்டிலும் பத்து விதமான குணங்களைக் கூறினார்..... மனிதன் எப்படியிருக்க வேண்டும் என்பதைக் காட்டுவதற்காகத்தான் வாழ்வின் வகையை, நிலையை உணர்த்துவதற்காகத்தான் எட்டு, ஒன்பது கருத்துக்களை வைத்து வள்ளுவர் கடவுள் வாழ்த்து கூறியுள்ளார்.

(7) அறிவு பெற்றவன் அறிவையே முதன்மையாகக் கொண்டவன்; ஆலோசித்துப் பார்க்கும் ஆராய்ச்சி தன்மை கொண்டவன் எவனும் குறளை மதித்தே தீருவான்; குறளைப் பாராட்டியே தீருவான்; சிறிதாவது பின்பற்றிக் குறளை வழிகாட்டியாய்க் கொண்டே தீருவான்.

(8) குறள் பக்தி நூலல்ல; கடவுளைக் காட்டும் எந்தவிதமான மத நூலல்ல; மதப்பிரச்சாரம் செய்யும் மதக்கோட்பாட்டு நூல் அல்ல... உண்மையான ஒழுக்கத்தை அதாவது யாவருக்கும் பொருந்தும் சமத்துவமான ஒழுக்கத்தைப் போதிப்பதாக இருக்கிறது குறள்.

(9) குறள் வெறும் ஒழுக்கத்தையும் வாழ்க்கைக்கு வேண்டிய அனுபவப்பூர்வமான பிரத்தியட்ச வழியையும் கொண்டதாகும்.

(10) குறள் ஓர் அறிவுக்களஞ்சியம். பகுத்தறிவு மணிகளால் கோக்கப் பெற்ற நூல் திருக்குறள். பார்ப்பனரின் பித்தலாட்டங்களை வெளியாக்குவதற்கென்றே எழுதப்பெற்ற நூல். ஆகவே வள்ளுவர் ஒரு பகுத்தறிவுவாதியாக இருந்திருக்க வேண்டும். நூலின் ஒவ்வொரு செய்யுளும் பார்ப்பனர்களின் அயோக்கியத் தன்மையை விளக்குகின்றது.

இங்ஙனம் குறளைப்பற்றி ஏராளமான கருத்துகளைக் கூறுகின்றார். விரிவஞ்சி அவை தவிர்க்கப்பெறுகின்றன.

2. சிலப்பதிகாரம்:

தமிழ்நாட்டுக் கதையை துறவுநிலையிலுள்ள தமிழரால் எழுதப்பெற்றது. இதனைப்பற்றிப் பெரியாரின் சிந்தனைகள்:

(1) தமிழ்ப்புலவர்கள் மிகச்சிறப்பான இலக்கியம் என்று சொல்லக்கூடிய சிலப்பதிகாரத்தில் ‘மாமுது பார்ப்பான் மறைவழிகாட்டத் தீவலம் சுற்றி’ என்று வருவது பார்ப்பான் வந்தபின் இயற்றிய இலக்கியம் என்பதற்குச் சான்றாகும். தமிழ் இலக்கியங்கள் யாவும் பார்ப்பான் வந்தபின் இயற்றப்பட்டனவேயாகும். தமிழனுக்கென்று தனித்த இலக்கியம் தமிழில் ஒன்றுகூட இல்லை.

(2) சிலப்பதிகாரக் கதையில் ஒரு பெண்ணைப் பதிவிரதையாக்க வேண்டும் என்பதற்காக உலகத்திலுள்ள முட்டாள் தனத்தையெல்லாம் கொண்டுவந்து புகுத்தியிருக்கிறான். சாமி மட்டுமல்ல, பார்ப்பான், பேய்,

பிசாசு இவை வந்துள்ளன. அரசனை முட்டாளாக்கியுள்ளன. பசுமாடு, பார்ப்பான் இவர்களை நீக்கிவிட்டு நாடு பூராவும் தீயில் எரியவேண்டும் என்று சாபம் இட்டிருக்கின்றாள் (கண்ணகி), இதனால் எல்லாம் நம் தாய்மார்கள் கடைப்பிடிக்க வேண்டிய ஒழுக்கம் என்ன இருக்கிறது?

(3) ஆணுக்கு ஒரு நீதியும் பெண்ணுக்கு ஒரு நீதியும் வழங்கப் படுவது பார்ப்பனமுறை. ஆணுக்கு உள்ள சுதந்திரம் பெண்ணுக்கு இல்லை என்பதும், பெண்ணுக்கு உள்ள கட்டுப்பாட்டைப் போல் ஆணுக்கு இல்லை என்பதும் பார்ப்பனர்களின் நாகரிகமுறை அதைச் சித்திரிப்பதே சிலப்பதிகாரம்.

(4) சிலப்பதிகாரம் விபசாரத்தனத்தில் தொடங்கி, பத்தினித்தனத்தில் வளர்ந்து முட்டாள்தனத்தில் மூடநம்பிக்கையில் முடிந்த கருவூலமாகும்.

(5) சீவகசிந்தாமணி, மணிமேகலை சிலப்பதிகாரம் என்ற இலக்கியங்களில் உள்ளவை எல்லாம் கற்பனை (புளுகு). அதிலிருந்து மக்கள் அறிவு வளர்ச்சியோ, ஒழுக்கமோ, நீதியோ கற்றுக்கொள்ளுகிற மாதிரி இல்லை. அவை கற்பனைப் புளுகுக்கு, இலக்கியச் சிறப்பு வாய்ந்தனவாக இருக்கலாம். அவை புலமைக்குத் தான் பயன்படும். அறிவு ஒழுக்கத்திற்கான சங்கதி அதில் இல்லை.

அன்பர்களே, இதுகாறும் நாம் பெரியார் அவர்களின் கருத்துப்படி இலக்கியம் பயனைக் கருதித்தான் இருக்கவேண்டும் அல்லது நீதியைக் கருதியாவது, ஒழுக்கத்தைக் கருதியாவது இருக்க வேண்டும் என்று அறிகின்றோம். சுருக்கமாகச் சொன்னால் உலகாயதத்தைக் கருதியே அவர் நோக்கம் அமைவதாக உள்ளது எனலாம். இத்துடன் இன்றைய பொழிவு நிறைவு செய்வதற்குமுன் பெரியார் அவர்களைப் பற்றி அறிஞர் கருத்துகளை உங்கள் முன் வைக்க நினைக்கிறேன்.

9. பெரியார் பற்றி அறிஞர்கள்

(1) "நாய்க்கர் பேச்சில் கருத்துச் செலுத்திய பின்னர் அவர் தமிழ்நாட்டுக் காளமேகமானார். நாய்க்கர் பேச்சு மழையாகும்; கனமழையாகும்; கல்மழையாகும்; மழை மூன்று மணி நேரம், நான்கு மணி நேரம் பொழியும்" தனக்கென வாழாப்

பிறர்க்குரியாளன்" - கருத்து வேற்றுமைக்கு மதிப்பளிப்பவர்" - திரு.வி.க

(2) எங்கெங்கே தமிழ் உணர்ச்சி தவழ்கின்றதோ, எங்கெங்கே சமுதாயச் சீர்த்திருத்தம் பேசப்படுகின்றதோ எந்தெந்த இடத்தில் புரட்சி வாடை வீசுகின்றதோ அங்கங்கெல்லாம் ஈவேராவின் பெயர் ஒளி வீசிச் திகழ்கின்றது. - சர்.ஏ. இராமசாமி முதலியார். (1928)

(3) "செய்கையில் உண்மை - நீதியை நிலைநாட்டுவதில் அடங்கா ஆர்வம் - சிறிதும் தன்னலம் என்பதே இல்லாத வாழ்க்கை - இவையே ஒரு மனிதனைச் சிறந்தவனாக ஆக்கக் கூடியவை. இவையனைத்தும் உருண்டு திரண்டுத் திகழும் ஒரு மாமனிதர் ஈ.வே.ரா. - சர். ஆர்.கே. சண்முகம் செட்டியார். (1933)

(4) "சமூக சீர்த்திருத்தத் துறையில் பலர் அநேக ஆண்டு பாடுபட்டுப் பயன் பெறாமற்போன வேலையை இவர் (ஈவேரா) சில ஆண்டுகளில் பயன் அளிக்குமாறு செய்துவிட்டார்" - பனகல் அரசர் (1928)

(5) துணிவு, தியாகம், வேலையை அனுபவத்திற்குக் கொண்டு வருதல் என்ற மூன்று குணங்களமைந்த ஒருவரைத் தென்னிந்தியா முழுவதும் தேடினாலும் நமது நாய்க்கரைத் தவிர வேறு யாரையும் கண்டுபிடிக்கமுடியாது. - சர்.கே.வி. ரெட்டிநாயுடு (1928)

(6) திருநாய்க்கரிடத்திலுள்ள சிறப்பான குணம் மனத்திற்படும் உண்மையை ஒளிக்காமல் சொல்லுவதுதான். தமிழ்நாட்டின் எல்லா தலைவர்களையும்விட பெரிய தியாகி ஆவார் - கப்பலோட்டிய தமிழர் வ.உ. சிதம்பரம்பிள்ளை (1928)

(7) "வைக்கம் வீரர் ஒரு மனிதரல்ல; அவர் எனக்கு ஒரு கொள்கையாகவே தேன்றுகிறார்" திரு. எஸ்.இராமநாதன், எம்.ஏ., பி.எல்., முன்னால் அமைச்சர் (1930)

(8) "தமக்குச் சரியென்று பட்டதை வற்புறுத்துபவர். சமூக சீர்திருத்தமே தோழர் நாய்க்கர் அவர்கள் கொள்கையின் உயிர் நாடி சுயமரியாதை இயக்கத்தை மக்களிடையே வேரூன்றச் செய்தவர்" - டாக்டர்.பி. சுப்பராயன்,முன்னாள் முதலமைச்சர் அவர்கள் (1928)

(9) “தமக்கு நியாயமென்றுபட்ட கருத்துகளை அஞ்சாது வெளியிடுவதில் திரு நாயக்கரவர்கள் முதலிடம் பெற்றவர் என்பதை ஒருவரும் மறுக்க முடியாது. சமய - சமூக - அரசியல் துறைகளில் திரு நாயக்கர் செய்துள்ள தியாகமும் சேவையும் அவர்பட்டுள்ள சிரமங்களும் இந்நாட்டின் ஒரு நாளும் மறக்க முடியாது” டாக்டர். பி. வரதராஜுலு நாயுடு ஆசிரியர் தமிழ்நாடு *(1934)*

(10) “நமது பெரியார் அவர்கள் ஒரு மகாத்மா அல்லர். ஆனால் தாம் நினைத்ததைச் சாதிக்கும் ஒரு நேர்மைவாதி. அவருடைய அபிப்பிராயங்கள் ஆணித்தரமானவை. நேர்மையான வழியில் பாடுபடுவார். காங்கிரசுகாரருக்கு வார்தா எப்படியோ திராவிடருக்கு அப்படி ஈரோடு. அவர்கள் வார்தா போவது போல் நாம் அறிவுரை கேட்க ஈரோடு வருகிறோம். பெரியார் தமிழ் நாட்டின் உண்மைக் களஞ்சியம்! - சர். ஏ.டி. பன்னீர்செல்வம், பார். அட்லா *(1938)*

(11) “ஈ.வே. இராமசாமி நாயக்கர் அவர்கள் வெகுவாக மதிக்கபடுகின்ற ஒரு பார்ப்பனரல்லாத தலைவர். தமிழ் நாட்டைத் தனியாகப் பிரித்துவிடவேண்டுமென்று வெளிப்படையாகவே சொல்லிவருகிறார். பாகிஸ்தானத்தில் முதல் அமைச்சராக இருப்பதோடு ஜின்னாவிற்கு எவ்வளவு உரிமை உண்டோ அவ்வளவு உரிமை தமிழ்நாட்டின் தனி ஆட்சியில் இராமசாமி நாயக்கருக்கு உண்டு” - சர்.சி.பி. இராமசாமி அய்யா அவர்கள், திருவாங்கூர் முன்னாள் திவான் *(1945)*

(12) பொதுமக்களுக்குப் பெரியார் செய்த தொண்டு மிகப் பெரியது. யாகத்தின் பெயரால் பசுக்கொலை முதலிய கேடுகளைச் செய்தவர்களை எதிர்க்கப் புத்தர் பெருமான் தோன்றினார். தமிழையும் தமிழரையும் அடிமைப்படுத்தி வரும் சுயநலக்கூட்டத்தை எதிர்க்கப் பெரியார் அவதரித்துள்ளார். அவர் இல்லாவிடில் நாம் மிகக் கீழான நிலையில், நம்மை வெட்கமில்லாமல் சூத்திரன்’ என்று அழைத்துக் கொள்வதில் பெருமை கொள்ளும் பேதைமையில் இருந்திருப்போம். - முதுபெரும்புலவர் அ.வரதநஞ்சைப்பிள்ளை அவர்கள் *(1944)*[39]

(13) “உள்ளொன்று வைத்துப் புறமொன்று பேசும் போலிப் பெரியார் வரிசையில் சேராதவர். எண்ணிய எண்ணியாங்கு எய்தும் திண்ணிய முயற்சியுடையார். பொது

நலமொன்றையே பேணித் தம் உள்ளத்தால் பொய்யாதொழுகும் நேர்மையாளர். தனக்கென வாழாப் பிறர்க்குரியாளர்: தமிழரின் தன்மானக்குரல், புத்துணர்ச்சி, உள்ளக் கொதிப்பு, முன்னேற்றம் எல்லாவற்றிற்கும் பெரியார்தான் காரணம். - பசுமலை நாவலர் ச. சோமசுந்தரபாரதியார், எம்.ஏ., பி.எல்., *(1942)*

(14) திரு. ஈ.வே. இராம்சாமி அச்சம் என்பதையே அறியாத சமுதாய சீர்திருத்தவாதி. அந்தக் காலத்திலேயே 'திராவிடநாடு திராவிடருக்கே" என்று முதன் முதலாக முழங்கியவர். - டாக்டர் ஏ. கிருஷ்ணசாமி எம்.பி.டி., பார். அட்லா. ஆசிரியர் லிபரேட்டர்

(5) தமக்கென வாழாது பிறர்க்கே வாழவேண்டுமென்பது பண்டைத் தமிழரின் உயரிய கருத்தாகும். இச்சீரிய கருத்தைத் தம் வாழ்நாட்களில் கொண்டு அதன்படி எல்லியும் காலையும் தூய தொண்டாற்றி மக்கள் அனைவரும் மாயவலையில் சிக்காதபடி, உண்மை அறிவு கொளுத்தி பிறப்பொக்கும்' என்னும் தூயமொழியை இம்மாநிலத்தில் நிலைநாடிய பேரறிஞருள் ஈவே. இராமசாமி முதல்வர். - காஞ்சி பரவஸ்து இராசகோபாலாச்சாரியார் பி.ஏ., *(1939)*

(16) சுயமரியாதை உணர்ச்சியைத் தமிழ்நாட்டில் துவக்கி விட்டவர் நாயக்கர் ஆவார். பார்ப்பனரல்லாத இயக்கத்திற்குப் புத்துயிர் அளித்த பெருமையும் அவருக்கே உரியது. இன்று இந்தியா முழுவதும் இந்த இயக்கம் கொண்டாடப் பெறுகின்றது. இம்மகத்தான பெருமைக்கு அருகர் நாயக்கரே. - ரசிகமணி டி.கே. சிதம்பரநாத முதலியார். பி.ஏ.பில்., *(1929)*

(17) தோழர் இராமசாமி நாயக்கர் அவர்கள் கபடமற்றவர். மனத்தில் நினைப்பதைப் பேசியும், பேசியவாறே செய்தும் காட்டுபவர். - திவான் பகதூர் எஸ். குமாரசாமி ரெட்டியார், முன்னால் அமைச்சர் *(1928)*

(18) 'மனச்சாட்சிக்கும் தொண்டுக்கும்' பக்தரான நாயக்கரை 'நாஸ்திகன்' என்று கூறும் அன்பர்கள் நாஸ்திகம் யாது என்றே தெரிந்து கொள்ளவில்லை என்றே சொல்லுவேன். அநீதியை எதிர்க்கத் திறமையும், தைரியமும் அற்ற ஏழைகளாய்ச் சொரணையற்றுக் கிடந்த தமிழர்களின் உள்ளத்தை, அடி தெரியும்படி கலக்கிய பிரம்மாண்ட பாக்கியம், நாயக்கரைப் பெரிதும் சேர்ந்ததாகும். அப்பப்பா! நாயக்கரின் அழகுப் பிரசங்கத்தை, ஆணித்தரமான சொற்களை, அணி அணியாய்

அலங்காரம் செய்யும் உவமானங்களை, உபகதைகளை, அவரது கொச்சை வார்த்தை உச்சரிப்பை, அவரது வர்ணணையை, உடல் துடிப்பைப் பார்க்கவும் கேட்கவும், வெகுதூரத்திலிருந்து மக்கள் வண்டுகள் மொய்ப்பது போல் வந்து மொய்ப்பார்கள். அவர் இயற்கையின் புதல்வர்! மண்ணை மணந்த மணாளா! மண்ணோடு மண்ணாய் உழலும் மாந்தர்களுக்கு நாயக்கரின் பிரசங்கம் ஆகாயகங்கையின் பிரவாகம் என்பதில் சந்தேகம் இல்லை. செய்யவேண்டும் என்று தோன்றியதைப் போல், தமிழ் நாட்டில் வேறு எவரிடமும் காணப்பெறுவதில்லை. தமிழ் நாட்டின் வருங்காலப் பெருமைக்கு நாயக்கர் அவர்கள் முன்னோடும் பிள்ளை, தூதுவன்." - வ.ரா. 1933இல் 'காந்தி' இதழில் எழுதியது.

(19) சாதாரணமாக இராமசாமியாருடைய பிரசங்கங்கள் மூன்று மணி நேரத்திற்குக் குறைவது கிடையாது. இந்த அம்சத்தில் தென்னாட்டு இராமசாமியார் வடநாட்டுப் பண்டித் மாளவியாவை ஒத்தவராவார். ஆனால் இருவருக்கும் ஒரு பெரிய வித்தியாசம் உண்டு. பண்டிதரின் பிரசங்கத்தை அரைமணி நேரத்திற்கு மேல் என்னால் உட்கார்ந்து கேட்கமுடியாது... இராமசாமியார் தமது பேச்சை எவ்வளவுதான் நீட்டினாலும் அவருடைய பேச்சில் அலுப்புத் தோன்றுவதே இல்லை. அவ்வளவு ஏன்? தமிழ் நாட்டில் இராமசாமியாரின் பிரசங்கம் ஒன்று மட்டும்தான் என்னால் மூன்று மணி நேரம் உட்கார்ந்து கேட்கமுடியும் என்று தயங்காமல் கூறுவேன். அவர் உலக அனுபவம் என்னும் கலாசாலையில் முற்றுணர்ந்த பேராசிரியர் என்பதில் சந்தேகமில்லை. எங்கிருந்துதான் அவருக்கு அந்தப் பழமொழிகளும், உபமானங்களும், கதைகளும், கற்பனைகளும் கிடைக்கின்றனவோ நானறியேன்.

தாம் உபயோகிக்கும் கடும் சொற்கள் எல்லாம் செந்தமிழ்ச் சொற்கள் தாமாவென்று நாயக்கர் சிந்திப்பதில்லை. எழுவாய் பயனில்லைகள், ஒருமை பன்மைகள், வேற்றுமையுருபுகள் முதலியவை பற்றியும் கவலைப்படுவதில்லை. ஆனால் தாம் சொல்லிவரும் விஷயங்களை மக்களின் மனத்தைக் கவரும் முறையில் சொல்லும் வித்தையை அவர் நன்கறிவார். அவர் கூறும் உதாரணங்களின் சிறப்பையோ சொல்லவேண்டுவதில்லை.

இராமசாமியாரின் பிரசங்கம் பாமர மக்களுக்கே உரியது என்று சிலர் சொல்லக் கேட்டிருக்கின்றேன். பாமர மக்களை

வசப்படுத்தும் ஆற்றல், தமிழ்நாட்டில் வேறெவரையும் விட அவருக்கு அதிகம் உண்டு என்பதில் சந்தேகமில்லை. ஆனால் இதிலிருந்து அவருடைய பிரசங்கம் படித்தவர்களுக்குச் சுவைக்காது என்று முடிவு செய்தல் பெருந்தவறாகும். என்னைப் போன்ற அரைகுறைப் படிப்பாளர்களேயன்றி,[40] முழுதும் படித்துத் தேர்ந்த பி.ஏ., எம்.ஏ., பட்டதாரிகளும் கூட அவருடைய பிரசங்கங்களைக் கேட்டு மகிழ்ந்திருக்கிறார்கள். அவருடைய விவாதத் திறமை அபாரமானது. “இவர் மட்டும் வக்கீலாக வந்திருந்தால் நாமெல்லாம் ஓடு எடுத்துக்கொள்ள வேண்டியது தான்” என்று ஒரு பிரபல வக்கீல் மற்றொரு வக்கீல் நண்பரிடம் கூறியதை நான் ஒரு சமயம் கேட்டதுண்டு... உபயோகமற்ற வாதங்களும் அவர் வாயில் உயிர்பெற்று விளங்கும். இதற்கு ஓர் உதாரணம். அந்தக் காலத்தில் நாயக்கர் அவர்கள் மாறுதல் வேண்டாதவராக விளங்கியபோது, சட்டசபைப் பிரவேசித்துக்கு விரோதமாகப் பலபிரசங்கள் புரிந்தார். அப்போது அவர் கூறிய வாதங்களில் ஒன்று சட்டசபைப் பிரவேசத்தினால் வீண் பணச்செலவு நேரும் என்பது.

ஒரு ஜில்லாவில் சுமார் 30,000 வாக்காளர்கள் இருப்பார்கள். அபேட்சகராக நிற்பவர் இவர்களுக்கு 30,000 ‘கார்டாவது’ போட வேண்டும். தபால் துறைக்கு இதனால் நல்ல வருவாய். இத்துடன் போதாது. இந்த அபேட்சகர் இறந்து விட்டதாக எதிர் அபேட்சகர் ஒருவதந்தியைக் கிளப்பிவிடுவார். “நான் இறக்கவில்லை உயிருடன்தான் இருக்கிறேன்” என்று மறுபடியும் 30,000 கார்டு போடவேண்டும்.

நாயக்கரின் இந்த வாதத்தில் அர்த்தமே இல்லை என்று சொல்ல வேண்டுவதில்லை.[41] அதுவும் எழுத்தில் பார்க்கும் போது வெறும் குதர்க்கமாகவே காணப்படுகிறது. ஆனால் அப்போது நாய்க்கரவர்கள் கூறும்போது நானும் இன்னும் 4000 மக்களும் ஒவ்வொரு வாக்கியத்துக்கு ஒருமுறை கொல்’ என்று சிரித்து மகிழ்ந்தோம். - கல்கி (1931இல் ‘ஆனந்த விகடன்’ இதழில் எழுதப்பட்டது.)

(20) ‘பர்னார்ட்ஷா’ தம் மனத்திற்பட்ட எதையும் பயப்படாமல் சொல்வார்; அறிவுக்கு சரியென்று தோன்றியதை வெளிப்படை யாகக் கூறுவார். எவருடைய போற்றுதலையும், தூற்றுதலையும் பொருட்படுத்தாமல் பேசிவிடுவார். இப்படித்தான் பெரியாரும் தமக்குச் சரி என்று தோன்றும்

எவ்வித புதுக்கருத்தாக இருந்தாலும் பிறருக்கு எப்படியிருக்கும் என்பதைச் சிறிதும் சிந்திக்காமல் மிகத் துணிவோடு கூறிவிடுவார். இவ்வகையில் இவரைத் தமிழ்நாட்டு பெர்னார்ட்ஷா என்று கூறலாம்.

உலகிலேயே ஒரே ஒரு சாக்டிடீஸ்; ஒரே ஒரு புத்தர்; ஒரே ஒரு மார்ட்டீன்லூதர்; ஒரே ஒரு அப்துல்லா; ஒரே ஒரு கெமால் பாட்சா; ஒரே ஒரு பார்னாட்ஷா; ஒரே ஒரு இராமசாமிப் பெரியார்தான் தோன்ற முடியும். - தமிழ்ப்பண்டிதர் சாமி - சிதம்பரனார் *(1939)*

(21) "பகுத்தறிவுத் தந்தை பெரியாரின் நாவன்மையும், எழுத்துவன்மையும் அபாரம். அது மட்டுமா? அஞ்சாமையை வெகுதிறமையுடன் ஆளும் திறமை பெற்றவர் பெரியார். எத்தனையோ மகத்தான காரியங்களைச் சாதித்திருக்கிறார். - நகைச்சுவை மன்னர் என்.எஸ்.கிருஷ்ணன் *(1947)*

இன்னும் பலர் தந்தையவர்களின் பெருமையைப் பேசியுள்ளனர். பிற மாநிலப்புகழ்களும் உண்டு.

அலர் காலத்தில் வாழ்ந்து அவரோடு பழகி அவர் கொள்கையைப் பரப்பும் நம்முடன் உள்ள நாரா. நாச்சியப்பன் பாடல்களில் சில:

சாதியால் மதத்தால் பார்ப்பான்
சாதியினால் சேர்ந்த இந்து
நீதியால் மூட பக்தி
நிறைவினால் கேட்டி ருக்கும்
போதிலே தன்மா னத்தைப்
புகட்டுதற் கென்று வந்த
சோதியாய்ப் ஈரோட் டண்ணல்
தோன்றினார் தமிழர் நாட்டில்.

ஆரியத்தின் வைரி யாகி
அதனாலாம் தீமை நீக்கப்
போரியக்கும் வீரன்! எங்கள்
பொன்னாட்டுத் தந்தை! மிக்க
சீரியற்றித் தமிழ கத்தார்
சிறப்புற வேதன் மானப்
பேரியக்கம் கண்டோனே! நல்ல
பெரியார்ஈ ரோட்டுத் தாத்தா![42]

முடிவுரை:

என் பேச்சுகளுக்கு மூல மனிதராக இருக்கும் நாயக்கர் வாழ்க்கைக் குறிப்புகளையும் அவரது தோற்றத்தைப் பற்றியும் இன்று விளக்கப்பெற்றது. மொழி பற்றிய தோற்றம் வரலாற்று அடிப்படையில் விளக்கப்பெற்றது. அடுத்து இதன் அடிப்படையில் எது தமிழ் என்பது தெளிவாக்கப் பெற்றது பலகால உழைப்புதான் மொழியாக அமைந்தது என்று சுட்டப்பெற்றது. மொழி ஆராய்ச்சியில் தெய்வக்கூறு பெரியரால் வெறுக்கப்பெற்றது என்றும், மூளையின் வளர்ச்சி காரணமாகத்தான் மொழி வளர்ந்தது என்றும் கூறி கிளியின் பேச்சில் மூளையின் கூறு செயற்படாததால் அதன் பேச்சு வெற்றொலியாகவே உள்ளது என்று சான்று காட்டி விளக்கப்பெற்றது. இவற்றின் அடிப்படையில் தந்தை பெரியாரின் மொழி பற்றிய சிந்தனைகள் நோக்கப் பெறுதல் வேண்டும் என்று சொல்லப்பெற்றது. தமிழ்க்கவிஞர்கள் தமிழ் மொழியைப் புகழ்வதுபோல் வேறு எந்தமொழிகளையும் அந்தந்த மொழிக் கவிஞர்கள் புகழவில்லை என்பது விளக்கப் பெற்றது. பெரியார் தமிழுக்கு ஆதரவு தருவதன் காரணம் விளக்கப்பெற்றது அவர்தம் வாய்மொழியாகவே. தமிழ் தலையெடுக்காமல் செய்தது அதன் இலக்கியங்கள் தாம் என்பது பெரியாரின் கருத்து என்பது சான்றுகளுடன் விளக்கப் பெற்றது. தமிழர் வாழ்வில் ஆங்கிலம் இன்றியமையாமையை தந்தையவர்கள் மிகவும் வற்புறுத்துகிறார்கள் என்பது தெளிவுறுத்தப் பெற்றது. அரசுதன் முரண்பட்ட கொள்கைளை மாற்றிக் கொள்ள வேண்டும் என்பதை என் கருத்தாகக் காட்டினேன். சம்ஸ்கிருதம் இருமொழிக் கல்வித்திட்டம் அமுலில் உள்ள தமிழ்நாட்டிற்குத் தேவை இல்லை என்பது சுட்டப் பெற்றது.[43]

பள்ளி, கல்லூரிக் கல்வித்திட்டத்தில் இந்தி இடம் பெறக் கூடாது என்று தந்தையவர்கள் பேச்சாலும் எழுத்தாலும் கையாண்ட எதிர்ப்பு பற்றி விவரங்களுடன் விளக்கப்பெற்றது. இந்தித் திணிப்பு பற்றிப் பெரியார் அவர்களின் சிந்தனைகள் காட்டப்பெற்றன. தமிழ் மொழியாராய்ச்சியில் தமிழே கேரளம், கர்நாடகம், ஆந்திரம் என்ற இடங்களில் பேசப்பெற்றது என்றும் இடவகையால் தமிழின் பெயரே மலையாளம், கன்னடம் தெலுங்கு என்பதாக வழங்கப்பெற்றது என்பது பெரியாரின் கருத்தாகும் என்றும் இது ஆராயத்தக்கது என்றும் காட்டப்பெற்றது. எழுத்துச் சீர்த்திருத்தமே தந்தையவர்கள்

தமிழ் எழுத்துவடிவ மாற்றத்தில் பெரும்பங்காகும் என்பது காட்டப்பெற்றது. இதுபற்றிய பெரியாரின் சிந்தனைகள் விவரம் விளக்கப் பெற்றது. அறிஞர் குழந்தைசாமியின் கருத்தும் தரப் பெற்றது. தமிழ்ப்புலவர்கள் பற்றி பெரியாருக்கு நல்ல அபிப்ராயம் இல்லை என்பதையும் காட்டினேன். இது பற்றி என் கருத்தையும் உங்கள் முன் வைத்தேன்.

இலக்கியம் பற்றி அய்யா அவர்கள் கம்பராமாயணம், சீவகசிந்தாமணி, சிலப்பதிகாரம் போன்றவற்றை ஒதுக்குவது உகந்த தாக இல்லையென்றும், பன்னெடுங்காலமாக தமிழர்களின் மரபுச்செல்வமாக வந்தவற்றை ஒதுக்கித்தள்ளுவது அறிவுடையன அல்ல என்றும், கம்பராமாயணத்தை 'காமத்துப்பால்' என்று சொல்லுவது பொருத்தமன்று என்றும் இலக்கியங்களில் வரும் நிகழ்ச்சிகள் சுவையின் பாற்படும் என்றும் விளக்கினேன். சவை இலக்கணத்தின்பால் அய்யா அவர்கள் தனிக் கருத்தினைச் செலுத்தவில்லை என்பது என் கருத்து என்று குறிப்பிட்டேன். திருக்குறளை விரிவாகப் போற்றும் அய்யா அவர்கள் சிலம்பு, சிந்தாமணி மேகலை போன்ற காவியங்களை வெறுப்பது விரும்பத்தக்கதன்று என்றும் குறிப்பிட்டேன். இங்ஙனமாக இன்றைய பொழிவு அமைந்தது.

கடந்த பல்லாண்டுகளாக சைவம், வைணவம், சமணம் பௌத்தம் போன்ற சமயங்களையும் இறைவனை அடிப்படை யாகக் கொண்ட பக்தி இலக்கியங்களையும் படித்தும் ஆய்ந்து எழுதியும் வந்த அடியேனுக்கு இறைமறுப்புக் கொள்கையே தமது குறிக்கோளாகக் கொண்ட தந்தை பெரியார் சிந்தனைகளைப் பேச வாய்ப்பு அளித்த டாக்டர் இரா. தாண்டவனுக்கும், பல்கலைக்கழகத்தினருக்கும் குறிப்பாகப் பெரியார் கொள்கையின் சார்பாக உள்ள துணைவேந்தர் டாக்டர் பொன். கோதண்டராமன் அவர்கட்கும் என் அன்பு கலந்த நன்றி என்றும் உரியது.

எண்பத்தைந்து அகவையைக் கடக்கும் நிலையிலுள்ள அடியேன் என்னுடைய கல்லூரி வாழ்க்கையில் (ஐந்து ஆண்டுகள்) தந்தையாரின் பேச்சை விருப்புடன் கேட்டவன்; அதன்பிறகு அவர் மறையும் வரையில் நெருங்கிப் பழகியவன். இந்த நீண்டகால அனுபவத்தில் என் மனம் தெளிவான நிலையில் உள்ளது; அநுபூதி நிலையை எட்டும் நிலையில் உள்ளது. இப்போது அடியேனுக்கு இராமாநுசர், இராமலிங்க

அடிகள், தாயுமான அடிகள், இராமகிருஷ்ண பரமஹம்சர், நால்வர்களில் குறிப்பாக நாவுக்கரசர், மணிவாசகர் ஆகியோருடன் தந்தை பெரியார் அவர்களும் சேர்கின்றார் என்பது என் கருத்து. அப்பர் சுவாமிகள், வள்ளலார் இவர்கள் படைப்பில் பெரியார் கருத்துகளைக் காணலாம். அண்மையில் திரு இராம. வீரப்பன் (எம்.ஜி.ஆர். கழகத் தலைவர்) 'வள்ளலார் மென்மையாகச் சொன்னவற்றையே பெரியார் வன்மையாகச் சொன்னார்' என்பது போன்ற கருத்தைக் கொண்டவன் அடியேன். இராமாநுசர் வாழ்வையும் தந்தை பெரியார் வாழ்வையும் இருவர்தம் கருத்துகளையும் ஒரு சேரவைத்து ஒப்பிடுங்கால் இருவரும் மானிட இனத்தின் மேம்பாட்டுக்காகப் பணியாற்றிய பெரியார்கள் என்பது எனக்குத் தெளிவாகின்றது. ஆகவே இராமநுசரே பெரியாராகப் பிறந்துள்ளாரோ - மறு அவதாரமோ என்று நினைக்கத்தோன்றுகிறது. பெரியாரும் தம் இறைமறுப்புக் கொள்கை மூலம் உருவமற்ற பரம்பொருளைக் *(Transendent Universal Reality)* கண்ட வர் என்பதாக எனக்குப் புலப்படுகின்றது. மக்கள் வழங்கும் கடவுளைப்பற்றிக் குறை கூறினாரேயன்றி தாம் மனத்தில் கொண்டுள்ள கடவுளைப்பற்றிக் குறிப்பிட்டுப் பேசவில்லை. அவர் அநுபூதி நிலையில் இருந்ததாகவே எனக்குத் தோன்றுகிறது.

அடிக்குறிப்புகள்

1. இது ஒரு யுக்தி முறை. பாகவத புராணத்தில் பத்து இயல்கள்வரை கண்ணனைப் பற்றிச் சில குறிப்புகள்தாம் சொல்லப் பெறுகின்றன. 11ம் இயலில்தான் பிறப்பு வளர்ப்பு தாய் தந்தையார் போன்ற விவரங்கள் தரப்பெறுகின்றன. அது போன ஒருமுறைதான் இன்று பெரியாரைப் பற்றி நீங்கள் அறிந்து கொள்வது.
2. திரு.வி.க.ஆர்.கே. சண்முகம் செட்டியார். இராஜாஜி, சேலம் விசயராகவாசாரியர், நாவலர் எஸ்.எஸ் பாரதியார். முதலிய பலர். அதிக விவரம் வேண்டுவோர் சாமி. சிதம்பரனார் எழுதிய தமிழர் தலைவர்' என்ற நூலைப் படித்தறியலாம்.
3. 1937–1941 வரை நான் கதர் அணிந்தவன். 1985 திருமண முகூர்த்த சேலையும் முகூர்த்த வேட்டியும் கதரே. நானும் என் மனைவியும் (1937 முதல்) இராட்டையில் நன்கு நூற்போம். 1942 முதல் சிறிது சிறிதாக விட நேர்ந்தது வெறுப்பால் அல்ல. தலைக்கு மீறிய பள்ளிப்பணி. தொண்டெல்லாம் கல்விக்கு அர்ப்பணித்தேன். திருச்சி மாவட்டத்தில் சிறந்த தலைமை ஆசிரியர், கணித அறிவியல் ஆசிரியர் என்ற புகழ் பெற்றேன்.

4. எனது தாய்மொழி தெலுங்கு. படித்தது தமிழ். அறிவியல் படிப்பு தமிழுக்கு வந்தவன். தாய்மொழி தெலுங்கு என்று கூறி சென்னைப் பல்கலைக் கழகத்தில் நுழைய முடியாமல் செய்துவிட்டனர். திருப்பதியிலும் அரவவாடு ' என்று கூறி அருவருப்புக் காட்டினர். The mother has come to daughter's house. Treat her with respect என்பது போல் நகைச்சுவையாகப் பேசி அனைவராலும் அரவணைக்கப் பெற்றவன். இப்போது இங்குத் தமிழ் இலக்கியத் துறையில் வாழ்நாள் Emeritus Professor ஆகப்பணி; மூன்று பிஎச்.டி. மாணவர்கட்கு வழி காட்டும் பொறுப்பு.

5. பரஞ்சோதியார் திருவிளையாடல் – நாட்டுச் சிறப்பு–57

6. வில்லிபாரதம் – சிறப்புப்பாயிரம் – 1 (வரந்தருவார்)

7. நான் திருப்பதியில் பணியாற்றிய போது தமிழ் இலக்கியத்தை ஆழ்ந்து கற்று முதல் வகுப்பு பெற வேண்டும் என்று வற்புறுத்துவேன். இது தமிழாசிரியனாகப் போவதற்காக அல்ல என்றும், தேர்வுகள் எழுதி வங்கி அலுவலர், முதல் வகுப்பு அலுவலர், IAS அலுவலர் பணிக்குச் செல்ல முயல வேண்டும் என்றும் அதற்காகப் பொது அறிவு பெறும் வழிகளைக் காட்டியும் அறிவுறுத்துவேன். பொருளாதாரம், தத்துவம், கணிதம், அறிவியல் படிப்போர் எங்ஙனம் பிறதுறைகளில் பணியாற்றுகின்றனரோ அவ்விதம் பணியாற்ற வேண்டும் என்றும் ஆற்றுப்படுத்துவேன். இதன்பலனை அப்பொழுதே நேரில் கண்டேன்.

8. எந்தத் துறைக்கும் போகமுடியாதவன்தான் தமிழுக்கு வருகிறான். அவனது அறிவுக்குறை பிறதுறைகட்குச் செல்லும் உந்தல் இல்லாமல் செய்துவிடுகிறது: தமிழாசிரியர் அலுவல் தவிர பிறதுறை அலுவலுக்குப் போகும் ஆசை இல்லாமல் செய்து விடுகின்றது.

9. 17 ஆண்டுகள் ஆந்திரத்தில் பணியாற்றினாலும் என் தாய்மொழியாகிய தெலுங்கைக் கற்கும் ஆசை ஏற்படவில்லை. அறிவியல் ஆசிரியர்களின் துணை கொண்டு தாவரஇயல், விலங்கியல்,உயிரியல் போன்ற துறைகளில் அறிவு பெற்றேன். அத்துறைகளில் நான் ஐந்து அறிவியல் மூல நூல்களை எழுதி வெளியிட்டேன். ஒரு பெரிய கல்வியியல் நூலை மொழிபெயர்த்து வெளியிட்டேன். பிறநாட்டு சாத்திரங்கள் தமிழ்மொழியில் பெயர்த்தல் வேண்டும், இறவாத புது நூல்கள் தமிழ் மொழியில் இயற்றல் வேண்டும்" என்ற பாரதியாரின் வாக்கு எனக்கு இத்திசையில் செல்ல உந்தல் கொடுத்தது

10. இது பின்னர் விளக்கப்பெறும்.

11. இதற்குத் தமிழாசிரியர்கள் என்ன செய்வார்கள். அறிவியல் கல்விகற்க ஏற்பாடு செய்து அதனைக் கற்றவர்களை நோக்கிவிடுக்கப் பெறவேண்டிய வினாக்கள் இவை. இவண் குறிப்பிட்ட அறிவியல் அறிஞர்கள் கல்லூரிக் கல்வியின் விளைவால் இவற்றைக் கண்டுபிடிக்கவில்லை. அவர்களின் உள்ளுணர்வும் ஆயும் திறனுமே அவர்கட்குக் கைக்கொடுத்து உதவின. நான் கல்லூரியில்

பயின்ற காலத்தில் எனக்கு கணிதம், அறிவியல் கற்பித்த ஆசிரியர்கள் கற்பிக்கும் முறையே எனக்கு இயல்பாக இருந்த உந்தலைத் தூண்டிக் கணிதத்திலும் அறிவியலிலும் அளவற்ற ஆர்வத்தை விளைவித்தது. எனது நூலக அறிவியல் படிப்பும் இவற்றிற்குக் கைகொடுத்து உதவியது.

12. இது கருத்து வேறுபாட்டுக்கு உரியது. மேல்மட்டத்திலேயே நம் சிந்தனை போய்க் கொண்டுள்ளது. அடிமட்டத்தில் கிராம மக்கள் நிலையில் இஃது இடையூறாக முடியும் என்பது வெள்ளிடை மலை.

13. ஆங்கிலம் படித்த காந்தி, நேரு முதலியவர்களுக்குத்தான் விடுதலை வேட்கை எழுந்ததேயன்றி வடமொழி படித்த சாத்திரிகட்கும் புரோகிதர்கட்கும் கோயில் குருக்கள்கட்கு ஏன் எழவில்லை? சிந்திக்க வேண்டும்.

14. இன்று வெளிநாட்டுக்குக் கல்வி கற்கச் சென்றவர்கள் அனைவரும் ஆங்கில மொழி மூலம் கல்வி கற்றவர்களே என்பதைச் சிந்தித்துப் பார்க்கவேண்டும்.

15. குடியரசு (10.5.1931) இதழில் எழுதப்பெற்ற தலையங்கம். குடியரசு வார இதழ் 2.5.1925 இல் ஈரோட்டில் தொடங்கப்பெற்றது. இதனைச் சிறந்த தமிழறிஞரும் பெரியாருமாகிய திருப்பாதிரிப்புலியூர் சிவசண்முக மெய்ஞ்ஞான சிவாசாரிய சுவாமிகள் என்னும் ஞானியார் சுவாமிகள் தொடங்கி வைத்தார்கள்.

16. இக்காலத்தில் நான் புனித சூசையப்பர் கல்லூரி பி.எஸ்சி வகுப்பு மாணவன். அன்றும் இன்றும் அரசியல் எனக்கு ஒவ்வாமை. செய்திகளைப் படிப்பதோடு சரி. ஞாயிறு மாலை நேரங்களில் நடைபெறும் பொதுக்கூட்டங்களில் தந்தை பெரியார் புதுக்கோட்டை வல்லத்தரசு, திருச்சி ஹாலாசியம் (காங்கிரசு) முதலிய நல்ல பேச்சாளர் பேசுவது தெரிந்தால் தொலைவிலிருந்து பேச்சைக் கேட் பேன். படிப்பைத்தவிர, பிற தாக்கங்கள் என்னைக் கவருவதில்லை.

17. ஈரோட்டுத்தாத்தா – தமிழ்க்காத்த போராட்டம் – 17

18. மேலது–17

19. கைகேயி காடேக வேண்டும் என்பது தந்தையின் கட்டளை என்று சொல்லக் கேட்ட இராமன் முகம்,

    அப்பொழுது அலர்ந்த செந்தா மரையினை வென்ற தம்மா
    – கைகேயி சூழ்வினை –108

    என்று மலர்ந்தது (இது வனவாசம்) இப்போது இராமசாமியின் முகம் செந்தாமரை யினை நிகர்த்தது (இது சிறைவாசம்) இராமன் தன்னிச்சையாகத் திரியலாம். இராமசாமிக்கு அந்த உரிமை இல்லை. இதுதான் 'வேற்றுமை'. இராமன் படத்தை செருப்பாலடித்தற்கு இது ஒருவகைத் தண்டனையோ என்று எதிரிகள் கருதுகின்றனரோ என்று எண்ணத் தோன்றுகிறது.

20. பா.க. தேசியகீதங்கள்– சுதந்திரப்பள்ளு –5

21. சக்கரவர்த்தி இராசகோபாலாசாரியார்

22. பசுமலை நாவலர் ச. சோமசுந்தர பாரதியார்

23. 1937 டிசம்பர் 25இல் கூட்டப் பெற்ற 'தமிழர் மாநாடு'

24. நவம்பர் 13, 1938இல் கூட்டப்பெற்றது.

25. ஈரோட்டுத்தாத்தா – தமிழ்க்காத்த போராட்டம் (காண்க)

26. திருத்தம் செய்யும்போது வரிவடிவம் மேற்கொள்ளும்போது ஒலிவடிவம் மாறாதிருக்க வேண்டியது மிகவும் இன்றியமையாதது. நான் திருப்பதியில் பணியாற்றிய பொழுது (1960–77)–1975இல் மானமிகு கி.வீரமணி கேட்டபடி எழுத்துச் சீர்த்திருத்தம் வரைந்து அனுப்பினேன். அது பெரியார் ஆண்டு விழா மலர் ஒன்றில் வெளிவந்தது; பின்னர் அவராலேயே நூல்வடிவமும் பெற்றது.

27. ஐ என்ற எழுத்தே ஒரு சொல்லாக வழங்கி பொருள் தருவதால் அதை அப்படியே வைத்துக் கொள்ள நேர்ந்தது. (எம்.ஜி.ஆர். ஆட்சிக்காலத்தில்)

28. உயிர் எழுத்துக்கள் 12இல் ஒள காரம் நீக்கப்பெற்றால் உயிர்மெய் எழுத்துகளில் (216களில்) 18 எழுத்துக்கள் குறைந்து விடுகின்றன.

29. பெரும்பாலான ஐரோப்பிய மொழிகளின் எழுத்துக்கள் யாவும் ஆங்கில மொழியில் பயன்படும் 2 எழுத்துகளே. ஒரு குறிப்பிட்ட கணக்குப்படி இயக்கினால் ஆங்கில மொழிவரும் வெவ்வேறு வகைகளில் இயக்கி வெவ்வேறு மொழிகளை உண்டாக்கலாம். இத்தனை விதமாக இயக்கி இத்தனைவிதமான மொழிகளை உண்டாக்கும் ஒருவனுக்கு மிகப் பெரிய ஊதியம் ஐரோப்பாவில் இவனுக்கு அளிக்கப்பெறும் ஊதியம் போல் எந்த உயர்ந்த அலுவலர்க்கும் இல்லை!

30. கட்டுரை: தமிழ் வரிவடிவச் சீரமைப்பு – தந்தை பெரியார் 121ஆம் ஆண்டு பிறந்த நாள் மலர் (விடுதலை) – பக். 156.

31. திருவிளையாடற்புராணத்தில் தாயைப் புணர்ந்தவன், குருபத்தினியைப் புணர்ந்தவன் இவர்கட்கு மோட்சம் சொல்லப்பெற்றுள்ளது. பெரிய புராணத்தில் சிவபெருமான் அடியார் வேடங்கொண்டு பிள்ளைக்கறி கேட்டது. அவரது மனைவியைக் கேட்டது போன்ற நிகழ்ச்சிகள் வருகின்றன. பகுத்தறிவு உள்ளவனுக்கு அருவருக்கத்தக்க இவை கோபத்தைக் கிளப்புகிறது. கற்பனை செய்தாலும் இவ்வளவு கீழான நிலைக்குப் போகவேண்டுமா? பெரியார் சொல்லுகிறார் என்றால் ஏன் சொல்லமாட்டார்? அவரைத்தவிர எவர் இவற்றை எடுத்துக் காட்டினார்? அதனால் தானே பெரியார் ஆகிவிட்டார்!

32. எடு. என் நூல்கள் அறிவியல் விருந்து, அறிவியல் தமிழ்.

33. தேர்வுக்குழுவே அவற்றை எடுப்பதில்லை. தப்பித் தவறி பாடநூல்களாக அமைந்துவிட்டால் ஆசிரியர் தம் ஒவ்வாமைப் பண்பால் அவற்றைத் தொட்டுக்கூடப் பார்ப்பதில்லை. தாம் அக்கருத்துக்களை அறிந்து கொள்ளலாம் என்ற அவாவும் அவர்கள் பால் எழுவதில்லை. இது மிகவும் வருந்தத்தக்க நிலை.

34. ஔவையார் – தனிப்பாடல் திரட்டு – பகுதி – 1 பக். 119.

35. இத்தகைய இலக்கியம் தோன்றினால் அஃது உணர்வுக்கு இடம் இல்லாத இலக்கியமாகவே இருக்கும்.

36. இதை எழுதினவன் தமிழன். ஆரியன் அல்லன். கதைதான் வடநாட்டுக்கதை.

37. சுவை என்பது வாழ்க்கை நிகழ்ச்சிகளில் வருவது அல்ல. காவியத்தில், நாட்டியத்தில் வருவது. அது பொருளைப் புறக்கணித்து அனுபவிக்கத்தக்கது. அதுபோலத்தான் அழுகைச் சுவையும் பிறவும், தந்தை அவர் கட்கு மதிப்பு தந்து, அவரது கருத்தை ஒப்புக்கொள்ள முடியவில்லை.

38. சங்க இலக்கியங்கள் உள்ளன. அவற்றில் ஒரு சில வடசொற்களே உள்ளன; அவ்வளவே. பெரும்பாலானவற்றை அச்சுக்குக் கொணர்ந்தவர் வ.உ.சா. இவர் தமிழ்ப் பார்ப்பனர், நம்மவர்; பெரியார் போலவே மதிக்கத் தக்கவர். போற்றற்குரியவர்.

39. இதே ஆண்டில் நான் துறையூரில் தலைமை ஆசிரியனாக இருந்தபோது இராசிபுரத்தில், (சேலம் மாவட்டம்) நடைபெற்ற தமிழர் மாநாட்டில் புலவர் தலைமையில் கலையும் நாட்டு நிலையும் என்ற தலைப்பில் பேசினேன். (இரண்டாம் உலகப் பெரும்போர் நடைபெற்ற காலம் – காங்கிரசும் உரிமைப்போர் முழங்கிவந்த காலம்) புலவர் அவர்கள் கலையும், நாட்டு நிலையும் என்ற தலைப்பின் நடுவில் ஒரு காற்புள்ளி இட்டுவிட்டால் நாட்டு நிலைக்கும் பொருந்தும் என்று கூறி அனைவரையும் மகிழ்வித்ததை நினைவு கூர்கின்றேன்.

40. இப்படிக் கூறுவது கல்கியின் இயல்பான அடக்கம். படித்தவர்கள் இவரை மிஞ்சமுடியாது. அவர்தம் புதினங்கள் கூட நல்லத்தமிழில் அமைந்துள்ளன. தாமஸ் ஹார்டியின் புதினங்களை நிகர்த்தவை அவர்தம் புதினங்கள்.

41. ஆங்கில அறிஞர் டாக்டர் ஜான்சன் வாதம் புரிவதில் சில சமயம் வாதம் தவறாக முடியும்போது விதண்டாவாதத்தில் இறங்குவார். அவர் வரலாற்றை எழுதும் ஆசிரியர் கூறுவார்: "If his pistol misses fire he would knock at its butt's end" இதை அய்யா அவர்களின் விதண்டாவாதத்துடன் ஒப்பிட்டு மகிழலாம்.

42. நாரா. நாச்சியப்பன் – ஈரோட்டுத் தாத்தா – ஆரியத்தின் வைரி 3, 5. பெரியார் மீது கொண்டிருந்த அளவற்ற பக்தியின் காரணமாக தம்முடைய பதிப்பகத்தையும் 'அன்னை நாகம்மை பதிப்பகம்' என்று பெயரிட்டுள்ளார்.

43. அந்தமொழியை வெறுக்க வேண்டியதில்லை. இந்தி படிப்பதுபோல் தனியாகக் கற்றுக் கொள்ளலாம். பார்ப்பனர்கள் தம்மொழி என்று சமஸ்கிருதத்தை உரிமை கொண்டாடுகின்றனரேயன்றிப் பெரும்பாலோர் படிப்பதில்லை.

~

பின்னிணைப்பு -1

சவகர்லால் நேரு மறைந்த போது அவர் நினைவாக நேரு அவர்களைப் பற்றி அறிஞர் கருத்துகளைத் திரட்டி 'இந்தியப்பேரொளி' என்ற தலைப்பில் நூலாக வெளியிட்டது கழகம். அங்ஙனமே அறிஞர் அண்ணா மறைந்தபோது அம்முறையில் தொகுத்து 'தமிழ்ப் பேரொளி' என்ற தலைப்பில் வெளியிட்டது. தந்தை பெரியார் மறைவு நினைவாக இங்ஙனமே ஒருநூல் வெளிவரத் திட்டமிட்டது கழகம். ஆனால் எக்காரணத்தாலோ நூல் வெளிவரவில்லை. அதற்கு கழகம் வேண்டியபடி 18.2.1974இல் தந்தை பெரியாரைப் பற்றி எழுதிய குறிப்பு இது:

"தம்புகழ் நிறீஇத் தாம் மாய்ந்து பெரியார்"

(பேராசிரியர் டாக்டர் நசுப்புரெட்டியார் தமிழ்ப் பேராசிரியர் - துறைத்தலைவர் திருவேங்கடவன் பல்கலைக் கழகம், திருப்பதி)

தமிழ் கூறு நல்லுலகில், பெருமையுடனும் புகழுடன் வாழ்ந்து புகழை மட்டிலும் இம்மண்ணுலகில் நிறத்தி விட்டுப் பொன்னுலகு புக்கவர் தந்தை பெரியார் அவர்கள். மகாத்மா என்ற பெயர் காந்தியடிகளின் பெயருடன் முன்னொட்டாக நிலைத்து நிற்பது போல் 'பெரியார்' என்ற பெயரும் 'இராமசாமி' என்ற பெயருடன் முன்னொட்டாக நிலைத்து நிற்கின்றது. 'மகாத்மா' என்றாலே காந்தியை நினைவூட்டும்; பெரியார் என்றாலே ஈரோட்டு அண்ணலை நினைவூட்டும். 'பெயர்மாற்றம்' நிறைந்த தமிழுலகில் பெயர் மாற்றமின்றித் திகழ்ந்தவர் பெரியார் ஈவெரா. அவர்கள். பெரியாழ்வாரை 'விட்டுசித்தன்' என்று சொல்வது மரபு. அங்ஙனமே தந்தை பெரியாரை 'இராமசித்தன்' என்று சொல்லி வைக்கலாம். முன்னவர் 'விட்டுவை' நேசித்துப் போற்றியவர். பின்னவர் 'இராமனை' தூசித்துப் போற்றியவர். இதுவே இவர்தம்முள் வேறுபாடு. வைதாரையும் வாழவைப்பவன் இறைவன் என்ற கருத்து உண்மையாக இருப்பின் இராமசித்தனுக்கும் திருநாட்டில் இடமுண்டு. இராமபக்தனாகிய மாருதியின் திருநாளன்று (ஞாயிறு) பெரியார் அமரரானமையே இதனைக் குறிப்பாகப் புலப்படுத்துவதாகக் கொள்ளலாம்.

'பெரியாரைத் துணைக்கோடல்' என்ற ஓர் அதிகாரம் 'திருக்குறள் அரசியல் பகுதியில்' உள்ளது. அரசனுக்குப் பெரியார் துணையின் இன்றியாமையை வற்புறுத்துவது அப்பகுதி. வள்ளுவத்தின் இந்த உண்மையை அறிந்தோ அறியாமலோ அவரைத் துணையாகக் கொண்டு கட்சித்தலைவர்களும் ஆட்சித்தலைவர்களும் கல்வித்துறை நிபுணர்களும் பிறரும் இவரது நட்பினையும், ஆசியையும் பெற்றே இருந்தனர் என்பது நாடு நன்கறிந்த உண்மை. கொள்கையளவில் எதிர்த்துருவங்களில் நிற்பது போல் தோற்றும் 'இராஜாஜி' அவர்களும் பெரியார் அவர்களும் கூட தனிப்பட்ட மனித உறவில் உள்ளன்புடன் பழகினர் என்பதை இருவர் மறைந்த நாள் நிகழ்ச்சிகளும் உலகிற்கு உணர்த்திவிட்டன. 'சிதம்பர ரகசியம்' போல் இருந்து வந்த இருவர் நட்பையும் அவை அனைவர்க்கும் தெளிவாக்கி விட்டன. 'உணர்ச்சிதான், நட்பாங் கிழமை தரும்' என்ற வள்ளுவத்தை இவர்தம் ஆருயிர் நட்பால் நாடு நன்கறிந்து கொண்டது.

தந்தை பெரியார் மிகவும் கண்டிப்பானவர்; உழைப்பை வற்புறுத்துபவர். ஆனால் அன்பும் பண்பும், அடக்கமும் சீலமும், நேர்மையும் ஒழுங்கும் நிறைந்த உயர்குணச் செம்மல், தம் கருத்துகளை மூடி மறைக்காமல், விளக்கெண்ணெய் கலக்காமல், துணிவுடன் எடுத்துக் கூறுபவர். தம் வாழ்வின் தொடக்க காலத்திலேயே நாட்டுத்தலைவர்களுடன் நெருங்கிய தொடர்பு உண்டு, நாட்டுத்தொண்டிலும் இவருக்கு நிறைந்த பங்கு உண்டு. மதுவிலக்கு, தீண்டாமை, நாட்டுப்பற்று, கடவுட்கொள்கை, சமய நம்பிக்கை, கல்வி, எழுத்துச் சீர்திருத்தம், சினிமாத் தொழில் முதலிய துறைகளிளெல்லாம் இவருக்கெனத் தனி முத்திரை உண்டு. சிக்கனத்தால் சேர்த்த நிதி இவர் பெயரால் அமைந்த கல்வி நிறுவனங்களும் அறக்கட்டளைகள் வடிவில் நாட்டுக்கு நன்கு பயன்பட்டு வருகின்றன. நிறை வாழ்வு வாழ்ந்த தந்தை பெரியாரின் நினைவும் புகழும் தமிழ் நெஞ்சங்களில் என்றென்றும் நிலைத்து நிற்கும்.

'உள்ளத்தால் பொய்யா தொழுகின் உலகத்தார்
உள்ளத்து யெல்லாம் உளன்' (குறள்-294)

என்ற வள்ளுவரின் இலக்கணத்திற்கு இலக்கியமாகத் திகழ்பவர் தந்தை பெரியார் அவர்கள். அவர்தம் புகழ் நீடு நின்று நிலவுவதாகும்.

பின்னிணைப்பு -2

துணை நூல் பட்டியல்

சிதம்பரனார், சாமி	:	தமிழர் தலைவர்-1939 (11ம் பதிப்பு)
தந்தை பெரியார்	:	பெரியாரின் குரல் (முல்லைப் பதிப்பகம்)
தந்தை பெரியார்	:	வாழ்க்கை ஒப்பந்தம் *(1999)*
கன்ணன்.மா	:	பெரியார் கணினி-1 *(1998)*
		பெரியார் கணினி-2 *(1998)*
		பெரியாரியல் - 4 கலை *(1993)*
		பெரியாரியல் - 5 தாம் *(1998)*
		பெரியாரின் குட்டிக் கதைகள் *(1998)*
		பெரியாரின் பழமொழிகள் *(1998)*
நாச்சியப்பன்.நாரா	:	ஈரோட்டுத் தாத்தா *(1995)*
பழநி.மு	:	வீரமணியின் பதில்கள் *(1997)*- (முல்லைப் பதிப்பகம்)
விடுதலை	:	தந்தை பெரியார் - 121ஆவது ஆண்டு பிறந்தநாள் விழா மலர்
வீரமணி.கி	:	பெரியார் களஞ்சியம்
Periyar	:	*An Anthology* தொகுதி - 1 *(1992)* கடவுள் *(1997)*